आनंदाचे झाड

'भोगानंदा'पासून 'ज्ञानानंदा'पर्यंतचा जीवनप्रवास

राजेन्द्र खेर

आनंदाचे झाड : 'भोगानंदा'पासून 'ज्ञानानंदा'पर्यंतचा जीवनप्रवास
© राजेन्द्र खेर, २०२४

Anandache Jhad :
'Bhogananda'pasun 'Dnyanananda'paryantcha jivanpravas
© Rajendra Kher, **2024**

प्रथम आवृत्ती	:	जून २०२४
प्रकाशक	:	सकाळ मीडिया प्रा. लि.
		५९५, बुधवार पेठ, पुणे ४११ ००२
मुखपृष्ठ	:	सकाळ प्रकाशन
मांडणी	:	सकाळ प्रकाशन
मुद्रणस्थळ	:	विकास प्रिंटिंग ॲण्ड कॅरिअर्स प्रा. लि.
		प्लॉट नं. ३२, एमआयडीसी, सातपूर, नाशिक
ISBN	:	978-८१-973384-0-3
संपर्क	:	०२०-२४४० ५६७८ / ८८८८८ ४९०५०
		sakalprakashan@esakal.com

जीवनाची वास्तविकता
जाणून घ्यायची इच्छा असणाऱ्या
आजच्या संभ्रमित तरुणांना...

प्रस्तावना

मानवी जीवन हे आशा-आकांक्षा आणि आठवणींनी भरलेलं असतं. जन्म झाल्यानंतर समज येऊ लागताच, जीव सुख मिळवण्याचा प्रयत्न करू लागतो. बालकाला खेळणी वा वस्तू हव्याहव्याशा वाटू लागतात. दुसऱ्याचं खेळणंही ओढून घ्यावंसं वाटतं! जसजसं वय वाढत जातं तसतसे सुखाचे संदर्भ बदलत जातात. हळूहळू करिअरचा विचार सुरू होतो. मग देहाकर्षण, पद-पैसा-प्रतिष्ठा-प्रसिद्धी हे मिळवण्यात सुख वाटू लागतं. देशाटनात किंवा परदेशगमनात सुख शोधलं जातं. धुंदी आणणाऱ्या गोष्टींमध्ये अनेक जण सुखाचा शोध घेत राहतात; तर कित्येक संगीत, साहित्य, अभिनय आणि विविध कला जोपासण्यात किंवा त्यांचा आस्वाद घेण्यात सुख मानतात. संस्कारांनुरूप किंवा वयोपरत्वे अनेक जण अध्यात्ममार्गाकडेही वळतात आणि सुख-शांती मिळवतात. बऱ्याचदा भौतिक सुखं मिळवण्याच्या हेतूनेही मनुष्य धार्मिकस्थळांकडे वळतो; तर काहींना मानसिक शांती हवी असते, म्हणून अध्यात्ममार्गाचा अवलंब केला जातो.

परंतुः सुख-शांती-समाधान या भावना परस्परावलंबी असतात. कारण त्या भौतिक जगतातल्याच असतात. म्हणजे एखाद्याचं सुख हे मोटार घेण्यात सामावलेलं असतं. याउलट दुसऱ्या एखाद्याकडे मुळातच अनेक मोटारी असतात. त्याच्यासाठी मोटार घेणं हे फार मोठं सुख नसतं; तर इतर दुर्मिळ गोष्टी मिळवण्यात त्याचं सुख दडलेलं असतं. म्हणजे सुखाचे विषय हे एकसारखे नसून ते व्यक्तिसापेक्ष असतात. आनंद ही मात्र आत्म्याची एकमात्र भावना असते. सुख-शांती-समाधान या भावनांमधून आत्मिक आनंदाची सूक्ष्म अनुभूती मात्र मिळत असते. रणरणत्या

उन्हातून प्रवास करताना जीव कासावीस होतो आणि त्याचवेळी थंडगार पाणी मिळाल्यानंतर मनाला जी एकप्रकारची तृप्ती-शांती मिळते ती आत्मिक आनंदाची अंशतः अनुभूती असते.

म्हणून सुख हे आनंदाच्या अनुभूतीकडे नेणारं एक स्थानक असतं असं म्हटलं तर वावगं ठरू नये. मग ते भौतिक सुख असो वा मानसिक सुख असो! म्हणून जीवनात सुखाचं महत्त्व नक्कीच आहे. कारण तीच भावना देहिक, मानसिक आणि बौद्धिक सुखांद्वारे आत्मानंदाकडे नेणारी असते. पण मनात कधी सुखाची भावनाच निर्माण झाली नाही तर मग आनंदाची तरी कुठून होणार? जीवनात कुणावर प्रेमच करता आलं नाही तर परमात्म्यावर तरी कुठून प्रेम केलं जाणार? प्रेमाच्या भावनेचीही सवय व्हायला नको का? म्हणून यश, कीर्ती, सुख-साधनांची प्राप्ती यांबरोबरच सण-समारंभ-उत्सव या गोष्टी मनुष्याच्या जीवनात सुखाची भावना निर्माण करतात; आणि त्यामुळेच जीवनात रस निर्माण होतो. अन्यथा जीवन आळणी होऊन गेलं असतं!

'आनंदाचे झाड' या लेखसंग्रहाच्या पुस्तकातून दैनंदिन जीवन सुंदरतेने जगतानाच आत्मिक आनंदाकडे कसं जायचं याचं अनुभवनिष्ठ दर्शन घडवण्याचा प्रयत्न केला आहे. मनुष्यामध्ये निसर्गतःच अनेक गुण भरलेले असतात. त्यांचा यथायोग्य उपयोग करून जीवन सुखीही बनवता येतं आणि आनंदाला प्राप्त होता येतं. पण अमरत्वाचा पट्टा घेऊन न आल्यामुळे पुढे काय, हा प्रश्न मनुष्याला कायम सतावत राहतो आणि मग तो संभ्रमात जगत राहतो. सुखप्राप्तीसाठी भौतिक साध्य-साधनांमध्येच अडकून पडतो. हे असं अडकणं हेच मनुष्याच्या दुःखाचं कारण होतं. जीवनात सतत येणाऱ्या आव्हानांमुळे मनुष्याचं मन त्याला प्रसंगी निराश करतं, प्रसंगी तो आशावादी होतो; तर प्रसंगी तो खंतावूनही जातो.

असं हे कालाधीन जीवन सुंदर करण्यासाठी जीवनाचा उद्देश, मिळालेले गुण, आणि गंतव्य ठिकाण यांविषयी सारासार विवेक केला तर आहे ते जीवन सुंदरतेने जगता येतं आणि आनंदमार्ग प्रकाशित होत जातो.

सध्याच्या काळात अनेक प्रकारच्या संकटांनी, दुःखांनी, अनिश्चिततेने संपूर्ण जगभरचा समाज ग्रासलेला दिसतो. या पार्श्वभूमीवर या पुस्तकामधून जीवन सुंदरतेने जगण्याची खचितच प्रेरणा देईल, अशी आशा आहे, वाट चुकलेल्या पांथस्थांसाठी उत्तर ध्रुव नेमकं दिशादर्शन करतो. त्याच भूमिकेतून हे पुस्तक

सुखाची आणि पुढे आनंदमार्गाची दिशा प्रकाशित करेल असा विश्वास वाटतो.

ही लेखमाला 'सकाळ'मधून प्रकाशित झाली होती. वाचकांचा या लेखमालेला अभूतपूर्व प्रतिसाद लाभला. 'सकाळ माध्यम समूहा'चे व्यवस्थापकीय संचालक अभिजित पवार यांनी ही लेखमाला लिहिण्याची संधी दिली त्याबद्दल त्यांचे मनःपूर्वक आभार मानतो. संपादक, मल्टिमीडिया, 'सकाळ माध्यम समूहा'चे अंकित काणे हे या लेखमालेसाठी कारण ठरले. त्यांचेही मनापासून आभार. ज्येष्ठ पत्रकार, लेखक, राजकीय विश्लेषक श्रीराम पवार आणि पुणे आवृत्तीचे संपादक सम्राट फडणीस यांनीही या लेखमालेला प्रोत्साहन दिलं. 'सकाळ' संपादकीय विभागातील निरंजन आगाशे आणि अभय सुपेकर यांचेही आभार मानले.

ही लेखमाला 'सकाळ प्रकाशना'तर्फे पुस्तक स्वरूपात प्रकाशित होत आहे याचा मला विशेष आनंद वाटतो. हे प्रकाशन 'स्वास्थ्यम'सारख्या उपक्रमांसह अनेक सामाजिक कार्यात सहभागी असलेल्या मृणाल पवार यांच्या मार्गदर्शनाखाली होत आहे. त्यांचेही मनापासून आभार व्यक्त करतो. सकाळ प्रकाशनाचे आशुतोष रामगीर, दीपाली चौधरी यांनाही मी मनःपूर्वक धन्यवाद देतो.

या आनंदाच्या अंगणी आलेल्या प्रत्येक वाचकाच्या जीवनात सुख-शांती-समाधानाबरोबरच आनंदावस्था येवो आणि घरी-दारी या 'आनंदाच्या झाडा'चा विराट 'आनंदवृक्ष' होवो, हीच ईशचरणी प्रार्थना!

- राजेन्द्र खेर

अनुक्रमणिका

१

'विसरून जाऊ सारे क्षणभर'

कधीतरी कानांवर गाण्याचे सूर पडतात — 'भले बुरे ते घडून गेले विसरून जाऊ सारे क्षणभर, जरा विसावू या वळणावर....'

सध्याचं मानवी जीवन इतकं वेगवान झालं आहे की इच्छा असूनही कुठे विसावा घेणं शक्य होत नाही. प्रत्येकाला सुखाची आस असते आणि त्यात अयोग्य असं काही नाही. संसारगाडा चालवणं, मुलांचं शिक्षण करणं, करिअर करणं, घर घेणं, वस्तू घेणं, प्रवास करणं किंवा समारंभ पार पाडणं, यासाठी धावणं क्रमप्राप्त ठरतं.

भौतिक स्पर्धाही मनुष्याला धावण्यासाठी प्रवृत्त करते. या धावण्यातून जसं सुख मिळू शकतं तसेच क्लेशही पदरात पडू शकतात. असे क्लेश पदरात पडणं हा कर्माचाच खेळ असतो. सुखं-दुःखं अशीच हातात हात घालून चालत असतात!

आयुष्याच्या वळणावर विचार केला तर उमजतं की, सुख मिळवण्यासाठी उपसलेले कष्ट आणि प्रत्यक्षात पदरात पडलेलं सुख यांचं प्रमाण हे व्यस्तच असतं. मोटार घेण्यात सुख असतं; पण ती रस्त्यावर आणली की रहदारीमध्ये अडकण्याचे प्रचंड क्लेशही अनुभवायला येतात. अनेकांना सर्वकाही मिळूनही धावण्याचा छंद असतो.

अलेक्झांडरला जग जिंकायचं होतं. पण भारत-विजेता न होता त्याला क्षतिग्रस्त होऊन बाबिलोनला परतावं लागलं. ऐन तारुण्यातच त्याने देह ठेवला. मरताना त्याने

जवळच्या अधिकाऱ्यांना सांगितलं की, इथल्या रीतीनुसार आपण माझ्या देहाची शहरातून मिरवणूक काढाल; त्यावेळी माझ्या दोन्ही हातांचे तळवे रिकामे ठेवा. पुढच्या पिढ्यांना समजू दे; अलेक्झांडर मोकळ्या हातांनी आला आणि मोकळ्या हातांनीच परत गेला! वेगवान धावण्यातून मिळणारं सुख निरंतर टिकणारं असेल तर त्यासाठी नक्कीच सदोदित धावलं पाहिजे. पण देहाला मर्यादा असतात.

डोहातल्या बेडकाचा एक पाय सापाने पकडलेला असतो. तेवढ्यात बेडकासमोर एक कीटक येतो. बेडूक त्या कीटकाला पकडण्यासाठी धडपडतो; आणि कीटक टप्प्यात येताच जीभ लांब करून तो कीटकाला गिळंकृत करतो. आपलाही पाय मागे काळाने पकडलेला आहे, ही गोष्ट तेव्हा त्याच्या ध्यानातही येत नाही!

विचारी असूनही मानव आपले हात-पाय दूरवर पसरून रात्रंदिवस सुख मिळवण्याचा प्रयत्न करत राहतो. सुख मिळवण्यासाठी प्रयत्न हे केलेच पाहिजेत; पण त्याबरोबरच चिरंतन आनंदाचा विचारही झाला पाहिजे. तेच जीवनाचं उद्दिष्ट ठेवलं तर तात्कालिक सुख-दुःखांकडे बघण्याचा दृष्टिकोन बदलू लागतो. वियोगात दुःख सामावलेलं असतं. परंतु, योगात चिरंतन आनंद दडलेला असतो.

'योग' (योगा नव्हे!) म्हणजे आत्म्याशी एकरूपता. 'युज्' या संस्कृत धातूपासून 'योग' हा शब्द आला आहे. 'योग' म्हणजे To Join. हा समत्त्वयोग साधण्यासाठी निश्चित दिशेने आणि योग्य तऱ्हेनेच प्रयत्न करावे लागतात. यम-नियमांपासून प्रारंभ करावा लागतो. पण त्यापूर्वी जीवनाच्या उद्देशाचा समग्रपणे विचार करावा लागतो. इंद्रियं-मन-बुद्धी आणि आत्मतत्त्व असा हा प्रवास आहे. योगस्थ झालेला जीव मग निरंतरच्या आनंदसागरात विहार करतो, असा संतांचा अनुभव आहे.

संत तुकाराम महाराज म्हणतात, 'आनंदाचे डोही आनंदतरंग...' या आनंदसागरात डुंबायची इच्छा असेल, तर अविवेकी वेगाला मर्यादा घालावीच लागते. कारण वेगात आवाज असतो, कल्लोळ असतो; पण प्राण नसतो! (इथे 'प्राण' हा शब्द वेगळ्या अर्थाने वापरलेला आहे.) मात्र शांततेत अनाहत नाद असतो आणि प्राण कार्यरत होत असतो. त्यासाठी जीवनाची गती मंद करावी लागते. हरणाच्या धावण्यात वेग असतो; परंतु हत्तीच्या डौलदार चालीत सौंदर्य असतं.

हरणाच्या धावण्यात भीती सामावलेली असते; तर हत्तीच्या चालीत निर्भयता असते. म्हणून धावण्याला आवर घालून आयुष्याच्या वळणावर थोडा विसावा घेतला तर जीवनाच्या उद्देशाकडे ध्यान केंद्रित होऊ लागतं.

सुखाकडून आनंदाकडे

जीवनात आनंदाचं झाड फुलवायचं असेल तर सर्वप्रथम मनातला 'शोक' दूर करावा लागतो. 'शोक' म्हणजे केवळ रडणं नव्हे; तर मनात धरून ठेवलेल्या गोष्टी! अर्जुन रडत नव्हता तर आठवणींमध्ये रमून मोहित झाला होता. तेव्हा भगवान अर्जुनाला सांगतात —

'अशोच्यानन्वशोचस्त्वं प्रज्ञावादांश्च भाषसे।
गतासूनगतासूंश्च नानुशोचन्ति पण्डिता:॥'

अर्थात, ज्यांचा शोक करू नये त्यांचा तू शोक करत आहेस आणि ज्ञानाच्या गोष्टी सांगत आहेस. पण ज्ञानी लोक मेलेल्यांबद्दल किंवा जिवंत असणाऱ्यांबद्दल शोक करत नाहीत. ज्ञानासाठी प्रथम मनातील शोक दूर करता आला पाहिजे, हेच भगवान सुचवतात.

बादली चिखलाने भरलेली असेल तर त्यात वरून कितीही चांगलं पाणी ओतलं तरी चिखल जात नाही. उलट चांगलं पाणीही चिखलमय होऊन जातं. चिखलमय बादली पाण्याने धुऊन काढून चिखल दूर केला की स्वच्छ पाण्याने ती भरता येते.

मानवी मनरूपी बादलीही सद्विचारांनी प्रथम धुवावी लागते. मगच आत्मानंदाकडे नेणारे सद्विचार तिथे रुजतात; फुलतात. त्यासाठीच मनातला शोक प्रथम काढून टाकावा लागतो. शोक दूर करायचा म्हणजे आठवणी मनातून पार पुसून टाकायच्या नाहीत. त्या तशा पुसताही येत नाहीत. इथे 'मेमरी लॉस' अपेक्षित नाही. फक्त कटु आठवणींचे प्रभाव कमकुवत करायचे आणि सुखद आठवणींप्रती तटस्थ भूमिका साधायची.

हेच तत्त्वज्ञान थोडक्या शब्दांत या गीतांत सांगितलं आहे —

'भले बुरे ते घडून गेले विसरून जाऊ सारे क्षणभर, जरा विसावू या वळणावर....'

केवळ सुख नाही तर प्रत्येकामधला आनंदवृक्ष फुलला पाहिजे — बहरला पाहिजे हाच भाव मनी आहे. जीवनाचा उद्देश, व्यक्तिमत्त्व घडवण्याचे मार्ग, सुखाकडून आनंदाच्या दिशेने होणारा प्रवास कालानुरूप स्वत:मध्ये परिवर्तन घडवून आणण्याचे अनुभवनिष्ठ मार्ग हे छोट्या-छोट्या गोष्टींमधून सांगून आनंद-मंदिराच्या कळसाचं दर्शन घेणं हाच उद्देश आहे.

पात्रतामापक पट्टी!

Rome was not built in a day — 'रोम एका दिवसात उभारले गेले नव्हते,' असं म्हटलं जातं. व्यक्तिमत्त्व हे सुद्धा एका दिवसात कधी घडत नाही. आनंदमार्गी जीवनेच्छा असणाऱ्यांसाठी सुसंगतीची नितांत आवश्यकता असते. म्हणूनच श्रेष्ठ कविवर्य मोरोपंत म्हणतात, '*सुसंगती सदा घडो...*'

तर संत तुकाराममहाराज म्हणतात, '*मन करारे प्रसन्न; सर्व सिद्धींचे कारण...*'

पण वास्तविक जीवन जगताना मन प्रसन्न राहण्याऐवजी बऱ्याचदा ते मोडावून जात असतं. तसा अनुभव समाजात वावरताना अनेक जण घेत असतात.

एखादा तरुण आडगावातून शहरात येतो आणि स्वाभाविकच शहराच्या प्रगत (?) भौतिक दर्शनाने आणि शहरातल्या लोकांचं राहणीमान पाहून बुजून जातो. नोकरी करताना एखाद्याचं मोठं 'पॅकेज' पाहून एखादा तरुण किंवा तरुणी बावरून जातात; स्वतःला कमी समजू लागतात. कित्येकांना पात्रता नसतानाही मोठं पॅकेज मिळतं तर कित्येकांना पात्रता असूनही तेवढा पगार मिळत नाही.

एखादी व्यक्ती उत्तम अभिनय करते किंवा एखादी व्यक्ती उत्तम गायन करते. पण संधी मात्र दुसऱ्यांनाच मिळते.

एखाद्याला बढती म्हणजे 'प्रमोशन' हवं असतं; परंतु, मिळतं अनपेक्षितपणे दुसऱ्यालाच! अशा घटना जेव्हा घडत असतात तेव्हा स्वाभाविकच मन उदास

बनतं. व्यक्ती स्वतःला कमकुवत दुबळा समजू लागते. तिच्या मनावर मळभ दाटून येतं. अलीकडच्या भाषेत नैराश्य ('फ्रस्ट्रेशन'— frustration) येतं. पण हेच तर आव्हान असतं. अशा आव्हानांकडे पाठ फिरवायची नसते, तर त्या आव्हानांना समर्थपणे सामोरं जायचं असतं.

भगवान तीच गोष्ट अर्जुनाला गीतेत सांगतात —

तस्मात् उत्तिष्ठ कौन्तेय युद्धाय कृतनिश्चयः ?

अर्थात, 'हे अर्जुना, तुला युद्धात वीरगती मिळाली तर तुला स्वर्ग मिळेल आणि युद्धात तू विजयी झालास, तर पृथ्वीवरील सर्व सुखे तुला प्राप्त होतील.'

जीवनात लढा हा असणारच आहे. आपल्यापुढे उभ्या ठाकणाऱ्या आव्हानांमागे आपला कर्मसंचय सुप्त स्वरूपात दडलेला असतो. ते वास्तव स्वीकारावंच लागतं. एका आव्हानाकडे पाठ फिरवली तर दुसरं आव्हान समोर उभं ठाकतं! त्यामुळे अपयश किंवा कटु गोष्टींच्या अनुभवांनी खचून न जाता समर्थपणेच त्यांना सामोरं गेलं पाहिजे, हा धडा भगवान देतात.

सुसंगती सदा घडो !

अनेक कारकिर्दी रसातळाला गेल्यानंतर माझी साहित्यिक कारकीर्द जेव्हा सुरू झाली तेव्हा 'फ्रस्ट्रेशन' येऊ नये किंवा सभोवतालच्या कटु अनुभवांमुळे मन मोडावून जाऊ नये म्हणून माझ्या वडिलांनी मला एक कानमंत्र देऊन ठेवला होता.

माझे वडील कै. भा. द. खेर हे मराठीतील ख्यातनाम साहित्यिक. पुण्याच्या स. प. महाविद्यालयात ते शिकले. विख्यात साहित्यिक कै. श्री. म. माटे हे तिथे मराठीचे प्राध्यापक होते. त्यांचा माझ्या वडिलांवर खूप लोभ होता. त्या काळी 'सोबत'कार ग. वा. बेहेरे, माझे वडील आणि स्वतः श्री. म. माटे हे जंगली महाराज मार्गावर फिरायला जात.

१९४०च्या दरम्यान त्या मार्गावर फारशी वर्दळ नसे. त्यामुळे फिरण्याचा मोठा आनंद मिळे. श्री. म. माटे यांच्या बरोबरच्या त्या फिरण्यात बहुतेक वेळा साहित्यविषयक गप्पाच चालत. मग विषयाच्या ओघात माटेमास्तर अनेक गोष्टी सांगत आणि त्या माझ्या वडिलांच्या आयुष्यावर परिणाम करून जात.

'सुसंगती सदा घडो', या कविवर्य मोरोपंतांच्या विचाराची सत्यता म्हणूनच पटते. जशी संगत तसे विचार; आणि जसे विचार तसं जीवन!

एके दिवशी फिरताना श्री. म. माटे माझ्या वडिलांना म्हणाले, 'आपल्या खिशात एक 'पात्रतामापक पट्टी' सतत बाळगायला हवी.' माटेमास्तरांनी मग माझ्या वडिलांना त्याचा अर्थ सांगितला.

पुढे अनेक वर्षांनी मी जेव्हा साहित्यविश्वात पदार्पण केलं, तेव्हा ती 'पात्रतामापक पट्टी' माझ्या वडिलांनी मला दिली आणि त्या पट्टीचा अर्थ समजावला. ही 'पात्रतामापक पट्टी' म्हणजे खरीखुरी पट्टी नव्हे; आजच्या भाषेत सांगायचं तर 'व्हर्च्युअल' पट्टी!

त्याचा अर्थ समजावताना वडील मला म्हणाले होते, 'आपल्या खिशात (मनात) ही पट्टी सतत बाळगावी. सार्वजनिक जीवनात ती उपयोगी येते.

एखाद्या कार्यक्रमात आपली ओळख करून देताना किंवा सहेतुक आपलं वर्णन करताना कुणी म्हटलं की, कालिदासानंतर राजेन्द्र खेर! तर लगेच आपण ही पात्रतामापक पट्टी (मनोमन) काढायची आणि स्वतःचं मापन करताना मनात म्हणायचं, 'अरे, कालिदासाच्या नखाची सुद्धा मला सर नाही! मी लिहिण्याचा केवळ प्रयत्न करतो; परंतु, माझी प्रतिभा कालिदासासारखी मुळीच नाही!' समाजात बहुधा तोंडावर कौतुक होत असतं. पण परोक्ष टीकाही होत असते.

असंच परोक्षपणे (indirect) एखाद्याने म्हटलं की, राजेन्द्र खेरांना बाराखड्यासुद्धा लिहिता येत नाहीत. तर पुन्हा आपण ही 'पात्रतामापक पट्टी' मनोमन काढावी आणि स्वतःचं मापन करताना म्हणावं, 'अरे, बाराखड्यांपुढे सुद्धा मी काहीतरी चांगलं नक्कीच लिहिलं आहे!'

आज या 'पात्रतामापक पट्टी'चा मला चांगला उपयोग होतो. म्हणजे गौरव आणि टीका या दोन्ही परस्परविरुद्ध मतप्रणालींमध्ये माझं मन स्थिर राहातं! डोक्यात हवाही जात नाही; आणि नैराश्यही येत नाही. आपले पाय जमिनीवर स्थिर राहण्यासाठी ही 'पात्रतामापक (व्हर्च्युअल)'

फार उपयोगी ठरते. त्यामुळे कुणी आपल्याला कमी समजलं किंवा मानहानी केली तरी खचून जाऊ नये आणि दुसऱ्यापेक्षा काही अधिक मिळालं तर फुशारकी मारू नये, हा धडा मला या पट्टीने कायमचा दिला आहे.

पदरी पडणारं अपयश हे नवा यशोमार्ग प्रकाशित करणारं असतं. अपयश हे आपल्याला शिकवण्यासाठी येत असतं, तसंच नव्या संधी मिळवून देणारं असतं. पहिलं अपयश हे अंतिम अपयश कधीच नसतं. 'वास्तविकत: अपयश, ही यशाकडे जाणारी पहिली पायरी नसते; उलट यशाकडे जाणारी प्रत्येक पायरी ही यशस्वीच असते', असं पू. पांडुरंगशास्त्री म्हणायचे. एक्कावन्नाव्या घावाला लोखंड तुटतं कारण पहिले पन्नास घाव हे यशस्वीच झालेले असतात, असंही ते म्हणत.

त्यामुळे सारासार विवेकाने सुसंगतीची कास धरून जर स्वत:ला सिद्ध करायचा प्रयत्न केला, तर यशोमंदिर दूर नसतं. 'पात्रतामापक पट्टी' ही आपल्याला त्यासाठी नक्कीच उपयोगी पडते.

३

दोन समासांची दैनंदिनी!

आंतरराष्ट्रीय कीर्तीचे इंग्रजी कादंबरीकार मनोहर माळगावकर यांच्याविषयी बोलताना एकदा माझ्या वडिलांनी सहज म्हणून एक गोष्ट सांगितली होती. माळगावकर म्हणत, 'रोज रात्री झोपताना, आज मी 'प्रॉडक्टिव्ह' काय केलं, असा विचार करतो. मी तसं काही 'प्रॉडक्टिव्ह' केलं नसेल तर माझ्या मनाला खंत लागून राहाते. मग मी दुसऱ्या दिवशी अधिक कार्यरत होतो.'

लहानवयात ऐकलेला हा विचार माझ्या मनामध्ये पक्का रुजला होता. रोज रात्री झोपताना प्रार्थना म्हणण्यापूर्वी मी असाच विचार करतो — 'आज मी दिवस कसा घालवला? माझ्या हातून काही सकारात्मक लेखन झालं का नाही? किंवा मी स्व-विकासासाठी काही केलं का नाही?'

मनाच्या अशा 'प्रॉडक्टिव्ह' भूमिकेतून खरोखर प्रत्येक दिवस कारणी लावला जातो. 'प्रॉडक्टिव्ह'चा विचार म्हणजे केवळ भौतिक जीवनाचा विचार नव्हे. दैनंदिन स्वकर्तव्य करतानाच 'स्व-विकासासाठी मी काय केलं,' हाही विचार महत्त्वाचा असतो.

हा विचार सांगण्याची मला एकदा अशीच संधी मिळाली. एकदा एका शाळेत मला पाहुणा म्हणून बोलावलं होतं. मुलांना काही चांगल्या उद्बोधक गोष्टी सांगाव्यात असं तेव्हा माझ्या मनात होतं. पण तिथे गेल्यावर शिक्षक मला म्हणाले, 'विद्यार्थ्यांना एखादा प्रोजेक्ट करता येईल असं काही सांगा.'

ऐन वेळी प्रोजेक्टसंदर्भात मी असं काय सांगू शकणार होतो? पण त्याच वेळी मला एकदम माळगावकरांचा 'प्रॉडक्टिव्ह'चा विचार आठवला. तोच 'प्रॉडक्टिव्ह'चा विचार मी वेगळ्यापद्धतीने विद्यार्थ्यांपुढे मांडला.

पूर्वी अनेक जण नियमाने दैनंदिनी (डायरी) लिहीत असत; आजही पुष्कळ लोक लिहितात. पारंपरिकपद्धतीने डायरी लिहिण्याऐवजी मी मुलांना थोड्या वेगळ्यापद्धतीने डायरी लिहायला सांगितली.

मी म्हटलं, 'आपण रोज रात्री डायरी लिहायची; पण ती वेगळ्यापद्धतीने. ज्या दिवसाचं पान आहे त्या पानावर मधोमध एक उभी रेघ मारायची.

डाव्या भागात वर शीर्षक लिहायचं, 'आज मी स्व-विकासाचं कोणतं काम केलं?'

उजवीकडे शीर्षक लिहायचं, 'आज मी किती वेळ वाया घालवला?' म्हणजे, 'दिवस कारणी लावला' आणि 'दिवस वाया घालवला' असे दोन समास करायचे. यापद्धतीने रोज रात्री झोपताना त्याखाली दिवसातल्या घटनांची, आपल्या चांगल्या-वाईट वर्तनाची नोंद करून मगच झोपायचं.

एका महिन्यानंतर आपणच आपली प्रगती बघायची आणि आवश्यक वाटल्यास आपल्यामध्ये बदल घडवून आणायचा! महिन्यात वाया घालवलेले तास आणि कारणी लावलेले तास या संदर्भातील 'प्रगतिपुस्तक' आपणच आपलं पाहू शकतो.

मुलांना ती कल्पना आवडली. शिक्षकही खूश झाले. माझ्या कानाशी लागून ते हळूच म्हणाले, 'हे आम्हीही करायला हवं!'

मी म्हटलं, 'हे मी मुलांसाठी सांगितलं. तुम्हाला सांगण्याचा मला अधिकार नाही... मात्र आपण मनोमन अशी डायरी लिहू शकतो!'

शिक्षक म्हणाले, 'मुलांना आम्ही लिहिण्याची सवय लावतच असतो. पण घरी मुलं सारखी मोबाईलवर असतात, अशी पालकांची तक्रार अधून-मधून येत असते. आता अशी डायरी लिहिण्याच्या निमित्ताने विद्यार्थी स्वतःच स्वतःच्या जीवनाला सवय लावू शकतील.'

शिक्षकांचं म्हणणं खरं होतं. काही मुलं, मुली नियमित अभ्यास करतात किंवा स्व-विकासासाठी वेळ देतात. पण बरीच मुलं, मुली सतत मोबाईलवर असतात. अनेक पालकांचीच तशी तक्रार असते.

शाळेत सांगितलेला एखादा प्रोजेक्ट मुलगा 'गुगल'चा वापर करून बनवतो,

असंही अनेक पालकांचं म्हणणं असतं. माहितीच्या भांडाराकडून माहिती मिळवण्यात खरंतर काहीच गैर नसतं. पण प्रत्यक्षात मुलांनी जो प्रोजेक्ट केलेला असतो, त्यातल्या विषयाचं त्यांना कितपत आकलन झालेलं असतं, हा प्रश्न मात्र महत्त्वाचा असतो. अनेक पालक तोच मुद्दा उपस्थित करतात, असं शिक्षकांचं म्हणणं होतं.

चित्ताची एकाग्रता

एखाद्या विषयाचा सखोल अभ्यास करण्यासाठी चित्ताची एकाग्रता व्हावी लागते. 'योगशास्त्रा'त चित्तएकाग्रतेला अनन्यसाधारण महत्त्व आहे. प्राचीन गुरुकुल शिक्षणपद्धतीत विद्यार्थ्यांच्या सर्वांगीण विकासाकडे विशेष लक्ष दिलं जायचं आणि त्यासाठी त्यांच्या मनावर चित्ताच्या एकाग्रतेचे संस्कार केले जायचे. आजही अनेक शाळांमधून बरेच शिक्षक विद्यार्थ्यांवर तसे संस्कार करत असतात.

प्राचीन शिक्षणपद्धतीत विद्यार्थी आठव्या वर्षींच गुरुकुलात दाखल होत असे आणि पूर्ण शिक्षण घेऊनच तिथून बाहेर पडत असे. त्याच्या घरी होणाऱ्या लग्न-श्राद्धादी समारंभासाठीही त्याला घरी जाण्याची अनुज्ञा नसे. बारा वर्षांच्या काळात अगदी अल्पकाळ त्याला घरी जायची परवानगी असे. अन्यथा तो विद्यार्थी रात्रंदिवस गुरू-आचार्यांच्या देखरेखीखाली राहत असे. त्यामुळे त्याचं सारं ध्यान केवळ स्व-अध्यायाकडे असे. त्याच्या चित्तात इतर विषयांचा आणि प्रलोभनांचा शिरकावच होत नसे. जीवनाचा हेतूही तेव्हाच त्याच्या ध्यानात आलेला असे. म्हणूनच त्याचं चित्त केवळ अभ्यासाकडे म्हणजे स्व-विकासाकडे राहत असे.

पण आजच्या काळात चित्ताची एकाग्रता होणं फार कठीण होऊन बसलं आहे, हे कुणीही अमान्य करणार नाही. कारण केवळ लग्नसमारंभच नव्हे; तर अनेक नव्याने निर्माण केलेल्या 'इव्हेन्टस'मध्ये विद्यार्थी-तरुण-तरुणी पुरते अडकून गेलेले दिसतात. त्यांचं मन कमकुवत करणारे अनेक भोग्य विषयही सभोवताली असतात — अगदी चोवीस तास हातात असतात!

पाण्याच्या पाइपला जर अनेक छिद्रं पडलेली असतील तर पाणी इच्छित ठिकाणी फोर्सने जाऊ शकत नाही. त्याप्रमाणे मन अनेक अनावश्यक विषयांमध्ये गुंतत गेलं तर मनाची शक्ती विभागली जाते. कमकुवत होत जाते.

एखाद्या विषयात प्रावीण्य मिळवून मोठ्या पॅकेजची नोकरी मिळाली तरी एकंदर जीवन-विकासासंदर्भात परिणामस्वरूप अनभिज्ञताच राहिलेली असते. मग जीवनाचा हेतू केवळ 'पोस्ट-पोझिशन-पझेशन' आणि 'एन्जॉयमेन्ट' एवढ्यापुरताच उरतो.

या विचारसरणीचा परिणाम म्हणजे नोकरी-व्यवसाय करताना आयुष्यभर 'आडवी रेघ' मारायचाच सतत प्रयत्न राहतो; पण रेघ उभीही मारायची असते, हे ध्यानातच घेतलं जात नाही. आडवी रेघ म्हणजे भौतिकतेचा पसारा वाढवत जाणं आणि उभी रेघ म्हणजे अंतर्मुख होणं. जीवनात या दोन्ही रेघांचा समतोल साधता आला पाहिजे; आणि त्यासाठी मन सशक्त राहायला हवं.

मनाला वासनांचे अनेक फाटे फुटत असतील, तर छिद्रं पडलेल्या पाइपप्रमाणे मनाची शक्ती अनेक विषयांमध्ये विभागली जाऊन कमकुवत होत जाते. मग छोटा-मोठा आघात सहन करण्याचीही शक्ती अशा कमकुवत मनात उरत नाही. मनच खंबीर राहिलं नाही तर त्याचे पुढे काय परिणाम होतात, हे सांगायची आवश्यकता नाही!

४

'पॅव्हेलियनमध्ये आउट व्हायचे नाही!'

१९७८च्या दरम्यान मी क्रिकेटला अक्षरशः वाहून घेतलं होतं. शाळा-कॉलेज-क्लब आणि नंतर मुंबईतही खेळलो. माझ्या दोन मामांनी तेव्हा मला खूप प्रोत्साहित केलं होतं; उत्तेजन दिलं होतं. मोठा बाबूमामा आर्किटेक्ट होता. त्याचे विचार ठाम असत. एकदा मी काहीतरी नकारात्मक बोललो तेव्हा तो मला रागावून म्हणाला, 'पॅव्हेलियनमध्ये कधी आउट व्हायचं नाही, हे लक्षात ठेव! ग्राउंडवर जाऊनच लढायचं!'

'पॅव्हेलियनमध्ये आउट होणं' हा वाक्प्रचार तेव्हा मला नवा होता. पण मामाने तो माझ्या तेव्हाच डोक्यात भिनवला होता. पॅव्हेलियनमध्ये आउट होणं म्हणजे एखादं काम करायचं असेल, तर त्यासंदर्भात शंकाकुशंका काढत बसणं किंवा नकारात्मक भाव दर्शवणं.

बाहेर जाऊन काही काम करायला सांगितलं तर एखादा मुलगा काम टाळण्यासाठी म्हणतो, 'ते दुकान उघडं असेल का?' 'ते तिथे भेटतील का?' 'मला बस-लोकल-रिक्षा मिळाली नाही तर?' 'पावसात भिजलो तर?'

एखादा म्हणतो, 'इंटरव्ह्यू चांगला झाला नाही तर?' 'पेपर अवघड गेला तर?' अशाप्रकारच्या अनेक शंका-कुशंका आधीच काढल्या जातात. म्हणजे घरात बसून संभाव्य परिस्थितीचा नकारात्मक विचार करत काम टाळण्याचा अथवा कायम संभ्रमात जगण्याचा हा स्वभाव!

'जर-तर'चा असा उगाचच विचार होत असतो. मला काम करणं जमेल का? मला सूत्रसंचालन करणं जमेल का? मला अभिनय करणं जमेल का? मला भाषण करणं जमेल का? मला लेखन जमेल का? मला गाता येईल का? असा नकारात्मक भाव प्रत्यक्ष कार्य करण्यापूर्वीच जपला जातो.

'ते काम मला जमलं नाही आणि माझी फजिती झाली तर? त्यापेक्षा त्या वाटेला न गेलेलं बरं!' असेही विचार केले जातात. मीही त्याला अपवाद नव्हतो.

एखादं काम आपल्याला नाही जमलं तर नाही जमलं! त्यात इतकं मनाला कशासाठी लावून घ्यायचं? लहानवयात चार्ली चॅप्लिनच्या नशिबी पराकोटीचं दुःख आणि दारिद्र्य आलं होतं.

दोन वेळ पोटाची खळगी भरण्यासाठी रस्त्यात नृत्य करणं, दवाखान्यात फरशा पुसणं, फुलं विकणं, पेपर विकणं अशी अनेक कामं तो करत होता. या कामांचाच उपयोग त्याला पुढे चित्रपटात अभिनय करताना झाला.

ऐन तारुण्याच्या उंबरठ्यावर त्याने 'मॅडिसन्स बजेट' या पुस्तकावरून एक प्रहसन लिहिलं आणि त्याचा थिएटरमध्ये प्रयोग लावला. परंतु, तो त्याचा स्वतःचा पहिलावहिला नाट्यप्रयोग जबरदस्त फसला. त्याच्यावर संत्री आणि गुळगुळीत नाणी यांचा वर्षाव झाला! त्या धक्क्याने तो काही काळ नाउमेद झाला; परंतु, पुन्हा उचल खाऊन अभिनय क्षेत्रात काम करतच राहिला.

पहिलंवहिलं अपयश मनाआड करून त्याने पुन्हा पुन्हा प्रयत्न केले आणि तो जगातला यशस्वी महान अभिनेता झाला. असे अनुभव अनेक महनीय व्यक्तींच्या संदर्भात वाचायला-ऐकायला मिळतात.

अंतिम पराभव नसतो

जसा पहिला विजय हा अंतिम विजय नसतो तसाच पहिला पराभव हा कधी अंतिम पराभव नसतो! पराभव किंवा अपयश हे मनुष्याला शिकवण्यासाठीच आलेलं असतं. पण अनेक जण पहिल्या अपयशानेच खचून जातात आणि आत्मघातही करून घेतात. अनेकांना पहिल्या प्रयत्नातच यश अपेक्षित असतं.

आपल्या मनासारख्याच गोष्टी घडल्या पाहिजेत असाही अनेकांचा आग्रह असतो. पण आपल्या मनासारखं सारं काही घडत नसतं. कष्ट करूनही बऱ्याचदा यश मिळत नसतं.

कारण हा पृथ्वीस्तर कर्मांनीच बद्ध आहे; आणि नशिबी येणाऱ्या चांगल्या-वाईट फळात कर्मबद्धतेचा परिणाम सर्वश्रेष्ठ असतो. परंतु; तो अव्यक्त असतो. याचा अर्थ प्रयत्न न करणं असा मात्र होत नाही. उलट जे काही चांगलं काम करायचं आहे; अथवा काही उत्तम साध्य करायचं आहे त्यासाठी निःशंक होऊन शतप्रतिशत प्रयत्न केले पाहिजेत. मग यश मिळो अथवा न मिळो.

माझ्या वडिलांकडे अनेक लोक येत आणि म्हणत, 'मला लेखन करायचं आहे; पण नाही हो जमत!' तेव्हा वडील म्हणत, 'हे तुम्हाला केव्हा कळलं? काही लिहिलंत का तुम्ही? तसे प्रयत्न केलेत का? ते न करताच तुम्हाला कसं कळलं की तुम्हाला लिहिता येत नाही म्हणून?'

पाण्यात पडल्यावर पोहता येतं हे खरं; पण एखादं क्षेत्र आपल्यासाठी आहे किंवा नाही हे कळण्यासाठी तरी त्या त्या क्षेत्रात प्रयत्न करायला नकोत का, असं त्यांचं सांगणं असे.

'मला नाही हो जमणार!' अशी जी मानसिकता असते त्यालाच 'पॅव्हेलियनमध्ये आउट होणं' म्हणतात. म्हणजे पॅड्स-हॅन्डग्लोज घालून तयार झाल्यानंतर मैदानात उतरण्यापूर्वी बॅट्समनने संभाव्य संकटाचा विचार करून नाउमेद होणं. 'मला बॉल लागला तर? डोकं फुटलं तर? पाय मोडला तर? बॉल दिसलाच नाही तर? दात पडले तर? पहिल्याच बॉलला आउट झालो तर?' हे असे विचार सामन्यात सहभागी होण्याआधीच करायचे असतात; खेळात सहभागी झाल्यानंतर आणि प्रत्यक्ष बॅटिंगला जाण्यापूर्वी नाही! अन्यथा ते 'पॅव्हेलियनमध्ये आउट होणं' होतं!

पहिल्या क्षेत्रातला अनुभव दुसऱ्या क्षेत्रात कामी येतो. या दृष्टिकोनातूनच भगवान अर्जुनाला सांगतात —

'तू परिणामांचा विचार करू नकोस; तू तुझं कर्म मात्र निष्ठेने कर....'

मी अनेक क्षेत्रांत जीव ओतून काम केलं. पण मी निवडलेल्या बहुतेक सर्व क्षेत्रांमध्ये मला पराकोटीचं अपयश आलं. परंतु; ऐन विशीत मिळालेल्या या विचारामुळे मी 'पॅव्हेलियनमध्ये कधीच आउट' झालो नाही. त्यामुळेच साहित्य-

क्षेत्राचा झरोका माझ्यासाठी खुला झाला आणि मला यश मिळत गेलं.

पुढे जेव्हा भगवद्गीतेचा व्यासंग जडला तेव्हा 'अर्जुनविषादयोगा'त मला याच विचाराचं दर्शन घडलं —

क्लैब्यं मा स्म गमः पार्थ नैतत्त्वय्युपपद्यते।

क्षुद्रं हृदयदौर्बल्यं त्यक्त्वोत्तिष्ठ परन्तप॥

हे पार्थ, भ्याडपणा अपुरुषत्व तुला शोभत नाही. मनाची दुर्बलता झटकून युद्धासाठी सज्ज हो!

अर्थात, पॅव्हेलियनमध्ये आउट न होणं!

सर्वच क्षेत्रं सर्वांसाठी नसतात. आपल्याला खरोखर कोणत्या क्षेत्राची आवड आहे किंवा कोणत्या क्षेत्रात काम करायला आवडणार आहे, याचा विचार करूनच त्यामध्ये पडलं पाहिजे; मग परिणाम काहीही होवोत. आपलं शंभर टक्के मन आवडत्या कार्यात लावलं पाहिजे. निवडलेल्या क्षेत्रावरची आपली निष्ठा महत्त्वाची असते; यश-अपयश नव्हे! यश-अपयश आपल्या हातात नसतं. कदाचित एका क्षेत्रातल्या अपयशातून दुसऱ्या क्षेत्राचा मार्ग प्रकाशित होत जातो.

५

वेग आणि दिशा

जीवनरूपी 'आनंदाचं झाड' हे चार आनंदांनी बहरत जातं. ते चार आनंद म्हणजे 'भोगानंद', 'भावानंद', 'आत्मानंद' आणि 'ज्ञानानंद!' भोगानंदापासून ज्ञानानंदापर्यंतचा प्रवास करण्याचा हा प्रयत्न आहे. सामन्यतः मनुष्याला भोगानंद हवा असतो. आइस्क्रीम खाताना एखाद्याच्या मनाला तात्पुरता का होईना आनंद मिळतो. रतिक्रीडेतही असाच क्षणिक भोगानंद मिळतो.

कुंती मात्र म्हणते, 'भगवंता, मला दुःख दे. कारण त्यामुळे मला तुझी नित्य आठवण राहील!' अशी मानसिकता उच्चकोटीची असते. परंतु; सामान्यतः माणसाला सतत सुखोपभोगांची अपेक्षा असते; दुःख त्याला नको असतं.

समर्थ रामदास म्हणतात, 'जगी सर्वसुखी असा कोण आहे?' म्हणजे जगातली सर्व सुखं एकाच व्यक्तीला कशी काय मिळू शकतील, हाही भाव या श्लोकात आहे.

जीवनातलं हे वास्तव स्वीकारावंच लागतं. एखाद्याकडे अफाट धन असतं; पण शारीरिक-मानसिक आरोग्य नसतं. एखाद्या गरीब व्यक्तीकडे धन नसतं पण शरीर ठणठणीत असतं; तर एखाद्याकडे दोन्हीही गोष्टी नसतात!

सुख मिळवण्यासाठी एखाद्या व्यक्तीचं शरीर धावत असतं तर एखाद्या व्यक्तीचं शरीर स्थिर राहूनही तिचं मन धावत असतं. सुखाच्या कल्पनाही पुष्कळदा उसन्या घेतलेल्या असतात! म्हणजे, एखाद्याला कपडे खरेदीची आवड

असते तर एखाद्याला सोने खरेदीची आवड असते. दुसऱ्या एखाद्या व्यक्तीची आवड या आवडींपेक्षा भिन्न असते. तथापि, ही दुसरी व्यक्ती पहिल्या व्यक्तीची आवड उसनी घेऊन सोने खरेदी करते आणि त्यात सुख मानते!

त्याचप्रमाणे, विविध दृश्यमाध्यमांमधून होणारं सुंदर देशांचं दर्शन एखाद्या व्यक्तीला मोहित करतं. सुख आपल्या ठिकाणापेक्षा दुसऱ्या देशात कुठेतरी दडलं आहे, अशी त्या व्यक्तीची धारणा होऊन ते सुख मिळवण्यासाठी ती व्यक्ती जिवाचं रान करते. पण तिथे वेगळे प्रश्न उभे ठाकतात!

भौतिक विज्ञान आणि तत्त्वविचार

सत्त्व-रज-तम या त्रिगुणांच्या सिद्धान्तानुसार प्रत्येक व्यक्तीची आवड-निवड ही त्या त्या गुणांनुसार ठरत असते; आणि त्यानुसार ती सुखांच्या अपेक्षेत राहते. पण आपल्या सुखाच्या कल्पना या कधी दुसऱ्याच्या सुखाच्या कल्पनेवरून ठरवायच्या नसतात! शिवाय सुखासाठी दिशाहीन धावणंही योग्य नसतं. अशाच विषयांवर माझी प्रा. धारणेसरांशी चर्चा होत असे.

प्रा. प्रभाकर धारणे हे आमच्या खेर घराण्याचे अगदी निकटचे स्नेही. अनेक तात्त्विक विषयांवर आमच्या चर्चा होत असत. धारणेसर हे पुण्याच्या स. प. महाविद्यालयात फिजिक्सचे प्राध्यापक होते. निवृत्तीनंतर त्यांनी रामकृष्ण मिशनच्या कार्याला पूर्ण वेळ वाहून घेतलं होतं.

त्याविषयी एकदा ते मला म्हणाले होते, 'माझा आणि माझ्या कुटुंबाचा चरितार्थ अखेरपर्यंत व्यवस्थित चालेल एवढं धन माझ्यापाशी जमलं आहे. त्याहून अधिक धनाची मला अपेक्षा नाही. आता मी पूर्ण वेळ स्वामीजींच्या कार्याला वाहून घेणार...' आणि खरोखरच अत्यंत संतृप्त वृत्तीने ते अखेरपर्यंत मिशनचं कार्य करत राहिले.

आमच्या जेव्हा भेटी होत तेव्हा ते विज्ञान आणि अध्यात्मशास्त्र या विषयांवर भरभरून बोलत. 'क्वांटम फिजिक्स'(पार्टिकल-वेव्ह)सारखे विषय त्यांनीच मला समजावले होते. विज्ञानाच्या मर्यादाही त्यांनी सांगितल्या होत्या.

एकदा आमची अशीच चर्चा चालली असताना 'वेग' आणि 'दिशा' या विषयावर पुष्कळ ऊहापोह झाला. जीवनात वेग असायला हरकत नाही; परंतु वेगाला दिशाच नसेल तर जीवनाचं वारू भरकटू शकतं, हे नवनीत त्या चर्चेतून निघालं.

वेग देणारं भौतिक विज्ञान आणि योग्य दिशादर्शक तत्त्वविचार, सद्विचार यांचा सुयोग्य संगम जर जीवनात झाला तरच जीवन उत्तम, प्रशांत आणि समाधानी होतं. केवळ विज्ञानाची कास मनुष्याचा आंतरिक, भावनिक आणि वैचारिक विकास करू शकत नाही आणि केवळ तत्त्वविचार जीवनात भौतिक सुखं देऊ शकत नाहीत. या दोन्ही चाकांचा समतोल साधला गेला पाहिजे. ही दोन चाकं जीवनात आवश्यक असतात. तरच जीवनाची गाडी व्यवस्थित चालते! केवळ एकाच चाकावर कसरत करत राहणं म्हणजे आयुष्याचीच सर्कस होऊ शकते!

या अनुषंगाने 'विज्ञान' आणि औपनिषदिक 'तत्त्वविचार' यांच्या आम्ही केलेल्या चर्चेचे निष्कर्ष —

- विज्ञान केवळ मूलद्रव्यांचा विचार करतं; तर तत्त्वविचार मूल्यांचा विचार करतात.

- विज्ञान True or False विचार करतं; तर तत्त्वविचार हे Good and Evil चाही विचार करतात.

- विज्ञान हे तंत्रज्ञानावर आधारित असतं तर तत्त्वविचार हे नीतिमत्तेवर आधारित असतात.

- जे दिसतं किंवा जे अदृश्य प्राकृतिक असतं त्याचा विचार विज्ञानात होतो; तर जे जाणवतं तरीही जे अव्यक्त असतं, त्याचा विचार तत्त्वविचारात होतो.

- विज्ञानात केवळ भौतिक सृष्टीसह इंद्रियांचा विचार होतो; तर तत्त्वविचार इंद्रियांमागे असणाऱ्या भावनांच्या उगमाचाही विचार करतात.

- विज्ञानाची झेप प्रकृतीपर्यंतच मर्यादित राहते; तर ज्यामुळे मायिक प्रकृती निर्माण झाली त्या परमतत्त्वाचा विचार तत्त्वविचार करतात.

- जीवनात सुखही हवं आणि आनंदही हवा. भौतिक विज्ञान भावनिक अथवा आत्मिक आनंद देऊ शकत नाही, तर केवळ तत्त्वविचार भौतिक सुखाचा अनुभव देत नाहीत.

- भौतिक विज्ञान केवळ इंद्रियांना जाणवणाऱ्या सत्य-निष्कर्षावर म्हणजे अनुमानावर आधारित राहतं तर तत्त्वविचार हे 'सत्या'सह 'सत्परिणामां'चाही विचार करतात. म्हणजे तिथे मानवतेचा प्राधान्याने विचार असतो.

जीवनात विज्ञान आणि तत्त्वविचार यांचा सुयोग्य मेळ घालता आला, तर जीवन

परिपूर्ण, सुखी, आनंदी होतं. जीवनात सकारात्मकता येऊ लागते. विनाकारण वादविवाद करणं थांबतं. परस्पर स्नेहभाव वृद्धिंगत होऊ लागतो. ताण-तणाव नाममात्र उरतात.

आपली आवड-निवड, उद्दिष्ट आणि ध्येय ध्यानात घेऊन ते साध्य करण्यासाठी कसोशीने प्रयत्न केले पाहिजेत. अन्यथा अगणिक सुखांच्या मागे लागून जीवन वादळातल्या भरकटलेल्या वारूप्रमाणे दिशाहीन भरकटत जातं. उफाळलेल्या कालव्याच्या पाण्याला बांध घातला की ते पाणी सुनियोजित (चॅनेलाइज्ड) होऊन योग्य स्थळी जातं. त्याचप्रमाणे जीवनालाही बंध घालून अशीच योग्य दिशा गेली पाहिजे, हेच नवीन सार आमच्या त्या चर्चांमधून निघालं.

६

वजाबाकीपेक्षा बेरजेचे गणित!

प्रख्यात अमेरिकन कादंबरीकार मार्क ट्वेन यांची The Prince and the Pauper नावाची कादंबरी १८८१मध्ये कॅनडात प्रकाशित झाली. कालांतराने या कादंबरीवर चित्रपटही निघाले. या कादंबरीत मार्क ट्वेनने १५४७चा व्हिक्टोरियन राजवटीचा काळ रंगवला आहे.

त्या काळात एकाच दिवशी दोन मुलांचा जन्म होतो — एकाचा राजवाड्यातल्या ऐशआरामात आणि दुसऱ्याचा अत्यंत गरीब घरात! एका दारुड्या वडिलांच्या पोटी! तारुण्यात पदार्पण करताच या दोन्ही मुलांची एके दिवशी राजवाड्याच्या मुख्य दारापाशी भेट होते. दोघांनाही परस्परांकडे पाहून आश्चर्य वाटतं. कारण दोघांचंही रंगरूप जवळपास सारखंच असतं — जणू जुळी भावंडं! फरक तेवढा जीवनशैलीचा असतो! ते पाहून राजपुत्राच्या डोक्यात एक कल्पना येते. तो त्या गरीब पुत्राच्या सहाय्याने एक योजना आखतो. त्यानुसार दोघेही पुत्र गुप्तपणे वेषांतर करतात.

गरीब मुलगा राजपुत्र बनतो आणि राजपुत्र गरीब मुलगा! मग दोघांनाही परस्परांच्या जीवनाचा अनुभव मिळू लागतो. राजपुत्राला बाह्य जगतातलं वास्तविक आणि हीन जीवन अनुभवायला मिळतं आणि गरीब मुलगा राजवाड्यातलं ऐशआरामाचं परंतु; बंदिस्त-काटेकोर जीवन अनुभवू लागतो. अनेक सुप्रसिद्ध सेलिब्रिटींनाही बंदिस्त ऐशआरामातच चौपाटीवरच्या भेळेचा आनंद घ्यावा

लागतो! याला बऱ्यापैकी अपवाद होता, चार्ली चॅप्लिन! कारण मिशा, हॅट आणि बेढब वेशभूषा उतरवली की, तो एक देखणा पुरुष दिसायचा. त्याला रस्त्यात फारसं कुणी ओळखायचं नाही!

यथावकाश राजपुत्र बनलेल्या गरीब मुलाला ऐशआरामाचा पण बंदिस्त जीवनाचा अक्षरशः उबग येतो. बाह्य वास्तविक जगतातलं कटकटीचं जीवन अनुभवून खरा राजपुत्रही कंटाळतो. परस्परांच्या जीवनाचे असे अनुभव घेतल्यानंतर दोघेही पुत्र आपल्या मूळ जीवनाचा आनंदाने स्वीकार करतात, असा या कादंबरीचा थोडक्यात आशय.

'लाखाची गोष्ट' या मराठी राज परांजपे दिग्दर्शित जुन्या चित्रपटाचाही तोच संदेश आहे.

पुष्कळांना वाटतं, 'दुसऱ्याकडे भरपूर पैसा आहे. त्यामुळे तो खूप सुखी आहे. माझ्याकडे तेवढा पैसा नाही, माझ्याच वाट्याला हे दुःखमय जीवन आलं आहे!' पण वास्तव तसं नसतं.

एक विचारवंत म्हणत, श्रीमंत मनुष्यच सुखी म्हटला तर मठा-मंदिरांच्या दारात मोटारींची एवढी गर्दी झालीच नसती!

दुसऱ्याच्या पायाखाली काय जळत असतं ते तिसऱ्याला ठाऊक नसतं. सर्वांना सारखीच सुखं कधीच मिळत नसतात. संपत्तीचं समान वाटप झालं तरी त्याचा विनियोग व्यक्तीच्या गुणांनुसार होत असतो आणि त्यामुळे समाजात पुन्हा आर्थिक असंतुलन निर्माण होत जातं.

तीन भिन्न व्यक्तींना दहा हजार रुपये दिले तर पहिला मौजमजेत उडवतो. दुसरा थोडे खर्च करतो; थोडे मुदत ठेवीत ठेवतो. तिसरा पोटापुरते जवळ ठेवतो आणि उर्वरित पैशांतून उत्तम पुस्तकं खरेदी करतो.

याचा परिणाम म्हणजे समाजात पुन्हा संपत्तीचं असंतुलन होत जातं. मग एखाद्याकडे अमाप पैसा असतो, मानमरातब असतो, प्रसिद्धी असते — सर्वकाही असतं; पण मुलगा, मुलगी व्यसनी-दुर्गुणी झाल्याचं दुःख त्याला सतावत असतं. ते दुःखं इतर सामान्य माणसांच्या सामान्य दुःखांपेक्षा खूप मोठं असतं. एखाद्याकडे पैसा असतो; पण आजारपण सतावत असतं.

एखाद्याकडे पैसा नसतो; पण शरीर ठणठणीत असतं. एखाद्याकडे मोठा बंगला असतो; पण घरात माणसं नसतात. घर खायला उठत असतं. एखाद्याचं घर छोटं

असतं; पण घरात माणसांचा मोठा राबता असतो.

एखाद्याकडे पैसा असतो पण घरात सुसंस्कारांची सकारात्मक ऊर्जा (व्हायब्रेशन्स) नसते. एखाद्याकडे फार पैसा नसतो पण घरात सुसंस्कारांची सकारात्मक ऊर्जा घराला व्यापून असते.

तेच स्वयंशासित रामराज्य

साऱ्या सुख-दुःख या गोष्टींची अशी विभागणीच झालेली असते; आणि हे वास्तव स्वीकारावंच लागतं. अशा परस्परविरुद्ध द्वंद्वांचा उद्रेक कमी करायचा असेल तर त्याला एकच उपाय आहे. तो म्हणजे सात्त्विक वृत्तीचा समाज निर्माण होणं — तेच स्वयंशासित रामराज्य असतं! भगवद्गीतेत सात्त्विक वृत्तीच्या मनुष्याची गुणवैशिष्ट्यं सांगितली आहेत. अधिकाधिक समाज त्या वृत्तीचा झाला तर आजचे पुष्कळसे प्रश्न कमी होतील.

प्रश्न केव्हा निर्माण होतात? जेव्हा गोष्टी आपल्या मनासारख्या होत नाहीत तेव्हा! मग माणसाचं मन निराश होतं. या गोष्टीला मी स्वतःही अपवाद नव्हतो. मीही एक सामान्य माणूसच आहे.

पूर्वी मला अनेकदा वाटायचं, 'देवा, तू मला वीस-वीस वर्षं या ना त्या कारणाने घरात कोंडून ठेवलंस! इतर लोक फिरत असतात; देशाटन करत असतात. माझ्या वाट्याला ते सुख(?) तू का दिलं नाहीस? आजपर्यंत मला सतत कोणत्या ना कोणत्या व्याधीत तू गुंतवून ठेवलंस! याशिवाय इतर अनेक प्रश्न तू माझ्यापुढे उभे केलेस! मी असं कोणतं पाप केलं होतं म्हणून मी हे असं जीवन जगत आहे?' सामान्यतः असे प्रश्न अनेक सामान्यांच्या मनात उठत असतात — माझ्याही मनात येत.

मग मी एकदम सकारात्मक ऊर्जेने भारावून जायचो. मला काय दिलं नाही यापेक्षा देवाने मला काय दिलं याचा विचार मनात पुन्हा उद्भवायचा; आणि मी पुन्हा जोमाने कामाला लागायचो. वजाबाकीपेक्षा बेरजेचं गणित मांडावं, हे मला हळूहळू उमजत गेलं.

'स्वाध्याय'मुळेच माझ्या विचारसरणीत हा फरक पडत गेला. किंबहुना देवाने अशी परिस्थिती माझ्या बाबतीत का निर्माण केली हे माझ्या नेमकं ध्यानात आलं. मी घरात बसून सकस साहित्यनिर्मिती करावी, हाच देवाचा हेतू होता वा आहे,

हे मला कळून चुकलं. जर प्रकृती उत्तम असती, गाठीशी मुबलक पैसा असता तर कदाचित मी हिंडत-फिरत बसलो असतो किंवा वेळ इतरत्र वाया घालवला असता! पण देवाने मला बंदिस्त करून ही साहित्यनिर्मितीची सोय केली होती! म्हणूनच मी माझं प्रत्येक पुस्तक तीन-तीन वर्षं, रोज किमान दहा तास काम करून लिहू शकलो.

आपण केवळ निमित्तमात्र आहोत; कर्ता-करविता 'तोच' आहे, असे जे विचार आपण ऐकलेले असतात त्याचा साक्षात डोळस अनुभव मी घेतलेला आहे. माझ्या हातून केवळ साहित्यनिर्मिती झाली असं नाही तर; या लेखनातून मी स्वतः शिकत गेलो, घडत गेलो हे महत्त्वाचं!

तुलना करत जगत राहण्यापेक्षा आपल्या वाट्याला आलेला डाव आणि त्याची कारणमीमांसा जाणून योग्य कर्म करत राहिलं तर हातून तशीच योग्य कृती घडेल, हे मी शिकलो. वाट्याला आलेला डाव खेळत स्व-विकास कसा साधायचा हेही मला उमजलं. 'द प्रिन्स ॲन्ड द पॉपर'मधून हाच संदेश मिळतो.

यशःकाल हा पापकाल...!

खूप पूर्वी माझ्या वडिलांनी मला साहित्यसम्राट न. चिं. केळकर यांचा एक विचार सांगितला होता. तो म्हणजे 'यशःकाल हा पापकाल असतो!' ऐन तारुण्यात मला या विचारामधला गर्भितार्थ कळला नव्हता. तो जाणून घेण्यात तेव्हा फारसं स्वारस्यही वाटलं नव्हतं. पण तो विचार मात्र माझ्या मनात पक्का रुजला होता. वडिलांनी तो विचार सांगितल्यानंतर माझ्या मनात काही प्रश्न मात्र निर्माण झाले होते. ते म्हणजे, यशःकाल हा पापकाल कसा काय होऊ शकतो? उलट यशस्वी मनुष्यासाठी तो चांगलाच काळ नसतो का? त्याच्या जीवनात सकारात्मक ऊर्जा प्रभारित होण्याचाच तो काळ नसतो का? मग तो पापकाल कसा म्हणायचा?

पुढे जेव्हा भगवद्गीतेचा अभ्यास आणि त्यावर लेखन झालं तेव्हा मला या विचारामधला गर्भितार्थ पुढील मुद्द्यांमधून उलगडला.

'कर्मानुबंधिनी मनुष्यलोके...'

भगवान गीतेत सांगतात, हे मनुष्य जीवन (लोक) कर्मांनीच बांधलेले आहे.

ज्यावेळी एखाद्या व्यक्तीच्या आयुष्यात चांगले दिवस येतात तेव्हा ते त्याच्या पूर्वी केलेल्या चांगल्या कर्मांचं फळ असतं.

पूर्वी किंवा पूर्वजन्मी केलेल्या चांगल्या कर्मांचं फळ अशातऱ्हेने चांगले दिवस येऊन वापरलं जात असतं आणि त्यामुळे मनुष्याच्या कर्मसंचयातल्या चांगल्या

कर्माचा ताळा (balance) खाली जात असतो. म्हणजे बँकेत ठेवलेली मुदतठेवच भोगांसाठी वापरली जात असते; आणि कर्जाची फेड करायची अद्याप राहूनच गेलेली असते. अर्थातच चांगल्या कर्मांचं फळ मिळून झालं की कर्मसंचयातील इतर अनुचित फळं भोगावीच लागणार असतात- म्हणजे कर्जफेड ही करावी लागणारच असते!

मनुष्याच्या आयुष्यात चांगले दिवस येतात, तेव्हा त्याला पैसा मिळतो, प्रसिद्धी मिळते, एखादं पद मिळतं किंवा इतर अनेक लाभ मिळतात. या भौतिक यशामुळे त्याचं मन सुखावून जातं. अशावेळी जर वैचारिक बैठक नसेल तर यश:कालात मनुष्यामधला अहंकार बळावू लागतो.

अहंकार बळावला की सर्वप्रथम त्याची विचारशक्ती क्षीण होते. म्हणजे सारासारविवेक करण्याची क्षमता तो गमावून बसतो. या काळात मग तो सहज कुणाचाही उपमर्द करू शकतो. श्रेष्ठ ज्ञानी व्यक्तीलाही तो उपदेश करतो! गरीब- असहाय्य मनुष्यावर तो जुलूम करतो. त्याला कमी लेखतो किंवा कोणतीही कुकर्म करण्यासाठी यशस्वी मनुष्य अनायसे प्रवृत्त होतो.

पाठ्यांमधल्या व्यसनांना जवळ करण्यातही त्याला प्रतिष्ठा वाटते. इतकंच नाही तर अहंकाराने ग्रासलं गेल्यामुळे तो परमेश्वराचं अस्तित्वही झुगारून देतो. अथवा एखाद्या धार्मिक स्थळाला देणगी दिली म्हणजे आपण काहीही करायला मोकळे, अशी त्याची समजूत होते.

चांगल्या पूर्वकर्मांचा प्रभाव

आपण आपल्या चांगल्या पूर्वकर्मांचे प्रभाव वापरत आहोत, हे अशा अविचारी मनुष्याच्या कधी ध्यानातही येत नाही. कर्माचा सिद्धान्त उखडून लावण्यातही त्याला प्रतिष्ठा वाटते. मग तो पापकर्म करायलाही कमी करत नाही. यश त्याच्या डोक्यात इतकं जातं की तो पूर्वीचे दिवस विसरतो. कर्तृत्वपेक्षा अधिक मिळूनही तो तृप्त

होत नाही. किंबहुना यश:कालात त्याच्या अपेक्षा वाढतच जातात. आसक्ती बळावत जाते. किती उपभोग घेऊ आणि किती नाही असं त्याला होऊन जातं. मग तो सुखाची नवीनवी साधनं शोधत रहातो आणि उपभोग घेत राहतो. ती सुखं त्याला मिळतातही. कारण चांगल्या पूर्वकर्मांचे संचित (बॅलन्स) अद्याप शिल्लक राहिलेले असते. सतत भौतिक सुखांमध्ये आसक्त झाल्यामुळे त्याच्या चांगल्या कर्मांची फळं भोगून कर्मांचा बॅलन्स झपाट्याने खाली जातो; आणि मग उरतात ते पूर्वी किंवा पूर्वजन्मी केलेल्या वाईट कर्मांचे प्रभाव!

त्या कुकर्मांचा प्रभाव जेव्हा सुरू होतो तेव्हा हाच मनुष्य डोक्याला हात लावून बसतो. दैवाला दोष देतो. 'मी इतकं चांगलं काम केलं, लोकांना मदत केली, देणग्या दिल्या तरी दैवाने ही वेळ आणली' असं म्हणून देवाला नावं सुद्धा ठेवत राहतो.

जेव्हा वाईट दिवस येतात तेव्हा मनुष्याचे पाय पुन्हा जमिनीवर येतात. पण चांगले दिवस येताच अविवेकी मनुष्य जमिनीवरून उचलला जातो. मग अशावेळी हातून पापकर्म घडण्याचीच अधिक शक्यता असते.

चांगले-वाईट दिवस हे श्रीमंतीवर किंवा अधिकारपदावर अवलंबून नसतात. श्रीमंतीतही एखादी व्यक्ती नैराश्यमय जीवन जगत असते किंवा एखादी सामान्य व्यक्ती कमतरतेमध्येही आनंदी जीवन जगत असते. म्हणजे कर्माचे प्रभाव हे केवळ भौतिक गोष्टींवर अवलंबून नसतात. पण जेव्हा मनुष्याला भौतिक समृद्धी प्राप्त होते तेव्हा त्याला ते सुखाचे दिवस वाटतात; आणि मनाप्रमाणे काही झालं नाही की ते त्याच्यासाठी दु:खाचे दिवस ठरतात.

सात्त्विक वृत्तीची व्यक्ती मात्र सुख-दु:खांमध्ये तशीच स्थिर राहते. पण समान्यत: मनुष्य राजसी आणि तामसी वृत्तीकडेच झुकलेला असतो. त्यामुळेच तो अपयशाच्या काळात खचून जातो आणि भौतिक समृद्धी मिळताच सुखावून जातो. सुखाच्या काळात एखाद्याचा अहंकार हमखास बळावतो आणि विचारशक्ती मावळून तो पापकर्म करायला प्रवृत्त होतो.

म्हणूनच अहंकार बळावणं हे मनुष्याच्या अध:पतनाचं कारण ठरतं. असा अहंकार यश:कालातच बळावण्याची अधिक शक्यता असते. या काळात चांगल्या कर्मांचा संचय झपाट्याने रिता होत असल्यामुळे यश:काल हा पापकाल ठरतो. म्हणून यश:कालात अधिक सावधपणे कर्म करणं आवश्यक असतं.

पूर्वी केलेल्या चांगल्या कर्मांचा संचय रिता होऊ नये, वा वाईट कर्मांमुळे आयुष्य उद्ध्वस्त होऊ नये म्हणून काय करावं, हा प्रश्न एखाद्याला इथे पडू शकतो. त्यासाठीच भगवंतांनी अखिल मनुष्यमात्रासाठी भगवद्गीतात सांगितली. तिचा अभ्यास आणि त्यानुरूप अनुसरण केल्यास या कर्मप्रभावांच्या कचाट्यातून मनुष्य मुक्त होऊ शकतो.

'यश:काल हा पापकाल असतो', या साहित्यसम्राट केळकरांच्या विचारावर मी याप्रमाणे चिंतन केलं. योग्य वाटतं?

कर्म फलोन्मुख होतं, तेव्हा त्याला 'दैव' म्हणतात, हा 'योगवासिष्ठा'चाही सिद्धान्त आहे. चांगली-वाईट कर्म मनुष्य स्वतःच घडवत असतो आणि त्यानुरूप त्याची चांगली-वाईट फळं तो स्वतः भोगत असतो. त्यात परमात्मा मुळीच हस्तक्षेप करत नाही- सोशल मिडियाचा कर्ता-धर्ता जसा आपल्या सॉफ्टवेअरमध्ये हस्तक्षेप करत नाही तसा!

८

ससा-कासवाची नवी गोष्ट!

आज जिकडे-तिकडे 'स्पर्धा' हा शब्द कानी पडतो. स्पर्धेतून व्यक्तीला काही ना काही मिळवायचं असतं, achieve करायचं असतं. मग ही स्पर्धा पैशांची असो, खेळातली असो, ब्रॅन्डची असो, करिअरची असो किंवा पदाची असो. स्पर्धेत स्वतःला वरचढ ठरवणं, त्याचे अमाप फायदे उठवणं अथवा सर्वांच्या पुढे जाणं हा भाग ओघाने येतोच.

मी शाळा-कॉलेजात असताना क्रिकेट खेळायचो. बऱ्याचदा आमचा संघ पराभूत व्हायचा. मग प्रतिस्पर्धी खेळाडू आमच्यापुढे टाळ्या वाजवत आमची 'हुर्रे' उडवायचे. आपण अगदीच टाकाऊ (कंडम!) आहोत, असं तेव्हा आम्हाला वाटायचं. मन मोडावून जायचं. पराभूत होण्याची मानसिकता अनेकांचं आयुष्यही उद्ध्वस्त करू शकते. सामना हरल्यामुळे आत्महत्त्या केलेल्या घटनाही आपण ऐकतो.

तथापि, खेळात स्पर्धा ही हवीच! टेनिस खेळताना किंवा शंभर मीटर धावताना कुणीतरी जिंकायला हवंच असतं. मात्र खेळाव्यतिरिक्त दैनंदिन जीवनातल्या स्पर्धा सुरू होतात तेव्हा मात्र अनेकांचं मन दुःखी होतं. दैनंदिन जीवनातील अशा स्पर्धांविषयीचा दृष्टिकोन बदलला तर काय होऊ शकतं, याविषयीची ही ससा-कासव शर्यतीची नवीन रूपक कथा अशी —

ससा आणि कासव यांच्यामध्ये एकदा शर्यत लागते; आणि सशाच्या अति

आत्मविश्वासामुळे कासव ती शर्यत जिंकतं, ही गोष्ट लहानपणापासून सर्वांना परिचित आहे. पण या गोष्टीला जोडलेलं नवं परिशिष्ट महत्त्वाचं आहे!

...या तीन दुर्गुणांमुळे पराभूत

पराभूत झालेला ससा आत्मपरीक्षण करू लागतो, 'वेगाने पळण्यात मी एवढा श्रेष्ठ! तरीही मी संथगतीने धावणाऱ्या कासवाकडून कसा काय हरलो?' तेव्हा त्याला स्वतःमधल्या अवगुणांची जाणीव होते. अवास्तव आत्मविश्वास, दुसऱ्याला स्वतःपेक्षा कमी समजणं आणि आळस या तीन दुर्गुणांमुळे मी पराभूत झालो, हे सशाला उमगतं. हे सारे दुर्गुण दूर करून तो पुन्हा कासवाकडे येतो; आणि म्हणतो, 'चल आपण पुन्हा एकदा शर्यत लावू!'

कासव तेव्हा गर्वाने फुगून गेलेलं असतं. वेगवान धावणाऱ्या सशाला आपण हरवलं, या उन्मादक आनंदात ते रममाण झालेलं असतं. अहंकार बळावला की विचारशक्ती कमकुवत होत असते! सशाचा हेतू ध्यानात न येऊन कासव त्याच्या नव्या प्रस्तावाला तत्काळ मान्यता देतं. पुन्हा शर्यत सुरू होते. स्वाभाविकच या खेपेस ससा सहज जिंकतो; कासव हरतं. तेव्हा कासवाचं आत्मपरीक्षण सुरू होतं, 'मी का हरलो? सशापेक्षा मला अधिक वेगाने धावता येत नाही हे खरं! हा माझा निसर्गदत्त अवगुण आहे. परंतु; देवाने मला असा कोणता गुण दिला आहे की जो सशापेक्षा वरचढ आहे?'

विचार करता करता कासवाला जाणवतं की, ससा जमिनीवरून वेगाने धावू शकतो; परंतु मला पाण्यातून सशापेक्षाही वेगाने पोहता येतं! या विचारासरशी कासव आनंदित होऊन पुन्हा सशाला म्हणतं, 'आपण पुन्हा एकदा शर्यत लावू. पण आता त्या डोंगरावर नको. दोनदा आपण डोंगर चढलो. मी खूप दमलोय. तेव्हा आपण जमिनीवरच शर्यत लावू.'

या वेळी ससा विजयाच्या स्वाभाविक उन्मादात असतो. त्याने अवगुणही टाकून दिलेले असतात. पण अद्याप सारासार विवेक करण्याची क्षमता त्याच्या बुद्धीत आलेली नसते! तो म्हणतो, 'काही हरकत नाही, तू म्हणशील तिथे धावू.'

कासव सांगतं, 'मग ते बघ... समोर हे छोटं पठार आहे... त्या पलीकडे मोठा ओढा आहे...'

'हरकत नाही!' सशाचा अतिआत्मविश्वास अजाणतेपणाने बोलायला लागतो.

'ओढ्यापलीकडे थोडंसं माळरान आणि पुढे एक मोठं तळं आहे... तळं ओलांडलं की वाटेत नदीचं पात्र, मग एक मोठं सरोवर आहे... आणि...'

'ठीक आहे, ठरलं!' ससा शर्यतीसाठी तयार होतो.

पुन्हा शर्यत सुरू होते. ससा जमिनीवर काही क्षणच वेगाने धावतो; परंतु पाण्यात त्याला वेगाने पोहता येत नाही. कासव मात्र पाण्यात चांगलाच वेग घेतं. पाण्यात वेगाने पोहण्याचा गुण त्याला निसर्गत: मिळालेला असतो. वाटेतले ओढे-नाले, तळी, सरोवर, नदीपात्र ते वेगाने ओलांडतं. ससा तेव्हा मागे पडतो; आणि ती शर्यत कासव सहजगत्या जिंकतं.

कासवाची हुशारी सशाच्या तेव्हाच ध्यानात येते. आपली कमतरता ओळखून कासवाने आपल्यावर हुशारीने मात केली आहे, हे जाणून ससा पुन्हा विचारमग्न होतो. दुसरी शर्यत सशाने जिंकलेली असते. पण तिसऱ्या शर्यतीत कासवाने बुद्धीच्या बळावर त्याच्यावर मात केलेली असते. सशामध्ये तेव्हा कोणताही अवगुण उरलेला नसतो. परंतु; निसर्गत:च त्याला पाण्यात वेगाने पोहता न येण्याची कमतरता दिलेली असते; आणि त्यावर मात करणं त्याला शक्य नसतं. निसर्गनि प्रत्येक प्राण्याला जसे गुण विभागून दिले आहेत तसेच अवगुण आणि कमतरताही दिली आहे, या वास्तवाचं सशाला भान येतं.

म्हणून तो कासवाला निर्वाणीचं सांगतो, 'आपल्या दोघांमध्ये जसे गुण आहेत तसेच अवगुणही आहेत- म्हणजे कमतरताही आहे. अवगुण दूर करणं तेवढं आपल्या हातात आहे. पण निसर्गदत्त कमतरता दूर करणं आपल्या हातात नाही. पण एकाच उपायाने आपण कमतरतांवर मात करू शकतो; आणि सुंदर जीवन जगू शकतो.'

'कोणत्या?' कासव विचारतं.

'साहचर्य...!' ससा सांगतो, 'आपण आता शेवटची एकच शर्यत अशी लावू जी कायमस्वरूपी असेल! जेव्हा जमिनीवरून धावायचं असेल तेव्हा मी तुला पाठीवर घेईन आणि जेव्हा पाण्यातून पोहत जायचं असेल तेव्हा मी तुझ्या पाठीवर बसेन चालेल?'

त्याचं म्हणणं कासवं तेव्हाच मान्य करतं. एकमेकांच्या सहयोगाने आणि साहचर्याने ते मग आयुष्याची मार्गक्रमणा उत्तम रीतीने करतात! शर्यतीची ही रूपककथा असली तरी ती मनुष्य जीवनातल्या स्पर्धेला अनुलक्षून आहे. वरचढ

ठरण्याचा भाव सोडून सहयोगात्मक स्पर्धाभाव आणि साहचर्य आलं तर कुटुंब आणि पर्यायाने मानवसमाज खचितच प्रगतिपथावर जाईल.

'आहे रे' आणि 'नाही रे' (Haves and Have Nots) यांच्यामधील दरी दूर होईल. सहयोग आणि सहचर्य यांमधून माणूस एकमेकांची सुख दुःखं समजून घेईल. परस्परांना पुष्टी देईल. केवळ स्पर्धा-भावनेतून विजय मिळाल्यानंतर जो उन्मादात्मक आनंद मिळतो, त्यापेक्षा कितीतरी श्रेष्ठ आणि निर्मळ आनंद मनुष्याला सहयोगातून, साहचर्यातून आणि परस्परांना पुष्टी देण्यातून मिळेल असं वाटतं.

Statement of ideal & Statement of Practicle या दृष्टिकोनातून कदाचित एखाद्याला ही अव्यवहारिक परिकल्पना वाटेल. कविकल्पना, स्वप्नाळूपणा किंवा अवास्तविकता सुद्धा (impractical) वाटू शकेल. पण 'स्वाध्याय'मध्ये मी त्याचा साक्षात अनुभव घेतला आहे.

बहुसंख्य समाज जेव्हा परस्पर साहचर्यामुळे तृप्त-संतुष्ट होईल तेव्हाच तो विश्वनिर्मात्याकडे खऱ्या अर्थनि आकृष्ट होईल. सत्त्वगुणप्रधान जीवनाचं तेच निदर्शक आहे, हाच बोध या कथेतून मिळतो.

वास्तुपुरुषाचा प्रतिसाद

अलीकडे फ्लॅट खरेदी करताना किंवा घर बांधताना वास्तुशास्त्राचा विचार केला जातो. सर्वच गोष्टी हव्या तशा मिळाल्या नाहीत, तरी ढोबळमानाने काही गोष्टी विचारात घेतल्या जातातच. उदाहरणार्थ, आग्नेय दिशेला स्वयंपाकघर असावं, ईशान्य दिशेला देवघर असावं किंवा प्लॉट खरेदी करायचा झाल्यास तो गो-मुखी असावा; व्याघ्रमुखी नसावा अशा अनेक गोष्टीही विचारात घेतल्या जातात.

'मयमतम्', 'मंडन सूत्रधार', 'विश्वकर्मा प्रकाश', 'समराङ्गण सूत्रधार' अशा अनेक प्राचीन ग्रंथांवरून वास्तुशास्त्र-संबंधित अनेक पुस्तकं सध्याच्या काळात लिहिली गेली. अशा पुस्तकांचा आधार घेऊन वास्तुशास्त्राचे निकष ठरवले गेले. त्यातले अनेक संदर्भ आज कालबाह्य झाले असले तरी अनेक संदर्भ आजही उपयोगी पडतात. ज्यांचा विश्वास आहे ते लोक घर घेताना वास्तुशास्त्राचा प्रामुख्याने विचार करतातच.

वास्तू अपवित्र जागी नाही ना, याचाही काही तज्ज्ञ विचार करतात आणि त्यावर उपाय सुचवतात. अशा तऱ्हेने घर खरेदी करताना वास्तुशास्त्राचा विचार करण्यात वावगं काहीच नाही. कारण बदल केलेल्या किंवा नवीन खरेदी केलेल्या वास्तूत आपल्याला सुख मिळावं असाच कुणाचाही हेतू असतो. त्यामुळे ज्यांचा विश्वास आहे त्यांनी या शास्त्राचा आधार अवश्य घ्यावा.

पण केवळ वास्तुशास्त्रानुरूप घर खरेदी केलं किंवा बांधलं म्हणजे सर्व प्रश्न मिटले असं होताना दिसत नाही. घरात सुख-शांती लाभण्यासाठी आपला अव्यक्त कर्मसंचय सर्वाधिक प्रभावी ठरत असतो. तसंच घरातले तरंग-लहरी तितक्याच महत्त्वाच्या असतात. हे तरंग घरातील व्यक्तींच्या विचारातून निर्माण होऊन घराला व्यापून राहिलेले असतात.

व्यक्तींचे गुण, कर्म, आचार-विचार महत्त्वाचे

एखाद्या व्यक्तीच्या प्राकृतिक दुर्गुणांनुसार नकारात्मक तरंग घरात व्यापून राहिले तर घराला एकप्रकारची अवकळा येऊ शकते. घरात नैराश्य पसरू लागतं. मनातून राग-द्वेषादी षड्रिपूंचं घरात सतत प्रक्षेपण होत राहिलं, तर तिथले तरंगही नकारात्मक होत जातात — मग घर साधं असो किंवा आधुनिकतेने नटलेलं मोठं घर असो! याउलट एखाद्या सात्त्विक वृत्तीच्या व्यक्तीचं घर साधंसुधं असलं तरी घरातले तरंग सकारात्मक असतात. म्हणजे घर अत्याधुनिक मोठं असो वा साधंसुधं; घरातल्या व्यक्तींचे गुण (त्रिगुणांसंदर्भात), त्यांचं कर्म, आचार-विचार यांवरून घरात सकारात्मक किंवा नकारात्मक प्रभाव बनत असतात.

सुमारे पन्नास वर्षांपूर्वी वास्तुशास्त्राचा इतका सखोल विचार होत नसे. १९७३मध्ये आम्ही जेव्हा आमच्या नवीन वास्तूत राहायला आलो, तेव्हा माझ्या वडिलांनी रीतसर वास्तुशांत केली. तेव्हापासून वास्तुपुरुषाच्या मस्तकाच्या ठिकाणी आम्ही कधीही पाय ठेवत नसू; आजही नाही.

माझे आजोबा सांगायचे, अंतर्यामीच्या देवाप्रमाणेच आपल्या आवतीभोवतीही देवता असतात. त्यांचा आदर झाला पाहिजे. त्याचप्रमाणे घरातला वास्तुपुरुष सतत 'तथास्तु' म्हणत असतो; म्हणून कोणताही नकारात्मक भाव अथवा शब्द घरात कधीही उचारायचा नाही.

त्यामुळे, घरातील अमुक एक जिन्नस संपला आहे, असं न म्हणता, अमुक एक जिन्नस आणायला झाला आहे, असंच घरी बोललं जाई! त्याचप्रमाणे द्वेषमूलक वृत्तीने कुणाचं अमंगल चिंतायचं नाही, असाही रिवाज होता आणि अन्यथा वास्तुपुरुष आपल्या तशा बोलण्यालाही 'तथास्तु' असा प्रतिसाद देत असतो. म्हणजे, 'तू जसा विचार करत आहेस, जे शब्द उच्चारित आहेस ते तुझ्या संदर्भातही खरे होतील', असंच जणू वास्तुपुरुष म्हणत असतो.

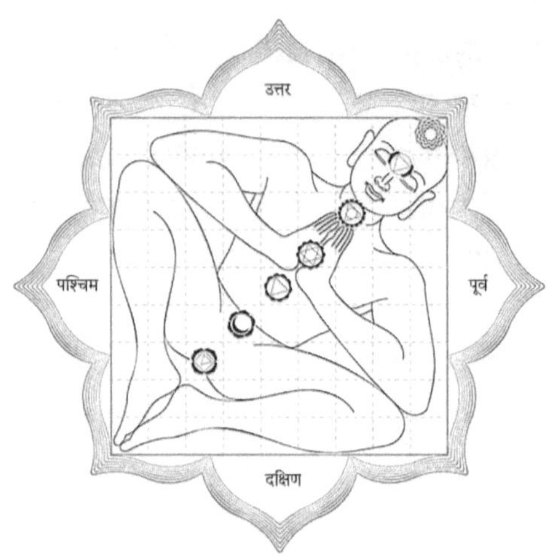

वास्तुपुरुष मंडल

अशा गोष्टींची कधी समीक्षा करायची नसते किंवा चिकित्सा करायची नसते. हे जाणिवेचं शास्त्र आहे हे ध्यानात घेतलं पाहिजे. त्याचा प्रत्यक्ष अनुभवच घ्यायचा असतो!

विज्ञानापलीकडे ज्ञानाचा अथांग सागर आहे, हे वैज्ञानिकही मान्य करतात. चुंबकीय क्षेत्र (मॅग्नेटिक फील्ड), लहरी (व्हायब्रेशन्स), ध्वनी वा संगीत श्रवणदोष (इअर म्युझिकल सिन्ड्रोम), सकारात्मक ऊर्जा, सूक्ष्म लहरी, वलय (ऑरा) अशा विषयांवर अलीकडे पुष्कळ संशोधन झालं आहे आणि त्यातून आपल्या प्राचीन रीतिभातींमधील वास्तविकताच अधोरेखित होत असते.

ग्रेग ब्रॅडन या आंतरराष्ट्रीय कीर्तीच्या वैज्ञानिकाने एका नवीन शोधावर Gaia प्लॅटफॉर्मवर व्याख्यान दिलं. मज्जासंस्थेचे मूलभूत एकक म्हणजे चेतापेशी (न्यूरॉन्स नर्व्ह सेल्स) केवळ मेंदूतच असतात असं आजपर्यंत मानलं जात होतं.

परंतु; न्यूरॉन्स हृदयामध्येही असतात आणि त्यांची संख्या चाळीस हजार इतकी आहे, असा शोध डॉ. आर्मर यांनी १९९१मध्ये लावला होता. त्यांचा हा शोध ग्रेगने आपल्या व्याख्यानामध्ये साधार मांडला. विशेष म्हणजे हृदयातले न्यूरॉन्स हे अधिक सामर्थ्यवान असतात, ही गोष्टही ग्रेगने निदर्शनास आणली!

इतकंच नव्हे; तर मेंदूतले न्यूरॉन्स आणि हृदयामधले न्यूरॉन्स यांचा ध्यानातून

संयोग साधता आला, तर त्यातून अवकाशस्थ केंद्रकाशी (Core) संपर्क होऊ शकतो, असंही प्रेगने म्हटलं आहे.

भारतीय अध्यात्मशास्त्रात हेच विचार वेगळ्या शब्दांत प्राचीन काळातच सांगितले गेले आहेत! त्यामुळेच जीवनात केवळ बुद्धी नाही तर भाव देखील अतिशय महत्त्वाचा असतो; आणि तोच अधिक प्रभावी ठरत असतो.

अभिजात संगीताचा प्रभाव

रोज रात्री प्रार्थनेनंतर आम्ही वास्तुपुरुषाला कृतज्ञतापूर्वक, भावपूर्ण अंत:करणाने नमस्कार करतो. पू. पांडुरंगशास्त्रींनीच हे विचारधन स्वाध्यायींना दिलं आहे. त्याचेही सुपरिणाम वास्तूमध्ये नक्कीच अनुभवायला येतात. पर्यायाने घरातील प्रत्येक व्यक्तीवर त्याचे चांगले प्रभाव होतात. सकारात्मक तरंग घर व्यापून राहतात. जीवनात विचार-शुचितेबरोबरच जर कर्मशुचिता राखता आली तर वास्तुदेवाचं खऱ्या अर्थाने पूजन होतं.

आवतीभोवतीच्या अव्यक्त देवता प्रसन्न होतात. सर्व प्रकारची शांती जीवनात अनुभवाला येते. शारीरिक-मानसिक रोगांचा प्रभाव क्षीण होत जातो.

नियमित प्रार्थना, सकारात्मक बोलणं, सद्विचार, कर्मात शुद्धी आणणं, षड्रिपूंचं संयमन करणं आणि शुभ बोलणं यांबरोबरच घरात योग्य वेळी योग्य संगीत लावलं-ऐकलं तर घरातला वास्तुपुरुषही संतुष्ट होतो. घरातल्या व्हायब्रेशन्स सकारात्मक होतात, हे विज्ञानानेही सिद्ध केलं आहे.

उष:काली राग भैरव, ललत, उजाडताना भटियार, देशकार, त्यानंतर गुजरी तोडी, बिलावल, दुपारी सारंगचे प्रकार, त्यानंतर मधुवंती, संध्याकाळी बसंत, बहार, कौशिकध्वनी, हेमंत, पुरियाधनाश्री, श्री, मग दिवेलागणी झाल्यानंतर यमन, मांज-खमाज, हमीर, बिहाग, मारुबिहाग, शुद्धकल्याण, श्यामकल्याण, नंद, नंतर बागेश्री, रागेश्री, रात्री जयजयवंती, झिंझोटी याप्रमाणे रागसंगीत घरात लावलं गेलं तर त्या त्या स्वरांची वेळेनुरूप अतिशय शुभकारक स्पंदने तयार होतात आणि ती वास्तूला संतृप्त करतात.

विख्यात बासरीवादक कै. पं. अरविंद गजेन्द्रगडकर यांनी हिंदुस्थानी राग संगीताबाबत अनभिज्ञ असणाऱ्या एका परदेशी माणसापुढे बासरीवर 'भटियार' रागाचे स्वर वाजवले आणि विचारलं, तुझ्या डोळ्यांसमोर कोणतं चित्र उभं राहातं?

तो परदेशी माणूस म्हणाला, 'नुकतंच उजाडलं आहे, पक्षी पूर्वेकडे झेप घेत आहेत, सूर्य वर येत आहे, वातावरण अतिशय प्रसन्न आहे असं चित्र डोळ्यांसमोर येतं.' पं. रविशंकरांनीही परदेशात असे अनेक प्रयोग केले.

आत्मभान जागवणाऱ्या हिंदुस्थानी रागसंगीताची ही ताकद आहे. वेळेनुरूप रागांची योजना केली गेली आहे. श्रेष्ठ साधक कलावंतांनी वाजवलेले-गायलेले ते ते राग आपल्याला वेळ मिळेल तेव्हा घरात हळू आवाजात लावले तर त्याचे सुपरिणाम घरात नक्कीच अनुभवायला मिळतात. घरातल्या सूक्ष्म लहरी-व्हायब्रेशन्स सकारात्मक होत जातात.

आम्ही हा अनुभव घेतलेला आहे. प्रार्थनेबरोबरच राग-संगीतामुळे अनेक संकटांमधून पार होण्याची शक्तीसुद्धा मिळाली आहे. कदाचित 'तथास्तु' म्हणणाऱ्या घरातल्या वास्तुपुरुषानेच तो प्रतिसाद दिला असावा!

रोज रात्री प्रार्थनेनंतर आम्ही वास्तुपुरुषाला कृतज्ञतापूर्वक, भावपूर्ण अंतःकरणाने नमस्कार करतो. चुकून काही वाईट बोललं गेलं असेल, तर प्रार्थनेच्या वेळी मनोमन क्षमाही मागतो. त्यासाठी आपल्या वास्तूमध्ये ठरावीक वेळी प्रार्थना होणं महत्त्वाचं असतं. प्रार्थनेत मागणी करायची नसते; देवाविषयी केवळ कृतज्ञताच व्यक्त करायची असते.

१०

प्रतिष्ठेचा फुगा!

मान-सन्मानाची अपेक्षा बाळगणं किंवा प्रतिष्ठा मिळवण्याची अपेक्षा ठेवणं हा अनेकांचा आवडीचा विषय असतो. १९८५च्या दरम्यान, वयाच्या ऐन पंचविशीत मी चित्रपट क्षेत्रात प्रवेश केला, तेव्हा माझ्या वडिलांनी मला प्रतिष्ठेच्या संदर्भात काही कानमंत्र दिले होते.

ते म्हणाले होते, 'आपलं घराणं स्वामींनी उभं केलेलं आहे, याची जाणीव सतत मनात ठेव. जगात प्रतिष्ठेच्या कल्पना वेगवेगळ्या असतात. एखाद्या 'तशा' समारंभात प्रतिष्ठा जपण्यासाठी किंवा मित्रांबरोबरच्या 'रीतिभाती' पाळण्यासाठी तुला 'घेण्या-ओढण्या'चा आग्रह होईल. पण आपल्या घरचे संस्कार विसरायचे नाहीत.

मी देशा-परदेशात 'स्टेट-गेस्ट' म्हणून फिरलो. परदेशात तिथल्या मंत्र्यांसह अनेक मोठ्या लोकांबरोबर पंचतारांकित ठिकाणी जेवण केलं. जपानमध्ये आणि रशियात तर मी ऐन हिवाळ्यात दोन महिने पंचतारांकित हॉटेलमध्ये राहिलो होतो. पण मी निषिद्ध गोष्टींना कधी स्पर्शही केला नाही...

शिवाय, एक गोष्ट लक्षात ठेव — दारू-सिगारेट 'घेण्या-ओढण्या'त प्रतिष्ठा नसते; 'न घेण्या-ओढण्या'त ती असते!'

मग वडिलांनी मला एका खूप मोठ्या उच्चपदस्थ व्यक्तीने दिलेल्या एका पार्टीचा किस्सा ऐकवला होता. माझे वडील कधी अशा पार्ट्यांमध्ये सहभागी होत नसत; मी सुद्धा नाही! पण त्या उच्चपदस्थ व्यक्तीने दिलेल्या पार्टीत त्यांना जावं

लागलं होतं. तिथे अनेक पदार्थांची आणि इतर 'गोष्टीं'ची रेलचेल होती.

माझे वडील पार्टीच्या ठिकाणी पोहोचताच त्या उच्चपदस्थांच्या सौभाग्यवतींनी त्यांचं स्वागत करून त्यांना त्यांच्या जेवणाच्या खोलीत नेलं. मग त्या आदरपूर्वक म्हणाल्या, "तुमच्या आवडी-निवडी मला आधीच समजल्या होत्या. बाहेरची पार्टी तुमच्यासाठी नाही. मी तुमच्यासाठी खास उकडीच्या मोदकांचं जेवण स्वत: बनवलं आहे!"

आपल्या निष्ठांना आणि अस्मितेला निश्चितच असा सन्मान लाभत असतो. अर्थात कुणी 'घ्यावी', 'न घ्यावी' हा ज्याचा त्याचा व्यक्तिगत विषय असतो! शिवाय सामान्य लोकांची ठिकाणं वगळता काही ठिकाणं अशी असतात की, तिथे अति थंडीमुळे 'घेण्या'ची सुद्धा अपरिहार्यता असते. तथापि, दैनंदिन जीवनात अनेकांना ते प्रतिष्ठेचं लक्षण वाटू शकतं. अनेकांच्या शुभमंगल-कार्यातही 'उदत… उदत' आलेल्या अशा चुकीच्या रीतिभातींमुळे अलीकडे 'घेण्या'चे सोपस्कार पाळण्यात सभ्यता वाटू लागलेली अनुभवास येते. पण तोही त्यांचा व्यक्तिगत विषय असतो. प्रतिष्ठेबरोबरच काहींना 'घेणं-ओढणं' हा फ्रस्ट्रेशनवरचा उपायही वाटत असतो.

अस्मितापूर्ण जीवनाची गरज

अर्थात मी कुणाच्या अशा विचारधारेला नावं ठेवू इच्छित नाही अथवा त्यांची समीक्षाही करू इच्छित नाही. आनंदमार्गाकडे जाण्यासाठी अस्मितापूर्ण जीवनाची कशी आणि का आवश्यकता आहे, एवढंच सांगण्याचा इथे हेतू आहे. वासना आणि मोह हे आनंदमार्गावरचे सापळे आहेत, हे सांगण्याचा उद्देश आहे. हां! 'घेणं' आणि 'ओढणं'ही निदान माझी तरी संस्कृती नाही एवढंच!

अनुकरणातून रुजलेली अशाप्रकारची 'प्रतिष्ठे'ची संस्कृती न पाळण्यात मी भूषणही मानतो. म्हणूनच चित्रपट क्षेत्रात आणि इतरत्र काम करतानाही मी कधी पार्टीला गेलो नाही. पण क्वचित कधीतरी त्यात सहभागी व्हावं लागायचं तेव्हा मी केवळ चहा-कॉफी किंवा एखादं साधं थंड पेय घेत असे.

माझ्या न घेण्याच्या सवयीवरून काही 'विचारवंत' मला तत्त्वज्ञान(!) ऐकवत, 'राजेन्द्र, तू इतका सोवळा का राहतोस? चार लोकांबरोबर एक पद्धत म्हणून तरी

थोडी घ्यावी; त्यामुळे काहीही होत नाही! दुसऱ्याचा मानही राखला जातो...!'

'घेण्या-ओढण्या'ला प्रतिष्ठेचं वलय दिले गेलेले असे 'मौलिक'(!) विचार मला बरेचदा ऐकावे लागत. या 'विचारवंतां'चे आणखी काही विचार म्हणजे, 'रोज थोडी घेतल्यामुळे प्रकृती उत्तम राहाते!' 'मनुष्यजन्म एकदाच मिळतो; पुढचं कुणी पहिलंय? आज एन्जॉय करून घ्यावं!' 'देवसुद्धा 'सोमरस घेत असत,' असे तात्त्विक विचारही काही जण गमतीने ऐकवत.

पुढे अनेक वर्षांनी मी जेव्हा 'मांदार्य' कादंबरी लिहिली तेव्हा 'सोमरसा'वर साद्यंत अभ्यास केला. वेदवाङ्मय आणि गिल्गामॅशच्या महाकाव्यातही त्या वल्लीचे संदर्भ मला वाचायला मिळाले. सोमपानाचे परिणाम हे दारूच्या परिणामाच्या अगदी विरुद्ध होते, हे तेव्हा ध्यानात आलं.

त्यानंतर 'मृत्यूचा सोहळा आणि परलोकाचे स्वरूप' हे पुस्तक लिहिण्यापूर्वी माझा 'मृत्यू' या विषयावर जवळपास वीस वर्षं अभ्यास झाला. डॉ. रेमंड मुडींच्या Life after Life या पुस्तकापासून डॉ. एबेन अलेक्झांडर या अमेरिकन न्यूरो सर्जनच्या पुस्तकापर्यंत असंख्य इंग्रजी, मराठी आणि हिंदी पुस्तकांचा मी तौलनिक अभ्यास केला.

'महाभारत', 'छांदोग्य उपनिषद', 'तैत्तेरिय उपनिषद', 'कठोपनिषद', 'गरुडपुराण', 'तिबेटी ग्रंथ' आणि 'भगवद्गीता' अशा सिद्ध तात्त्विक ग्रंथांचाही सखोल अभ्यास झाला.

मृत्यूचा अनुभव (Out-of-body experience – Near Death Experience) हा मेंदूतल्या घडामोडींमुळे मनुष्याला मिळत असतो; पण तो खरा नसतो, अशा काही विरुद्ध मतप्रणालीही मी अभ्यासल्या. पण त्या मतप्रणाली अगदीच उथळ वाटल्या.

थोडक्यात –

वासांसि जीर्णानि यथा विहाय नवानि गृह्णाति नरोऽपराणि ।
तथा शरीराणि विहाय जीर्णान्यन्यानि संयाति नवानि देही॥

हे पुनर्जन्माविषयीचं भगवद्वचन आणि....

पुनरपि जननं पुनरपि मरणं पुनरपि जननी जठरे शयनम्

हे आदि शंकराचार्यांनी चर्पटपंजरिकास्तोत्रम्मध्ये मांडलेलं पुनर्जन्माचं तत्त्वज्ञान निर्विवाद सत्य आहे. माझ्या वीस वर्षांच्या व्यासंगातून हे नवनीत निघालं. प्रकृती उत्तम राखण्यासाठी इतरही उत्तम उपाय असतात, यावर तर मी ठाम होतोच! त्यामुळे 'रोज थोडी घेतल्यामुळे प्रकृती उत्तम राहाते,' 'मनुष्यजन्म एकदाच मिळतो,' आणि 'देवसुद्धा सोमरस घेत असत, अशा विचारांमधलं निरर्थकता, वैय्यर्थ (futility) मी बुद्धिनिष्ठ दृष्टिकोनातून जाणलं होतं.

'तुम सही कर रहे हो!'

ऐन पंचविशीत माझ्याकडे असे कोणतेही विचार नव्हते किंवा त्यावर अभ्यास नव्हता. त्यामुळे अनेकांचे 'घेण्या-ओढण्या'विषयीचे 'मौलिक' विचार मला शांतपणे ऐकावे लागत. एक तत्कालीन प्रचलित शेरही मला तेव्हा एकावा लागे — *'हाय कम्बख्त तूने पीहि नहीं ।'*

१९७८मध्ये मी कॉलेजमध्ये शिकत होतो तेव्हा काही मित्र 'गट्स'विषयी बोलत. त्याकाळी स्वत:हून मुलींशी बोलणारा तरुण फारच हिम्मतवान समजला जायचा! ते 'गट्स' अर्थातच माझ्याकडे मुळीच नव्हते! पण पुढच्या काळात 'घेण्या-ओढण्या'विषयी मात्र मी नक्कीच 'गट्स' दाखवले.

आग्रह करूनही मी 'घेत'नाही, 'ओढत' नाही हे पाहून एके दिवशी सिनेमाक्षेत्रातली एक नावाजलेली व्यक्ती माझ्याजवळ आली आणि म्हणाली, 'राजू, तुम बहुत सही कर रहे हो! Keep it up! Don't go for it! हम तो इसमे बरबाद हो गये ।'

अशातऱ्हेने माझ्या 'न घेण्या-ओढण्या'च्या अस्मितेलाच प्रतिष्ठा मिळू लागली! 'तळिरामी तत्त्वज्ञान' माझ्या ऐन पंचविशीतील अस्मितेपुढे-गट्सपुढे पार दुबळं ठरलं! 'एकच प्याला' माणसावर कशी मोहिनी घालतो, हे मी जवळून पाहिलं आहे. प्रतिष्ठा जपण्यासाठी 'प्यालाभर घेतली तरी काही होत नाही,' म्हणणाऱ्या अनेकांचं आयुष्यात पुढे काय झालं हेही मी पाहिलं आहे. याउलट बरबादीकडे चाललेले कित्येक लोक सत्संगामुळे पूर्णत: निर्व्यसनी होऊन उन्नत, प्रतिष्ठित जीवन जगू लागलेलेही मला माहीत आहेत.

प्रतिष्ठेसाठी किंवा तात्पुरत्या सुखासाठी या गोष्टींच्या मागे जावं; का आपली अस्मिता-तेजस्विता टिकवून आणि प्राप्त प्रसंगांना समर्थपणे तोंड देऊन उन्नत

आनंदी जीवनाकडे जावं, हा ज्याचा त्याचा प्रश्न! हे द्वंद्व माझ्या मनात मात्र कधीच नव्हतं. माझ्यापुढे आनंदमार्गाकडे नेणारी सात्त्विक जीवनविचारधारा निश्चित होती आणि आहे! गीतेतल्या अठराव्या अध्यायातील ३७ ते ३९ या श्लोकांत भगवान सूचक विधान करतात — आरंभी जे विषासारखं वाटतं पण अंतिमतः अमृततुल्य असतं त्याला 'सात्त्विक सुख' म्हणतात.

११

सातच्या आत घरात!

१९६५चा तो काळ आजही जसाच्या तसा मला स्मरतो. शाळेतून घरी आलं की हातपाय-तोंड धुऊन, थोडंसं काहीतरी तोंडात टाकून आम्ही मुलं आमच्या साळुंखे वाड्यातल्या मधल्या अंगणात किंवा मागच्या रमणबागेच्या ग्राउंडवर खेळायला जात असू.

त्याकाळी पुण्यात खेळण्यासाठी भरपूर मोकळ्या जागा होत्या, अनेक मैदानंही होती. तेव्हाच्या आमच्या मैदानी खेळात क्रिकेट तर असेच; पण त्याव्यतिरिक्त विटी-दांडू, लपंडाव, डबा-ऐसपैस, जोडी-साखळी, सुई-दोरा, लगोरी, आट्यापाट्या, आप्पारप्पी असे विविध खेळही असत. त्या खेळांमध्ये आम्ही मुलं रमून जात असू. त्यामुळे मातीशी घट्ट नातं राहात असे.

संध्याकाळीच कामावरून घरी परतलेले नोकरदार किंवा घरातली ज्येष्ठमंडळी वरच्या गॅलरीत उभं राहून आमचा खेळ बघण्याचा आनंद घेत. मोबाईल-टीव्हीसह इतर कोणतीच व्यवधाने नसल्यामुळे केवळ ते मैदानी खेळ खेळण्यातच आमचं संपूर्ण लक्ष केंद्रित होत असे. ते खेळणं संपूच नये असं तेव्हा वाटे. खेळताना सात कधी वाजायचे ते कळायचंही नाही. अंधार पडला की, सारी मुलं आपापल्या घरी जायची. जी जायची नाहीत त्यांना आईवडील हाक देत, 'सात वाजले; चला घरी!'

वाड्यातल्या सगळ्यांची घरं छोटीच होती. मुलांना स्वतंत्र बेडरूम्स किंवा

'स्पेस' असले प्रकार तेव्हा नव्हते. त्याची कधी कुणाला आवश्यकताही वाटायची नाही! घरापुढचं अंगण, गॅलरी किंवा लाकडी जिन्यांमधली मोकळी जागा हेच शाळेव्यतिरिक्त दिवस घालवण्याचं ठिकाण असे. सुट्टीत तिथे नवा व्यापार, पत्ते, कॅरम किंवा बुद्धिबळ (chess) खेळत असू. कधीतरी भातुकलीही व्हायची! मग मुली स्वयंपाक करायच्या. आम्ही मुलं जेवणाचा आनंद घ्यायचे. संध्याकाळी सात वाजल्यानंतर घरोघरी 'शुभंकरोति' म्हटलं जाई. मग गृहपाठ (home-work) केल्यानंतर साधंसुधं जेवण होत असे. साडेनऊ-दहालाच अंथरूण जवळ केलं जाई.

त्यावेळचं मनोरंजनाचं एकमेव साधन म्हणजे रेडिओ! पावणे नऊ वाजता 'विविध भारती'वर 'गीतगंगा' हा मराठी गाण्यांचा कार्यक्रम लागायचा. तो आवर्जून ऐकला जायचा. मग पुणे केंद्रावर एखादी श्रुतिका नाहीतर नभोनाट्य लागायचं. आठवड्यातल्या ठरावीक दिवशी 'आपली आवड' असायचीच. त्यातली गाणी ऐकत झोप केव्हा लागायची ते कळायचंही नाही. काहींच्या घरातून रात्री 'हवामहल'चे आवाज यायचे तर काही जण 'बेला के फूल' निष्ठेने ऐकायचे! पण साधारणतः दहाच्या सुमारास सर्वत्र निजानीज व्हायची! नऊ वाजताच रस्त्यातली रहदारी पूर्णपणे थांबलेली असे.

त्यावेळची रहदारी म्हणजे एखादी बस, आठ-दहा सायकली, एखाददुसरी बजाज किंवा लॅम्ब्रेटा स्कूटर, दोन-तीन तांगे आणि एक-दोन रिक्षा! नऊ वाजता ही रहदारीही ओसरलेली असे.

गणपतीच्या दिवसात ती गोष्ट प्रकर्षानि जाणवायची. कारण त्या दिवसांत रात्री नऊ वाजता रस्त्यावरच एखादा चित्रपट गणेश मंडळाकडून दाखवला जाई. ते 'ब्लॅक अँन्ड व्हाइट' चित्रपट पाहताना बहुधा रुमाल जवळ घेऊनच बसावं लागे! एरवी नाही म्हणायला लग्नाची एखादी वरात रात्री बत्त्यांच्या प्रकाशात बँड लावून वाजतगाजत जायची. ती पाहण्यासाठी मात्र आम्ही मुलं धावतपळत रस्त्यावर जात असू! हे अपवाद सोडले तर दहा वाजताच निजानीज होत असे. संपूर्ण वाडा तेव्हा अंधारात गुरफटला जाई.

पुढे हिंगणे गावात राहायला आल्यानंतर डोंगरावर जाणं, रानात बोरं-जांभळं काढणं, कैऱ्या पाडणं, बाभळीचा डिंक खाणं-भोकरं खाणं, रानोमाळ भटकणं, शिदोरी करणं, असे प्रकार चालायचे. पण अंधार पडताच जो-तो घरची वाट धरत

असे. असं साधं सरळ जीवन होतं ते!

अशाच जीवनासंदर्भात प्रख्यात इंग्रजी कादंबरीकार चार्ल्स लॅम्बने म्हटलं आहे, 'संध्याकाळ झाली की, आम्ही मुलं धावत-पळत घरी येत असू. बाहेर अंधाराचं साम्राज्य पसरायचं. त्यामुळे आम्हा मुलांची घाबरगुंडी उडायची. मग आम्ही घरातल्या ज्येष्ठमंडळींना अगदी बिलगून बसत असू. तेव्हा टेबलावरच्या छताला टांगलेल्या 'डिटमार्ट' दिव्याच्या मंद प्रकाशात आजोबा आम्हाला गोष्टी सांगायचे. घरातली सारी मंडळी तेव्हा एकत्र बसत आणि गोष्टींचा आनंद घेत… पण वीज आली आणि माणूस माणसापासून दुरावला — मनाने आणि शरीराने देखील!' आता सेल-फोन आल्यामुळे तर…!

खुणावणारे स्वातंत्र्य

बाटा साम्राज्य निर्माण करणाऱ्या टॉमस बाटाच्या चरित्रातही असाच उल्लेख आहे- 'रात्रीच्या वेळी भुतं-चेटकिणी आकाशातून आणि झाडाझुडपांतून फिरत असतात.' थोडक्यात रात्री कुणी बाहेर जाऊ नये, असाच भाव त्यात असे.

इलेक्ट्रिसिटी हा फार मोठा शोध आहे. आजचं सारं जीवनमान त्यामध्ये गुंफलं गेलं आहे. पण एखाद्या दिवशी वीज गेली की, सर्वत्र हाहाकार माजतो! आज शहरांमधून सर्वत्र दिव्यांचा झगमगाट झालेला आहे. त्यात चंद्र-चांदण्या सुद्धा आपलं अस्तित्व हरवून बसल्या आहेत! नोकरी-व्यवसायांमुळे लोकांना नाइलाजाने रात्रीचा दिवस करावा लागत आहे.

पर्यायाने 'नाइट-लाइफ' सुरू झालं आहे. भीती तर दूरच; रात्रीचं 'स्वातंत्र्य'च अनेकांना खुणावत असतं! पण त्या काळी (हमारे जमाने मे!) वडीलधारीमंडळी सांगत, 'सातच्या आत घरात आलंच पाहिजे. रात्री आसुरी शक्ती कार्यरत होत असतात!' अमावास्येला शक्यतो बाहेरगावी प्रवास करू नये, अशासारखे उपदेशही तेव्हा केले जात. हे उपदेश करण्यामागचा हेतू चांगला असे.

चंद्र आणि समुद्र यांसह पृथ्वीवरील जीवांचं एक अतूट नातं असतं, ही गोष्ट सर्वश्रुत आहे. रात्री मनुष्याच्या वृत्तीमध्ये परिवर्तन होत असतं. पहाटे जी मनुष्याची वृत्ती असते तशी ती रात्री नसते. रात्री भोगांची अपेक्षा वाढलेली असते. अमावास्येला तर माणसामधील जीवनशक्ती, चैतन्य (vitality) कमी झालेली

असते. त्याचा परिणाम त्याच्या परिवर्तनशीलते (flexibility) वर होत असतो. त्यामुळे अपघात होण्याची शक्यता अधिक असते. म्हणून अमावास्येला बाहेरगावी जाऊ नये, असं सांगितलं जायचं.

यामागे विज्ञानच असे. 'सातच्या आत घरात'मागील भावार्थही असाच आहे. पहाटे सात्त्विक वातावरण असतं, दुपारी राजसी तर रात्री तामसी वृत्तीचा जोर असतो. आसुरी शक्ती रात्री कार्यरत होत असतात, असं महाभारतातही अनेक ठिकाणी म्हटलं आहे. दिवसापेक्षा रात्री जीवितहानी सुद्धा अधिक होते असं जगातले अनेक रिपोर्ट्स सांगतात.

अशा गोष्टी मुलांना समजावण्याची किंवा सवय लावण्याची त्याकाळची पद्धत मात्र सरळसाधी होती. बाहेरून आलं की आधी हात-पाय धुतले पाहिजेत; नाहीतर पायरव होतो, किंवा नरकचतुर्दशीच्या दिवशी सूर्योदयापूर्वींच अभ्यंगस्नान उरकलं पाहिजे; अन्यथा शरीरात 'कली' शिरतो, असं सांगितलं जाई. स्वच्छता यांसारख्या गोष्टीच त्यात अपेक्षित असायच्या.

वडीलधाऱ्यांना प्रतिप्रश्न करण्याचा तेव्हा प्रश्नच नसे! मुलं ऐकत असत. वितंडवादाला थारा नसे. वडीलधाऱ्यांना शास्त्र सांगता आलं नाही तरी त्यांचं म्हणणं योग्यच असे. आज मुलांना तार्किक प्रश्न विचारायला प्रवृत्त केलं जातं. तेही योग्यच आहे; पण एखादी गोष्ट जाणण्याच्या ओघात आपण नेमके कुठे आहोत, याचा मात्र अनेकदा विचार होत नाही. पण त्याकाळी प्रश्नांची 'सत्य'(?) उत्तरं शोधण्याऐवजी 'सत्परिणामां'ना अधिक महत्त्व असे. त्यामुळे अंतःकरणातला शुद्ध भाव वृद्धिंगत होत असे.

त्या लहान वयात देवावर विश्वास-अविश्वास ठेवण्याचा विचारही मनात उद्भवत नसे. त्यामुळे एखादं मारुतीचं देऊळ बांधायचा विचार मोठ्या मुलांच्या मनात आला की, मग वाड्यातल्या एखाद्या कोपऱ्यातल्या जागी आम्ही मुलं मोठ्या आनंदाने त्या कार्यात सहभागी होत असू.

दगड-विटांसह उपलब्ध साहित्यातून मातीचं एक छोटं देऊळ बांधलं जाई. सर्व मुलांचे त्याला हात लागत. मग सारा दिवस त्या बांधकामात व्यतीत होत असे. बांधकाम-रंगरंगोटी झाल्यानंतर त्या देवळात एक दगड ठेवून त्याला शेंदूर फासला जाई. आम्हा मुलांच्या अंतःकरणातला भाव इतका शुद्ध असे की, त्या

शेंदूर लावलेल्या दगडातही आम्हाला मारुतीचं दर्शन होत असे! 'भाव तेचि देव' याचा अनुभव नक्कीच खरा असतो. मग संध्याकाळी देवापुढे निरांजन लावून आरती व्हायची. ते छोटं ओबडधोबड देऊळ बांधताना आणि संध्याकाळी आरती करताना आम्हा मुलांना कोण आनंद मिळत असे!

तसाच आनंद दिवाळीत किल्ला करताना मिळायचा. दिवाळीच्या सुट्टीपूर्वींचा शेवटचा पेपर लिहून आल्यानंतर संपूर्ण दिवस मोकळीक असे. मग मातीचा किल्ला करणं, किल्ल्यावरची चित्रं आणणं, त्यांना हालतं-चालतं करणं यात आम्ही मुलं रमून जात असू. किल्ल्यावर शिवाजी महाराजांना सिंहासनस्थ केल्यानंतर कड्यावर मावळे आणि डोंगरामधल्या गुहेत वाघ ठेवला जाई. डोंगराखालच्या शेतात आळीव किंवा गहू टाकून शेत तयार व्हायचं. याशिवाय रस्त्यावर मोटार, बागेत झोपाळे, महापौरांचा बंगला एवढंच नाही तर; विमान आणि उपग्रहाचींही किल्ल्याच्या सजावटीमध्ये योजना असे! म्हणजे भूतकाळ, वर्तमानकाळ आणि भविष्यकाळ असे सारे काळ त्या किल्ल्यावर एकत्र होत असत!! म्हणजे ध्यानातून शून्य अवस्था प्राप्त करताना होणारा कालातीत आनंद असा किल्ला करतानाही आम्हाला मिळत असे!

लहानवयातील अशा कार्यांमागे शुष्क तर्कशास्त्र काम करत नसल्यामुळे मिळणारा आनंद निर्मळ असे. मुख्य म्हणजे मातीशी नातं जपलं जायचं. मोठेपणी निर्मळ आनंदापेक्षा इंद्रियांच्या सुखाला प्राधान्य दिलं जात असतं! पण कोणतेही डिव्हाइसेस जवळ नसताना मिळालेले त्या काळचे लहानवयातले आनंद नक्कीच जीवन समृद्ध करून गेले.

• • •

अखेर जीवनात आनंदच महत्त्वाचा नाही का? सुखासाठीच संपूर्ण समाजाची यातायात वा धावपळ सर्वत्र चाललेली दिसते ना? 'सातच्या आत घरात' या भावनेमागे मात्र निर्मळ आनंद लपला आहे. मनाची अशी निर्मळताच सत्-चित्-आनंदाकडे घेऊन जाऊ शकते.

१२

आनंदाचे ठिकाण दूर नसते!

सुमारे सत्तर-ऐंशी वर्षांपूर्वी एक इंग्रज मनुष्य पुण्याहून रेल्वेने मुंबईकडे निघाला होता. त्याकाळी आगगाडीने पुणे सोडल्यानंतर लोणावळा येईपर्यंत अपवाद वगळता कुठेही फारशी वस्ती दिसायची नाही. मी स्वतःही त्याचा साक्षीदार आहे.

१९६५च्या दरम्यान आम्ही आमच्या काकांकडे दहिवलीला जात असू. डोंगरांच्या कुशीत लपलेल्या त्या सुंदर गावात जाण्यासाठी कर्जत स्टेशनवर उतरावं लागे. पुढे चालत आणि उल्हास नदी ओलांडून दहिवलीला जावं लागे. नदी ओलांडण्यासाठी एक छोटा अरुंद पूल होता. मन हरखून टाकणाऱ्या सभोवतालच्या डोंगररांगा बघत दहिवलीला जाताना कोण आनंद मिळे! रेल्वेतून दिसणारं घाटातलं दृश्य तर अवर्णनीय असायचं. पॅसेंजरने कर्जतपर्यंत होणारा तो प्रवास दीर्घ असला तरी आनंददायीच असे.

सकाळी अकरा-सव्वा अकरा वाजता पुण्याहून पॅसेंजर निघायची. तिला कर्जतला पोचायला चार-पाच तास लागायचे. गाडीने खडकी सोडल्यानंतर दूरच्या डोंगररांगांपर्यंत पसरलेली शेती आणि मोकळी मैदाने दिसायची. दूरवरचे ते उन्हात न्हाऊन निघालेले करड्या रंगांचे डोंगर मन मोहवून टाकत. मनुष्यमात्राचं अस्तित्व मात्र कुठेच दिसायचं नाही. वेस्टर्न चित्रपटांमध्ये जशी विस्तीर्ण प्रदेशातून एकाकी चाललेली आगगाडी दिसते तसंच हे दृश्य असे. 'डकॉव डकॉव' करत ही पॅसेंजर

कर्जतपर्यंतचं प्रत्येक छोटं स्टेशन घेत जायची. खंडाळ्याच्या घाटात तर आमचं खिडकीबाहेर बघत गायन सुरू व्हायचं- 'कशासाठी पोटासाठी; खंडाळ्याच्या घाटासाठी!'

विस्तीर्ण प्रदेश आणि शेती वगळता तळेगाव, वडगाव, मळवली, कामशेत अशा छोट्या स्टेशनांबाहेर वनराईमध्ये खोचून ठेवलेली चार सुंदर कौलारू घरं तेवढी दिसायची. धावत्या गाडीतून ती दृश्यं पाहताना मन हरखून जात असे.

आगगाडीतून दिसणारा तो निसर्ग पाहून इंग्रज माणूस असाच हरखून गेला. गाडी थांबताच तो वडगाव स्टेशनवर उतरला. मग रान तुडवत तो पायीच डोंगरांच्या दिशेने निघाला. दूरवर एक छोटं शेत होतं. दुपारची वेळ होती. शेतीला पाणी देऊन शेतकऱ्याने बैलांना पाणी पाजलं होतं. बरोबर आणलेली शिदोरी संपवून तो शेतातल्या आंब्याच्या झाडाखाली मस्त गुणगुणत पहुडला होता.

इंग्रज त्याच्याजवळ गेला तेव्हा शेतकऱ्याने त्वरेने उठून त्याचं स्वागत केलं आणि त्याला झाडाखाली बसवलं. घागरीतलं पाणी प्यायला दिलं. मग त्यांचा संवाद सुरू झाला. त्या साहेबालाही थोडंफार मराठी बोलता येत होतं. तोडक्या-मोडक्या मराठीतच तो शेतकऱ्याशी गप्पा मारू लागला. विषयाच्या ओघात तो म्हणाला, 'तू असं का नाही करत; तुझ्या शेतात एकच पीक काढण्याऐवजी काहीतरी जोडधंदा कर...!'

शेतकऱ्याने अजाणतेपणाने विचारलं, 'ते केल्याने काय होईल?'

इंग्रज म्हणाला, 'तुझं उत्पन्न वाढेल.'

'बरं, वाढलं... पुढे?'

'मग तू पलीकडचं शेतही विकत घेऊ शकशील.'

'बरोबर... पण त्यामुळे कोणता फायदा होईल?' शेतकऱ्याने विचारलं.

इंग्रज म्हणाला, 'अरे, तिथेही तू जोडधंदे उभारू शकशील, भाडं मिळवू शकशील...!'

'बरं, त्यामुळे काय होईल?'

'काय होईल म्हणजे? तुला भरपूर पैसा मिळेल!'

'हो, मिळेल की!' शेतकरी म्हणाला. 'पण इतका पैसा मिळाल्यामुळे काय होईल?' 'आता हेसुद्धा मीच सांगायला हवं का?' असं म्हणून तो इंग्रज त्याला

ज्ञान देऊ लागला, 'अरे, शेतीबरोबरच जोडधंद्यांमधूनही तुला जो पैसा मिळेल तो शहरातल्या बँकेत ठेवून तू त्याच्या व्याजावर आनंदात आरामात जगू शकशील!'

यावर शेतकरी म्हणाला, 'मग आत्ता मी कसा जगतोय? आरामात, आनंदातच जगतोय की! त्यासाठी एवढं सगळं करण्याची काय गरज? आज मी या सुंदर निसर्गाचा भरपूर आनंद घेतो. इथली शुद्ध हवा-पाणी अनुभवतो. पण केवळ पैशासाठी यावर धंदे उभे करत गेलो तर शुद्ध हवा-पाणी तेव्हा राहील का?'

तो इंग्रज त्याच्याकडे आश्चर्याने बघत राहिला.

शेतकरी म्हणाला, 'घरी कारभारीण आहे. सडा-सारवण करते, पोराबाळांना जेऊ-खाऊ घालते, शेतातही काम करते. तीन पोरं आहेत. आता हाताशी येतील. या शेतात कष्ट करतील, पोटापुरतं मिळवतील. मातीशी असलेलं नातं सतत देवाची आठवण करून देत असतं! म्हणून दरवर्षी वारी असतेच! मग चिंता कशाची? आत्ताही जीवन आनंदी आहेच की! आणि कष्ट करून काही मिळवण्यात तर खरं सुख नाही का?'

त्याकाळी भारतीय मनामनांत मुरलेल्या अशा सात्त्विक आनंदाचा त्या इंग्रजाला कुठून पत्ता असणार? त्या इंग्रजासाठी ही अस्सल भारतीयाची 'ठेविले अनंते तैसेचि राहावे' ही मानसिकता नक्कीच अनोखी होती! मुळात भारत हा शेतीप्रधान देश आहे. पण पुढच्या काळात अनेक शेतकऱ्यांना नाइलाजाने जोडधंदे सुरू करावे लागले हेही वास्तव आहे.

या हकिगतीचा अर्थ, शेतीखेरीज कुणी इतर क्षेत्रांतल्या महत्त्वाकांक्षा बाळगू नयेत किंवा आकांक्षा पुऱ्या करण्यासाठी प्रयत्न करू नयेत असा मात्र नक्कीच नाही. प्रत्येकाच्या हाताला काम मिळालं पाहिजे. शिक्षणाबरोबरच छोट्या-मोठ्या उद्योगधंद्यांचीही तितकीच आवश्यकता असते हेही खरं. संगीत-साहित्य, कला, क्रीडा अशा सर्जनशील क्षेत्रांमध्येही आपापल्या आवडीनुसार काम करता आलं पाहिजे. आशा-आकांक्षाही ठेवल्या पाहिजेत. पण त्या ठेवताना सारासार विवेक राखता येणं महत्त्वाचं खूप असतं! पूर्वी प्रश्न नव्हते असं मुळीच नाही. पण गावं स्वयंपूर्ण होती. निसर्ग सांभाळला गेला होता. निसर्गावर आक्रमण होत नव्हतं. त्यामुळे आजच्यासारखे गंभीर प्रश्न उभे ठाकले नव्हते. जागतिकीकरणापूर्वीचे प्रश्न आणि सध्याचे प्रश्न यांमध्ये आज महद् अंतर जाणवतं. आज जीवनशैली बदलली

आहे. सर्वत्र झपाट्याने शहरीकरण होत आहे. सात्त्विक जीवनपद्धतीपेक्षा भोगवादी जीवनात अनेक गहन प्रश्नांची आणि समस्यांची मालिका उभी राहात असते, याचा अनुभव आज अनेक शहरांमधून लोक घेत असतात. मनोविकारांनीही अनेक जण त्रस्त होत असतात. भवितव्याची चिंताही अनेकांना सतावत राहाते. या साऱ्या कल्लोळात खरा सात्त्विक आनंद जर उमजेनासा झाला तर मात्र त्यावर सखोल चिंतन केलं पाहिजे असं वाटतं.

सात्त्विक वृत्तीच्या मनुष्याने आपल्या क्षणभंगुर जीवनाचा हेतू जाणलेला असतो. म्हणूनच असा मनुष्य प्राप्त कर्तव्य-कर्म करून जे मिळतं त्यात समाधानी आणि आनंदी जीवन जगत असतो. याविरुद्ध एखाद्याच्या सुखाच्या कल्पना असतात. पसारा वाढवल्यामुळे मी सुखी होईन अशी त्याची कल्पना असते. कोणता मार्ग निवडायचा हे ज्याने-त्याने ठरवायचं असतं. पण भौतिकतेचा पसारा वाढवल्यामुळे निसर्गावर बेसुमार आक्रमण होत असते. आणि त्यामुळे मानव आपलं निसर्गाबरोबरचं नातंच विसरून जात असेल, तर मात्र ती मानवतेसाठी धोक्याची घंटा ठरू शकते. त्याचे पडसाद व प्रतिसाद आता निसर्गच देऊ लागला आहे.

प्रचंड तापमानवाढ, अवकाळी पाऊस, भूकंप, हिमवादळं, हिमपतन अशा अनेक नैसर्गिक आव्हानांना आज तोंड द्यावं लागत आहे. अनेक प्रकारच्या नव्या विकारांनी अनेक जण ग्रासलेले आहेत. परिणामस्वरूप संवेदनशील मनांना एकप्रकारची नकारात्मकता सर्वत्र व्यापून राहिलेली जाणवते. पण या सर्वांचं मूळ कारण अनेकांना उमजलेलं नसतं.

इंद्रियं-मन-बुद्धी आणि आत्मतत्त्वाचा प्रवास

इंद्रियं-मन-बुद्धी आणि आत्मतत्त्व या आनंदाकडे नेणाऱ्या प्रवासात आजचा मानव केवळ इंद्रिय-सुखांमध्येच अडकलेला दिसतो. अशावेळी मन कमकुवत होऊन इंद्रियांचं गुलाम बनतं आणि बुद्धी तटस्थ रहाते. त्यामुळे भोगी मनुष्य भोग घेताना विचारशक्ती गमावून बसतो. वाळू जशी हातातून सहज निसटून जाते तसंच इंद्रियजन्य सुख हातून सहज निसटून जातं. मग एक वेळ अशी येते की, नक्की आपण आयुष्यात काय मिळवलं, असा मनुष्य विचार करू लागतो. म्हणून निसटून जाणाऱ्या तात्पुरत्या आणि धावत्या सुखाच्या मागे लागून संतृप्ती देणाऱ्या खऱ्या

आनंदालाच मनुष्य पारखा होत असेल तर मात्र त्यावर वेळीच विचार झाला पाहिजे.
जीवन म्हणजे केवळ पद-पैसा-पॅकेज-प्रतिष्ठा आणि अधिकार मिळवणे नव्हे;
तर आनंदावस्था प्राप्त करणं हे अंतिम उद्दिष्ट असलं पाहिजे. (याचा अर्थ पद आदी
गोष्टी मिळवण्याचा प्रयत्न करू नये असं नाही. कारण भौतिक सृष्टीत जे मिळवायचं
आहे त्यासाठी होणारा त्रास, क्लेश, अपमान, अपयश हे मनुष्याला समर्थ बनवत
असतात. तसंच त्यातून कर्माची फेडही होत असते.)

आनंद ही अंतःकरणाची धारणा असते — ती कुठे दूर नसते. आनंदाचं
झाड आपल्या अगदी जवळ असतं. तो शेतकरी भविष्याची चिंता न करता
त्याच आनंदाच्या झाडाखाली बसून होता. अपरिमित वासनांना आवर
घातला की, आनंदमार्ग प्रकाशित होत जातो, असं निदान मला तरी वाटतं!
योग्य-अयोग्य आपणच ठरवावं!!

१३

कर्माचा प्रत्याघात

फार पूर्वी मी टॉल्स्टॉयची एक गोष्ट वाचली होती. त्याचा सारांश तेवढा आठवतो. एक मनुष्य दुसऱ्याचा हेतुपुरस्सर खून करतो. पण पुराव्याअभावी तो त्या गुन्ह्यातून सहिसलामत सुटतो. मध्ये बरीच वर्षं जातात. पुढे काही वर्षांनी आणखी एकाचा कुठेतरी खून होतो आणि त्यामध्ये हा पहिला खुनी नकळत अलगद सापडतो. वास्तविक या दुसऱ्या खुनाशी त्या खुन्याचा कोणताही संबंध नसतो. पण पुरावेच असे जुळतात की निर्दोष असूनही तो त्या दुसऱ्या खुनाच्या गुन्ह्यात अडकतो आणि फासावर जातो!

मनुष्याच्या हातून जे चांगलं-वाईट कर्म होतं त्याचं फळ केव्हा ना केव्हा तरी 'बुमरँग' होऊन त्याच्याकडे येणारच असतं. त्यातून सुटका होऊच शकत नाही. हा ईश्वरी कायदा आहे, तिथे पळवाट नाही! हजारो वर्षं गीता-तत्त्वज्ञान हेच सांगत आलं आहे. मानुषी कायद्यांमध्ये हातून चूक घडली तर तो गुन्हा ठरतो. त्यातून तात्पुरती सुटकाही करून घेता येते. पण मानुषी कायदेसुद्धा ईश्वरी कायद्यांनीच बांधले आहेत, हे टॉल्स्टॉयच्या या कथेतून अधोरेखित होतं.

कर्माचा बंध मलाही असाच फेडावा लागला होता. तरुणपणी मी क्रिकेट खेळत असे. मी वेगवान गोलंदाज होतो. न थांबता मी रोज चार किलोमीटर रनिंग करत असे. जोडीला भरपूर व्यायामही असायचा. विशेष म्हणजे, एका बाजूने सलग

दोन तास वेगवान गोलंदाजी करण्याइतका माझा 'स्टॅमिना' होता! पण पुढे काही कारणाने मला अचानक दम्याचा विकार जडला. तो विकार पराकोटीला गेला. सुमारे अडीच वर्षं मी अंथरुणाला खिळून होतो. मला तेव्हा पलंगावरून उतरून दोन पावलं टाकणंही कठीण जात असे. अनेक प्रकारचे उपचार, सर्व पॅथीज- सारं काही केलं.

डॉक्टर म्हणाले होते, 'हा विकार कायमचा आहे; तो सहसा जात नाही. स्प्रे आणि गोळ्यांनी तो नियंत्रणात राहील एवढंच. एकदा तर मी सलग आठ दिवस झोपू शकलो नव्हतो; आणि त्या दिवशी माझा श्वास पूर्णपणे थांबला! मृत्यू तेव्हा मी जवळून पाहिला. मला तातडीने डॉ. कट्टींच्या हॉस्पिटलमध्ये नेण्यात आलं. सलाईनमधून सलग पंधरा इन्जेक्शनस देण्यात आली. तेव्हा कुठे माझा श्वास सुरू झाला. पुढे जवळपास पाच वर्षांनी माझी त्या जीवघेण्या विकारातून सुटका झाली!

प्रचंड स्टॅमिना असणाऱ्या माझ्यासारख्या खेळाडूला असा श्वासाचा विकार जडावा, याचं मात्र मला आश्चर्य वाटत राहिलं. 'मी असं कोणतं पाप केलं होतं म्हणून मला हे अमाप क्लेश भोगावे लागले,' अशाप्रकारच्या प्रश्नांचं मोहोळ अनेकांप्रमाणेच माझ्या मनात तेव्हा उठत असे. नकळत मी देवाला आणि दैवालाही दोष देत असे. पण एके दिवशी मला या त्रासाचं कारण अचानक उमगलं.

मी तेव्हा आठवी किंवा नववीत असेन. आमच्या घरात घरटं करण्यासाठी चिमण्या यायच्या आणि वळचणीत घर करायचा प्रयत्न करायच्या. पण घरटं कधी पूर्ण होत नसे. कारण वरच्या पत्र्याची भिंतीलगतची जागा घरटं करण्याइतकी खोल नव्हती. त्यामुळे गवत तिथे अडकायचं नाही. पण चिमण्या आपला प्रयत्न करतच राहायच्या. त्याचा परिणाम म्हणजे खाली गवत-काड्यांचा रोज खूप कचरा व्हायचा; तो सतत साफ करावा लागे. कचरा झाडून झाडून आई थकून जायची.

आता या चिमण्यांना एकदा कायमची अद्दल घडवावी असं मी मनाशी ठरवलं. एके दिवशी चिमण्या घरात आल्यानंतर मी सर्व दारं-खिडक्या लावून घेतल्या. आणि मग त्या चिमण्यांना सतत हलकारा देत उडवत राहिलो. चिमण्या घाबरून घरात एकसारख्या उडत राहिल्या. त्यांना प्रचंड दम लागला. त्यांचा ऊर धपापू लागला. चोची उघडून त्या वेगाने श्वास घेत राहिल्या. अखेर श्वास घेणे त्यांना अशक्य होऊन गेलं. तरीही मी हलकारा देतच होतो. असं दोन-तीन वेळा

घडलं. चोंची उघडून धपापणारा त्या चिमण्यांचा ऊर आजही माझ्या डोळ्यांसमोर साकारतो आणि माझं अंतःकरण पिळवटून निघतं. माझ्या हातून तेव्हा केवढं मोठं पापकर्म हेतुपुरस्सर घडलं होतं!

ते पापकर्म मला पुढे अनेक वर्षांनी तशाच श्वास-रोगाच्या स्वरूपात फेडावं लागलं होतं, याविषयी माझ्या मनात तरी तीळमात्र शंका नाही. दम्याचा विकार जडल्यानंतर त्या चिमण्यांप्रमाणेच माझा श्वासोच्छ्वासही प्रचंड वेगाने चालत असे. श्वास घेणे अशक्यप्राय होऊन जात असे. तोंड उघडून मी खिडकीजवळ बसत असे आणि प्राणवायू ओढून घेण्याचा प्रयत्न करत असे, त्या चिमण्यांसारखा!

एरवी सहजगत्या होणाऱ्या श्वासोच्छ्वासाचं महत्त्वही तेव्हा मला कळलं. श्वास घेताना त्या चिमण्यांचेही कसे हाल झाले असतील, याचा अनुभव मला मिळाला होता.

पूर्वी जाणते ज्येष्ठ लोक सांगत, आपण जे कुकर्म करतो त्याचं फळ दसपटींनी फेडावं लागतं- चालू जन्मात नाहीतर पुढील जन्मात! त्या कुकर्माची फेड मी 'याचि देहि याचि डोळा' नक्कीच केली होती. थोडीथोडकी नाही तर पाच वर्षं! पुढे त्या जीवघेण्या विकारातून मी पूर्णपणे बरा झालो. कारण ते कुकर्म फेडलं गेलं होतं! आणखी दोन अशीच किरकोळ वाटणारी कुकर्मं माझ्या हातून घडली होती आणि त्याचे तसेच परिणाम मला भोगावे लागले होते.

घर स्वच्छ करणे, जमिनीवरून चालणे, वाहन चालवणे किंवा अनेक प्रकारची कामं करताना मनुष्याच्या हातून रोज अब्जावधी सूक्ष्म जीवांचा बळी जातच असतो. पण त्या नकळत होणाऱ्या घटना असतात. राग-द्वेषातून त्या घटना घडत नाहीत. म्हणूनच त्यांचं पाप लागत नसावं. परंतु; मी मात्र हेतुपुरस्सर त्या चिमण्यांना क्लेश दिले होते. त्याचं फळ मला भोगावं लागलं. कोणतंही दुःख प्राप्त झालं असता देवाला, दैवाला किंवा नशिबाला दोष देण्याआधी आपण आपलं कर्म प्रथम तपासून बघायला हवं, हा धडा मला या प्रसंगातून मिळाला.

त्यानंतर माझ्या हातून असं अघोरी कर्म कधीच घडलं नाही. कळत-नकळत जर घडलं तर रोज रात्री झोपण्यापूर्वी स्वाध्याय-प्रार्थना करताना मी मनोमन क्षमायाचना करतो -

'...करचरणकृतं वाक्कायजं कर्मजं वा श्रवणनयनजं वा मानसं वापराधम्,
विहितमविहितं वा सर्वमेतत् क्षमस्व!'

पुढे जेव्हा भगवद्गीतेचा अनायसे अभ्यास झाला आणि त्यावरचे माझे ग्रंथ सिद्ध झाले तेव्हा मला कर्माच्या या खेळाविषयी पूर्णपणे खात्री पटली. आपल्या जीवनात येणाऱ्या चांगल्या-वाईट प्रसंगांमागे कर्मसंचयाशिवाय दुसरं कोणतंही कारण नसतं, हे मी समजून चुकलो. एकाच नक्षत्रावर जन्मलेल्या दोन व्यक्तींचं भविष्य पूर्णपणे भिन्न असतं. कारण प्रत्येकाचा कर्मसंचय वेगळा असतो. कर्माचं फळ जेव्हा जीवाला येऊन चिकटते आणि कार्यरत (ॲक्टिव्हेट) होते तेव्हा त्या त्या व्यक्तीला चांगल्या-वाईट प्रसंगांना सामोरं जावं लागतं.

कर्म हे भोगूनच फेडावं लागतं — त्यातून सुटका होऊ शकत नाही! तथापि, पश्चात्तापदग्ध अंतःकरणाने क्षमा मागणे हाच कर्माचा प्रभाव कमी करण्याचा उपाय असतो.

संचित-प्रारब्ध-क्रियमाण यांचा प्रभाव

'कर्म', 'विकर्म' (विपरीत कर्म वा विशेष कर्म), 'सकाम कर्म', 'सहज कर्म', 'स्वाभाविक कर्म', 'निष्काम कर्म' हे विषय वाटतात तितके वरवरचे नाहीत. त्यामध्ये खूप सखोल अर्थ दडले आहेत. कर्माच्या संचित-प्रारब्ध-क्रियमाण या प्रभावांमध्येही सखोल तत्त्वज्ञान आहे.

अर्थात, कर्मांनी बांधलेल्या या पृथ्वी-स्तरावर आपण केवळ कर्मांचे परिणाम भोगण्यासाठीच आलेलो नसतो; तर अनुभव, शिक्षण आणि त्या अनुषंगाने आत्मिक विकास करण्यासाठीच आलो असतो, हे मी समजून चुकलो.

पिरॅमिड्ससह जगातल्या अनेक प्राचीन वास्तूंमध्ये खोदलेले वा चितारलेले विषय, स्थल-काल (time & space), मृत्यूनंतरचं जीवन, प्रजातंतू, साक्षी, मल्टि-व्हर्स (बहुविश्व वा अनेक ब्रह्मांड), मल्टि-डायमेन्शन्स(बहुआयामी), अनेक ब्रह्मांडांचं समग्र स्वरूप, मायावी (illusion) व आभासी (unreal) जगत आणि हे मिळून होणारा 'विसर्ग' हे विषय अत्यंत गहन आहेत.

अंतर्मनात साठलेली कर्मांची गोळाबेरीज वेळ-कालानुरूप मनुष्याच्या मनाला आणि बुद्धीला प्रभावित करते. चांगल्या-वाईट कर्मांचे भोग त्या मनुष्याला भोगायला लावत असते. ज्या व्यक्तीला या विषयांमधलं समग्र मर्म उमजतं ती व्यक्ती निःशंकपणे योग्य कर्माचरण करून विकास पावते.

एखादा मनुष्य नियमाने सावकाश वाहन चालवत असतो; पण त्याला

अचानक अपघात होतो. मग तो विचार करतो, मी व्यवस्थित जात असताना मला अपघात का व्हावा? अशा अनेक घटना समाजात घडत असतात. तिथे केवळ coincidence असत नाही.

लहानपणी वाचलेली अशीच एक गोष्ट. एका राजाला प्राण्यापासून मृत्यू असल्याचं सांगितला जातं. त्यामुळे राजा स्वतःला पूर्णपणे सुरक्षित करतो. आता कोणताही प्राणी इथे येऊ शकणार नाही या खुशीत तो बोरं खात बसतो. पण बोरातून एक विषारी अळी निघते आणि तिच्या चाव्यामुळे राजाचा अंत होतो. अशा गोष्टींसह अनेक सत्य घटनांच्या संदर्भात 'कर्मबंधा'शिवाय दुसरं कोणतंही समर्थनीय उत्तर मिळत नाही.

हा कर्मांचा ताळा पुसता आला, तरच मनुष्य या सर्व प्रभावांमधून मुक्त होतो आणि परमानंद उपभोगतो, हाच तर गीतेचा सिद्धान्त आहे! टॉलस्टायच्या त्या कर्मस्वरूपी कथेचा भावार्थ माझ्या कायम स्मरणात आहे! भगवद् गीता तत्त्वज्ञानाने त्यावर शिक्कामोर्तब केलं आहे!

'‌अमिश' आणि आश्रमव्यवस्था

काही महिन्यांपूर्वी अमेरिकेतल्या 'अमिश' समुदायासंदर्भात Love finds you in charm तसेच Love finds you in sugarcreek असे तीन-चार चित्रपट बघण्यात आले. त्यातल्या 'अमिश' समुदायाची जीवनपद्धती पाहून त्यांच्याविषयी उत्सुकता वाटू लागली. प्राचीन भारतातील आश्रमवासी जीवनपद्धती आणि 'अमिश' समुदायाची जीवनपद्धती यांची मनात अनायसे तुलना होऊ लागली. आचार-विचारात नम्रता, कुटुंबव्यवस्थेचं पालन, सामुदायिक एकत्रित वास्तव्य आणि भौतिक जगापासून अलिप्त राहणं हे 'अमिश' जीवनपद्धतीचे मुख्य आधार आहेत.

यावरून इस्रायलमधील 'किबुट्झ'चीही आठवण झाली. शेतीवर आधारित सामुदायिक जीवनपद्धती हा 'किबुट्झ' विचारधारेचा पाया आहे. सामुदायिक एकत्रित वास्तव्य ही 'अमिश' आणि 'किबुट्झ'ची विचारधारा मला काही प्रमाणात एकसारखी वाटली.

'अमिश' समुदायाचं दैनंदिन जीवन आणि रीतिरिवाज हे 'ऑर्डनिंग' (Ordnung) नावाच्या अलिखित संहितेद्वारे नियंत्रित केले जातात. भौतिक जगापासून दूर राहणं मीडनुंग (Meidnung) हा त्यांच्या जीवनपद्धतीचा एक अविभाज्य भाग आहे. अमिश समुदाय, हा त्यांचे सारे दैनंदिन व्यवहार 'अमिश-सदस्यांशी'च करतो. दरवर्षी दोन वेळा त्यांचं धार्मिक संमेलन होत असतं. त्यामध्ये अनेक विधी होतात. त्यातला एक विधी म्हणजे परस्परांचे पाय धुणं!

१६४४मध्ये जन्मलेल्या जेकब अम्मन याने उपासनेच्या सेवेमध्ये अशी पाय धुण्याची पद्धत सुरू केली. प्राचीन भारतात ज्येष्ठ जन आणि ऋषिमुनी यांची पाद्यपूजा करण्याचा प्रघात प्रचलित होता याची इथे प्रकर्षाने आठवण होते. याशिवाय, पुरुषांनी दाढी राखली पाहिजे, यांसारख्या रीतिभातीही जेकबने प्रस्थापित केल्या. प्राचीन ऋषिमुनींही बहुधा दाढी राखत, हेही साधर्म्य इथे आढळलं.

'अमिश समुदाय' हा अत्यंत प्रेमळ समुदाय आहे. एखादा प्रवासी त्यांच्या घरी आला तर तो देवाने हेतुपुरस्सर पाठवला आहे, अशी त्यांची श्रद्धा असते. म्हणून ते त्याचं यथोचित स्वागत करतात. निरपेक्ष भावाने त्याला जेऊ-खाऊ घालतात. इथे भारतीय संस्कृतीतील 'अतिथि देवो भव'ची आठवण होते. कपड्यांपासून ते जेवणा-खाण्यापर्यंत अमिश लोक हे स्वावलंबी असतात.

ते वीज (इलेक्ट्रिसिटी) किंवा मोटारीसारखं कोणतंही वाहन वापरत नाहीत. मग टीव्ही, सेल-फोनचा तर विचारच नको! त्यांचा कुठे लांबवर प्रवासही होत नाही. जवळपास प्रवास करायचा झाल्यास ते केवळ घोडागाडीचा वापर करतात. नव्या विचारांच्या अमिश समुदायाने मात्र काही आधुनिक गोष्टींचा स्वीकार केलेला आहे.

अशा अमिश समुदायाचा उदय स्वित्झर्लंड, अल्सास, जर्मनी, रशिया आणि मग हॉलंडमध्ये झाला. १९व्या आणि २०व्या शतकात त्यांनी उत्तर अमेरिकेत स्थलांतर केलं. तसं पाहिलं तर १८व्या शतकाच्या सुरुवातीलाच अमिश समुदायाने उत्तर अमेरिकेत स्थलांतर करण्यास सुरुवात केली होती. तेव्हा ते प्रथम पूर्व पेन्सिल्व्हेनियामध्ये स्थायिक झाले. आजही त्यांची तिथे मोठी वस्ती आहे.

२१व्या शतकाच्या सुरुवातीला अमेरिका आणि कॅनडामधील दोनशेहून अधिक वसाहतींमध्ये सुमारे अडीच लाख अमिश लोक राहात होते! १८५०नंतर मात्र त्यांचे आपापसांत तात्त्विक मतभेद होऊ लागले. कारण नवीन विचारांच्या अमिश समुदायाने सामाजिक बदल आणि नव्या तंत्रज्ञानाचा स्वीकार केला; पण पारंपरिक समुदायाने त्या गोष्टींचा स्वीकार केला नाही. मात्र दोन्ही विचारांच्या 'अमिश' लोकांमध्ये एक गोष्ट आजही समान आहे. ती म्हणजे साधी राहणी आणि उच्च विचारसरणी!

अमिश लोक त्यांच्या साध्या कपड्यांसाठीही प्रसिद्ध आहेत. त्यांचा पोशाख १७व्या शतकातील युरोपीयन शेतकऱ्यांसारखा असतो. कपडेही स्वत: शिवलेले असतात. अमिश सदस्यांनी एकसारखाच पोषाख केला पाहिजे, असा जेकब अम्मनचा आग्रह होता.

'अमिश' स्वतः शेती करतात आणि पिकवलेलं खातात. तथापि, ठरावीक दिवशी त्यांना अन्नधान्यांसह इतर आवश्यक सेवा त्यांच्याच व्यवस्थेकडून पुरवल्या जातात. अमिश पुरुष लग्नानंतर दाढी वाढवतात पण मिशा ठेवत नाहीत. अमिश स्त्रिया त्यांचे केस कधीही कापत नाहीत. डोक्यावर त्या पांढऱ्या रंगाच्या ठरावीक आकाराच्या टोप्या घालतात. त्यांचा केशसंभार टोप्यांआड झाकलेला राहातो. त्यांचं संपूर्ण शरीरही पायघोळ कपड्यांनी झाकलेलं असतं. अंगावर त्या कोणत्याही प्रकारचे दागिने घालत नाहीत. तसंच त्यांचे लग्नविधीही अतिशय साधे-सरळ असतात.

थोडक्यात, भौतिकतेमध्ये आणि अपरिमित वासनांमध्ये न अडकता अमिश लोक आजही निसर्गाशी नातं ठेवून अमेरिकेसारख्या भोगवादी राष्ट्रात साधंसुधं जीवन जगतात हे विशेष! कदाचित त्यांच्या विचारसरणीवर १८१७मध्ये जन्मलेल्या हेन्री थोरो या अमेरिकन निसर्गप्रेमी तत्त्वज्ञ कवींच्या विचारांचा प्रभाव असावा.

थोरो स्वतः शहरापासून दूर वॉल्डन सरोवराकाठी दोन वर्षं जाऊन राहिला होता. त्याने स्वतःचं झोपडीवजा घर उपलब्ध साहित्यातून स्वतःच बांधलं होतं. तो तिथे थोडी शेती करायचा आणि त्यावर गुजराण करायचा. अनेक पक्षी, जनावरं त्याच्या खोपट्यात हजेरी लावून जायचे. सरोवराचा आणि आवतीभोवतीच्या निसर्गाचा थोरो मनसोक्त आनंद घेत असे. तो बाहेर गेला की एखादा वाटसरू बिनदिक्कत त्याच्या त्या झोपडीवजा घरातला पाहुणचार आपणहून घेऊन जायचा. मनुष्याला उत्तम जगण्यासाठी खरंतर फार काही लागत नसतं, अशाप्रकारचे थोरोचे विचार होते. अमिश लोक आजही तसेच राहातात.

ऋषी-कृषी संस्कृतीचा संगम

शहरातल्या भोगवादाला आणि त्याच्या अपरिमित दुष्परिणामांना कंटाळून आज अनेक अमेरिकन तरुण-तरुणी निसर्गात जाऊन राहात असल्याचं वाचायला-बघायला मिळतं. निसर्गाच्या स्वाभाविक ओढीतून कित्येकांनी त्यांचं घर एका ट्रकवर स्थलांतरित (Home on wheels) केलं आहे. एखाद्या आडरानात ते आपला राहता ट्रक नेऊन उभा करतात आणि तिथेच वास्तव्य करतात. कामही तिथूनच करतात. मोकळ्या वेळेत ते निसर्गाचा आनंद घेतात. अनेक निसर्गप्रेमी

पाश्चात्त्य लोक एखाद्या अरण्यातही कायमस्वरूपी वास्तव्यासाठी जातात.

रॉबर्ट हॅन्सन हे अमेरिकेतले एक उत्तम बॅले नर्तक. त्यांचा जन्म १९२७मध्ये झाला. वयाच्या विसाव्या वर्षी ते भारतात आले आणि भारताचेच होऊन गेले. स्वामी विवेकानदांच्या विचारांनी प्रभावित होऊन त्यांनी संन्यास घेतला. ते 'शिवाय सुब्रह्मण्यम् स्वामी' झाले. सुमारे सत्तर वर्षं त्यांनी ऋषीपरंपरा/आश्रम संस्कृती प्रस्थापनेचं कार्य केलं. २००१मध्ये त्यांनी जगाचा निरोप घेतला. भोगवादी दुनियेपासून दूर जात त्यांनी हवाई बेटांमधल्या निसर्गरम्य वातावरणात चारशे एकरांमध्ये आपला आश्रम प्रस्थापित केला. आज जगभर त्यांचे जवळपास पंचवीस-तीस लाख शिष्य आहेत. मोठ्या शहरांपासून दूर हवाई बेटांवर आजही त्यांची आश्रम संस्कृती जपली जाते.

आबालवृद्ध आश्रमजन निसर्गाशी असलेलं नातं अबाधित राखूनच एकत्रित वास्तव्य करत. त्यामुळे आश्रम परिसरातील हवा-पाणी शुद्ध तसंच आरोग्यदायी असे. निसर्गाशी अनुसंधान ठेवून जीवन जगत असल्यामुळे त्यांच्या जीवनात प्रचंड सकारात्मकता असायची. त्या सात्त्विक जीवनपद्धतीत फारसं कुणाला आजारपण येत नसे; आणि आलंच तर आश्रमातलेच आयुर्वेदाचार्य योग्य उपचार करत.

आश्रमातील जन निःसंग असले तरी निराश नसत. त्यामुळे त्यांच्या जीवनात भावसौंदर्य आणि विचारसौंदर्य ओतप्रोत भरलेलं असे. आश्रमातल्या शेतीतूनच स्वावलंबनाने अन्न मिळवलं जाई. तिथेच बनणारी वस्त्रं ही भारतातल्या हवामानासाठी योग्य अशी सुती वस्त्रं असत. आचार्य वा गुरू विद्यार्थ्यांना योग्य ते ज्ञान देत.

ब्राह्ममुहूर्तावर आश्रमाला जाग येई. स्नानविधी होऊन होमहवनासह मंत्रघोष होत असे. मंत्रांच्या लहरी (व्हायब्रेशन्स) अतिशय सकारात्मक ऊर्जा प्रस्तारित करत. गार्‍यांसह इतर प्राणी आणि पक्षिगण यांच्याशीसुद्धा आश्रमातील जनांचं साहचर्य असे. मन निष्पाप झालं की, सर्व जीवांमधला अंतस्थ बंध एकरूप होऊन जात असतो. मग मागे उरतं फक्त प्रेम! आश्रमवासीयांना त्याची अनुभूती नित्य मिळत असे. मनुष्य-प्राणी-पक्षी यांच्या साहचर्याविषयीचं वर्णन 'बृहत्कथा'कार गुणाढ्याच्या संदर्भात वाचायला मिळतं. वासना आणि अपेक्षा फार नसल्यामुळे आश्रमवासीयांना निसर्गाकडून भरभरून असा आनंददायी प्रतिसादही मिळत असे.

आज गजबजलेल्या शहरांमधून तसा प्रतिसाद निसर्गाकडून खरोखरच मिळतो का...?

खरंतर आश्रम संस्कृतीची गंगोत्री या भारत देशाची. पण आज ती इथूनच हरवून गेलेली आहे की काय असं वाटतं. निसर्गात जाऊन शांतपणे काळ व्यतीत करणं इच्छा असूनही अनेकांना शक्य होत नाही. भोगवादी जीवनशैलीची ही वास्तविकता आहे. त्यासाठी ज्यांना खरोखर शांत-सुंदर-निरोगी आणि उत्साहवर्धक असं सात्त्विक जीवन जगायचं आहे अशा समविचारी लोकांनी समूहाने निसर्गरम्य वातावरणात जाऊन आश्रमातील जीवनशैलीची प्रस्थापना केली तर? अमिश करू शकतात, रॉबर्ट हॅन्सन करू शकतात; मग आपण का नाही?

१९व्या शतकात जन्मलेल्या ज्यूल्स व्हर्न या लेखकाने अवकाशयात्रेचं वर्णन त्याच्या कादंबरीमधून रंगवलं. ते पुढे शंभर वर्षांनी प्रत्यक्षात आलं. मग आपण अशा सत्य वा त्रेतायुगीन आश्रमातील जीवनशैलीची पुन्हा कल्पना का करू नये?

निसर्ग, वनराई, प्राणी-पक्षी, आकाश, ग्रह-तारे यांविषयी जाणिवा समृद्ध असलेल्या मनुष्याला अशा जीवनाची स्वाभाविक ओढ असते. प्राचीन भारतातील आश्रमव्यवस्था अशीच आदर्शवत व्यवस्था होती. ऋषी-कृषी संस्कृतीचा तो सुरेख संगम होता. गवत-मातीच्या कुट्यांमधून आश्रमवासीयांचं वास्तव्य असे.

१५

काळावर स्वार होणारे निष्ठावान!

एक ओळखीतले बँक मॅनेजर निवृत्त झाले. निवृत्तीनंतर काय करावं हा प्रश्न त्यांना भेडसावू लागला. वेळ घालवण्यासाठी मग ते रोज पुन्हा बँकेत जाऊन बसायला लागले. पण बँकेची वेळ संपल्यानंतरचा रिकामा वेळ जाता जाईना झाला. त्यातच त्यांना नैराश्याने ग्रासलं आणि अखेर त्यांनी काही दिवसांतच या जगाचा निरोप घेतला. निवृत्तीनंतर खूप वेळ मिळेल आणि त्यामुळे खूप 'एन्जॉय' करता येईल असं अनेकांना वाटत असतं. पण अनेकांना ते विविध कारणांमुळे शक्य होत नाही. पुष्कळ लोकांनी जीवनाला आखीव-रेखीव केलेलं असतं; तर निवृत्तीनंतर अनेक जण आवडीच्या कलांमध्ये, विविध सेवाकार्यांत किंवा सांस्कृतिक कार्यक्रमांमध्ये सहभागी होत असतात अथवा देशाटनाचाही आनंद घेतात. काही निवृत्त लोक अधिक जोमाने काम करतानाही दिसतात. कारण त्यांचं मन खंबीर असतं. याउलट निवृत्ती ही अनेकांचं मन उदास बनवत असते.

मी स्वतः कर्ममार्गी आणि कर्मयोगी अशा अनेक महनीय व्यक्ती जवळून पाहिल्यामुळे निवृत्ती वगैरेचा विचार माझ्या मनाला कधी शिवला नाही. सिद्धार्थ काकसमवेत किर्लोस्करांवरील फिल्म करताना सुप्रसिद्ध उद्योगपती शंतनुराव किर्लोस्कर यांना जवळून अनुभवण्याचं भाग्य मला लाभलं. अखेरपर्यंत शंतनुरावांनी त्यांचं नियत कर्म कधी सोडलं नव्हतं. प्रतिदिनी सकाळी ते योगाभ्यास करत. त्यांची राहणीमान अखेरपर्यंत 'अप-टू-डेट' असे. कोट-पॅन्ट आणि 'बो'मध्ये

त्यांचं व्यक्तिमत्त्व खुलून उठायचं. समाजात तीच त्यांची बाह्य 'ओळख' होती. परंतु; घरी मात्र त्यांचं राहणीमान तितकंच साधं असे. जेवताना शुभ्र बंडी आणि तसाच शुभ्र पायजमा! शुटिंगच्या दरम्यान मला त्यांच्याबरोबर 'लकाकि'मध्ये दोन वेळा जेवण्याचा योग आला होता. सकाळची आन्हिकं उरकल्यानंतर ते ऑफिसला जात- वयाच्या नव्वदीत! मनावर अनेक आघात होऊनही अखेरपर्यंत कर्म करत राहण्याची त्यांची स्थितप्रज्ञ वृत्ती खरोखर थक्क करणारी होती. वयोमयदिला झुगारून कार्यरत असणारे अनेक कर्ममार्गी लोक आजही आहेत. या जगाचा निरोप घेण्यापूर्वी व्हिलचेअरवर जखडलेला चार्ली चॅप्लिन अखेरच्या काळात नेपोलियनच्या चित्रपटावर काम करत होता!

असंच एक उदाहरण बाटांचं. ज्यांचं बुटांचं साम्राज्य जगभर पसरलं ते झेकोस्लोव्हाकियाचे उद्योगपती टॉमस बाटा यांच्या वडिलांचा बूट बनवण्याचा अगदी छोटा व्यवसाय होता. छोट्या टॉमसने काळाची गरज लक्षात घेऊन विशिष्टपद्धतीची पायताणं तयार करायला सुरुवात केली; आणि तीच त्याच्या भावी साम्राज्याची नांदी ठरली. पायताणाची किंमत कशी ठेवावी, यासंदर्भात मानसशास्त्राचा आधार घेऊन त्याने पायताणांच्या २९९, १४९ अशाप्रकारच्या किमती निश्चित केल्या.

त्याच्या यापद्धतीचं अनुकरण आज जगभरातले असंख्य व्यावसायिक करत असतात... म्हणता म्हणता बाटा कंपनीने संपूर्ण जग व्यापलं. टॉमस बाटा हे जगातले मोठे उद्योगपती झाले. अखेरपर्यंत टॉमस बाटा आपल्या कामात व्यग्र असत. वेळ वाया घालवणे त्यांच्या रक्तातच नसे. स्वतःच्या विमानातून प्रवास करतानाही ते कार्यमग्न असत.

एकदा विमानातून प्रवास करताना ते आपल्या स्टेनोला एक पत्र डिक्टेट करत होते. त्याच वेळी विमान अचानक गटांगळ्या खाऊ लागलं. विमानात मोठा बिघाड झाला असून आम्ही त्यावर काम करत आहोत, असं पायलटने जाहीर केलं. ते ऐकून स्टेनो घाबरली. मोठमोठ्यांदा किंचाळू लागली.

तेव्हा टॉमस शांतपणे म्हणाले, 'तू कशासाठी किंचाळतेस? ते त्यांचं काम करत आहेत; तू तुझं काम शांतपणे कर.'

विमान झपाट्याने जमिनीकडे वेडंवाकडं झेपावत होतं. परंतु; मृत्यूच्या दारातही टॉमस बाटांची शांती मुळीच ढळली नव्हती. ते स्टेनोला पत्र डिक्टेट करतच

राहिले. स्टेनो मात्र सैरभैर झाली होती. अखेर ते विमान कोसळलं; आणि त्यातच त्या कर्ममार्गीयाचा अंत झाला!

श्रेष्ठ गायक उस्ताद बडे गुलाम अली खाँ हे गाताना साथीसाठी नेहमी स्वरमंडल वापरत. ते स्वरमंडल म्हणजे त्यांचा जीव की प्राण होता. त्यांना जेव्हा अखेरच्या क्षणी हॉस्पिटलमध्ये नेण्यात आलं तेव्हाही त्यांचं स्वरमंडल त्यांच्या जवळच होतं. उस्ताद विलायत खाँ हे सुद्धा अनेकदा सतारीला जणू कुशीत घेऊनच झोपत असतं, असं मी ऐकलं आहे. केवढा हा लगाव! आपल्या कलेवर केवढी ही निष्ठा!! मग त्यापुढे वयाचा विचार क्षुल्लक होऊन जातो.

'कलानिष्ठा', 'रहस्यनिष्ठा' आणि 'ईशनिष्ठा'

'व्यवसायनिष्ठा', 'कलानिष्ठा', 'रहस्यनिष्ठा' आणि 'ईशनिष्ठा' (गुरुनिष्ठा) असे मनुष्यामध्ये निष्ठांचे अनेक प्रकार असतात. अखेरपर्यंत व्यवसायात कार्यरत असणारे लोक कर्मनिष्ठ असतात. जे कलानिष्ठ असतात ते प्रतिभेच्या प्रांतात रात्रं-दिवस वावरत असतात. कला ही त्यांची उपासना होऊन जाते. ज्यांना रहस्य उलगडण्यात रस असतो, ते विविध ग्रंथांच्या तौलनिक अभ्यासात किंवा वाचनात वेळ कारणी लावतात; तर अनेक जण लेखनाकडे वळतात.

काही जण कर्मयोगाचं आचरण करू लागतात आणि प्राणायाम, योग, ध्यानधारणा, उपासना, स्वाध्याय, सत्संग अशा स्व-विकासाच्या कार्यात ते रमून जातात. आत्मविकास ही त्यांची जीवननिष्ठा बनून जाते. आत्मज्ञानाची ओढही अनेकांना लागून राहाते.

अनेक महनीय व्यक्तींनी अखेरच्या क्षणापर्यंत सांभाळलेला असा सततोद्योग पाहिला की, त्यांच्यापुढे आपण सहज नतमस्तक होतो. अशीच मी प्रत्यक्ष अनुभवलेली कर्मनिष्ठा होती, माझ्या वडिलांची.

माझ्या वडिलांना वयाच्या पंचाहत्तरीनंतर अंधत्व येत गेलं. दोन डॉक्टरांनी डोळे तपासले होते आणि म्हणाले होते, 'रेटिनाच पूर्णपणे खराब झाला आहे, त्यामुळे दृष्टी येणं शक्य नाही. तेव्हा आता 'हरि हरि' करा!' वडिलांना वाईट वाटलं. पण पुन्हा उमेदीने त्यांनी लेखनकार्य सुरू केलं.

जवळपास अंधत्व आलेलं असताना त्यांनी वयाच्या एकोणनव्वदाव्या वर्षी 'संजीवन' ही ज्ञानेश्वर माउलींच्या जीवनावर कादंबरी लिहिली; आणि त्यानंतर

वयाच्या नव्वदाव्या वर्षी त्यांनी सुबोध भावेंच्या 'बालगंधर्व' चित्रपटासाठी कारण ठरलेली 'गंधर्वगाथा' ही कादंबरी लिहिली. त्यांची दृष्टी तेव्हा पुष्कळच अधू झाली होती. मग मी त्यांना एक काळं फोल्डर कागदाखाली धरायला दिलं. त्यावर ठेवलेल्या पांढऱ्या कागदाच्या सीमा त्यांना कशाबशा दिसायच्या. त्या कागदावर जवळपास डोकं टेकवून त्यांनी या दोन कादंबऱ्या लिहिल्या. लिहिताना ओळी कशाही वेड्यावाकड्या लिहिल्या जात. पण संपादन करताना मला त्यांच्या लेखनातलं एक अक्षरही दुरुस्त करावं लागलं नाही हे विशेष! इतकं ते लेखन सकस होतं.

असे आदर्श आपल्या आवतीभोवती असतील किंवा त्यांच्याविषयी वाचलं असेल तर जीवनात एकप्रकारची सकारात्मकता येते. अखेर मनच सर्वकाही ठरवत असतं. शरीर आता थकलं आहे, फार टेन्शन्स आहेत असेच विचार करत राहिलं तर ते लवकर थकत जातं किंवा रोगग्रस्त होतं. कारण मन आणि शरीर यांचा परस्पर संबंध असतो.

एका परदेशी बॉडी बिल्डरने म्हटलं आहे, 'कोणत्याही वयात व्यायाम सुरू केला तरी शरीर योग्य प्रतिसाद देतं. सूर्या जिमचे डॉ. अरुण दातार हे चालतं-बोलतं उदाहरण आहेच. तात्या दाबके यांना क्षयरोगाने पछाडलं होतं. पण त्याविरुद्ध मनाने उठाव करून त्यांनी जोर मारायला सुरुवात केली; आणि क्षयरोगाला हद्दपार केलं.

नव्वदीनंतरही ते व्यायाम करत असत. सतत कार्यमग्न असणाऱ्या ज्येष्ठ पत्रकार-लेखक रामभाऊ जोशी यांनी १०१ वर्षांत पदार्पण केलं आहे.

'सवाई गंधर्व महोत्सवा'चे ते एक ट्रस्टी आहेत. गोंदवलेकरमहाराज हे त्यांचं आराध्य दैवत आहे. आजही ते कार्यमग्न असतात.

मनाचं शरीरावर प्रभुत्व निर्माण करता आलं तर कोणतीही गोष्ट अशक्य नसते. स्वामी विवेकानंदांनी मनाचं हे सामर्थ्य त्यांच्या पुस्तकांत सांगून ठेवलं आहे. या संदर्भात माझ्या वडिलांनी एक विचार आयुष्यभर जोपासला होता. ते मला सांगत, 'माणसाने सतत मनोराज्यं करावीत, त्यातून महत्त्वाकांक्षा उराशी बाळगली जाते, आणि मग ती पूर्ण करण्याची जिद्द अंगी आपोआप येते!' निरोगी दीर्घायुष्याचं हेच रहस्य आहे!

शरीरातील 'रिकव्हरी' सिस्टिम!

आनंदमयी जीवनाचा वेध घेताना शरीर स्वस्थ असणे अतिशय महत्त्वाचं असतं. कारण शरीर हेच ज्ञानाचं माध्यम असतं. पण ताणतणाव किंवा इतर अनेक कारणांमुळे शरीर खंगलं असेल, रोगग्रस्त झालं असेल, तर पुढच्या प्रवासालाच खीळ बसते. त्याचा परिणाम मनावर होतो. शरीर आणि मनाची परस्परांमध्ये गुंफण आहे, हे आपण जाणतोच! पूर्वी एक बातमी वाचनात आली होती. एका अमेरिकन मुलीला ऐन तारुण्यातच कॅन्सरने गाठलं. डॉक्टरांनी तिला काही महिन्यांचंच आयुष्य उरलं असल्याचं सांगितलं. तेव्हा ती मुलगी बोटीने जगप्रवासाला निघाली. अथांग सागरासह अनेक सुंदर प्रदेश तिने त्या प्रवासात पाहिले. वैविध्याने नटलेला निसर्ग अनुभवला. त्यात ती इतकी रमून गेली की ती तिचा आजार पार विसरून गेली. सहा महिन्यांनी ती अमेरिकेत परतली आणि तिने पुन्हा साऱ्या तपासण्या केल्या. तेव्हा कॅन्सर नामशेष झाल्याचं डॉक्टरांना दिसून आलं!

कम्प्युटरमधील हार्ड-डिस्कमधून नष्ट झालेला डेटा पुन्हा मिळवणं पूर्वी शक्य होत नसे. पण तंत्रज्ञांनी त्यावर मात केली आणि नष्ट झालेला डेटा पुन्हा मिळवता येऊ लागला. जर माणूस कम्प्युटरमध्ये अशी 'रिकव्हरी सिस्टिम' तयार करू शकतो तर या चालत्या-बोलत्या मनुष्यदेहासाठी देहाच्या निर्मात्याने अशी 'रिकव्हरी सिस्टिम' तयार करून ठेवली नसेल कशावरून? याचं उत्तर मला तरी

होकारार्थी वाटतं. अत्यंत प्रगत असं ज्ञान प्राचीन लोकांकडे नक्कीच होतं, याविषयी माझ्या मनात तरी शंका नाही.

भारतातील प्राचीन देवळांचं अद्भुत बांधकामं, देवळांमधल्या सुबक दगडी मूर्तींमध्ये लपवलेलं सत्य, पेरू-बोलेव्हियामधील अजस्र बांधकामे, महाकाय पिरॅमिडस्, प्राचीन भारतातील खगोलशास्त्र, आयुर्वेद, पंचांगनिर्मिती या गोष्टी पाहिल्या किंवा त्यांविषयी वाचलं की त्यावेळची ही सारी शास्त्रं आणि तंत्रज्ञान निश्चितच प्रगत होतं असं म्हणावंच लागतं. त्यातलंच एक ज्ञान म्हणजे 'कायाकल्प.'

नाथ संप्रदायाचे अध्वर्यू गोरक्षनाथ आपल्या शिष्यांना हठयोगातील क्रिया सांगताना म्हणत, 'शरीरातली नवद्वारं प्राणायामाच्या विशिष्ट क्रियेने बंद करून तुम्ही कायाकल्प करून घ्या आणि आपलं शरीर पुन्हा तरुण बनवा.' भारतीय शास्त्रग्रंथांमध्ये माणसामध्ये दडलेल्या अशा अनेक अतर्क्य शक्तींविषयी भरपूर माहिती वाचायला मिळते. 'पातंजल योगदर्शन' हा तर अशा ज्ञानाचा खजिना आहे.

वरदायी रसतंत्र

पुराणात देव आणि असुर यांच्या युद्धांची वर्णनं आहेत. बृहस्पती हे देवांचे गुरू होते, तर शुक्राचार्य हे असुरांचे गुरू होते. अंगिरा ऋषींनी संजीवन मंत्राची गहन विद्या शुक्राचार्यांना देताना पुष्कळ चालढकल केली. तेव्हा शुक्राचार्यांनी अंगिरांचं शिष्यत्व सोडून देऊन थेट शिवाची आराधना सुरू केली. भगवान शिवांनी प्रसन्न होऊन त्यांना 'संजीवनी' विद्या दिली. या विद्येचा वापर करून ऐन युद्धप्रसंगी शुक्राचार्य जखमी सैनिकांना पुन्हा तंदुरुस्त करत; आणि मृत सैनिकांना जिवंत! या पुराणकथा कल्पित मानायच्या का त्यामध्ये सत्य दडलं होतं हा संशोधनाचा विषय आहे.

'कायाकल्पाने' वृद्ध शरीर पुन्हा तरुण बनवल्याचे अनेक उल्लेख प्राचीन भारतीय ग्रंथांमध्ये वाचायला मिळतात. अर्थात, अशा गोष्टी अशक्य नसल्या तरी त्यासाठी विशिष्ट जीवनपद्धतीचा, विचारपद्धतीचा आणि तंत्रांचा अवलंब करावा लागतो, हे उघड आहे. म्हणून 'रिकव्हरी सिस्टिम' कार्यरत करण्यासाठी सर्वप्रथम मानवी मेंदूचा आणि मनाच्या शक्तींचा विचार करावा लागेल. वैज्ञानिकांच्या मते

मानवी मेंदूत शंभर बिलियन न्यूरॉन्स आहेत. मेंदूतले हे न्यूरॉन्स आकाशगंगेशी जोडलेले असतात, असं ग्रेग ब्रॅडनसह काही वैज्ञानिकांचं म्हणणं आहे. भगवद्गीतेत पंधराव्या अध्यायाच्या प्रारंभीच भगवान सांगतात, 'संसारवृक्षाचं मूळ वर आहे. मागाहून खाली हा शाखाविस्तार झाला आहे!' याची या निमित्ताने आठवण होते.

थोडक्यात, मेंदूच्या अगम्य अशा शक्तींचा आपण विचार सुद्धा करू शकत नाही. मन आणि बुद्धीचा सुयोग्य मेळ घालून अशा विद्या अवगत होऊ शकतात असं म्हणायला हरकत नाही. आयुर्वेदाचं सर्वांत प्रभावी अंग म्हणजे रसतंत्र.

'सुश्रुत संहिते'त रसायनतंत्राची व्याख्या याप्रमाणे आहे —

'रसायनतंत्र हे (शंभर किंवा त्याहून अधिक वर्षं) आयुष्य देणारं, बुद्धीचं बळ वाढवणारं आणि रोगाची निवृत्ती करणारं आहे. अनेक ऋषी योगबल आणि रसायनबल यांच्या योगाने दीर्घायुषी बनले होते.'

महाभारतातील 'वनपर्वा'तल्या १२२व्या अध्यायात च्यवन ऋषींची कथा आली आहे. भृगुकुलोत्पन्न वृद्ध च्यवन ऋषींना अश्विनीकुमारांनी तरुण बनवलं होतं, असं त्यात वर्णन आहे. अश्विनीकुमार हे औषधांचे जाणकार होते. ऋग्वेदामध्ये अश्विनीकुमारांना उद्देशून अनेक सूक्तं ऋषींनी गायली आहेत.

ऋग्वेदातल्या प्रथम मंडलातील ११९व्या सुक्तात म्हटलं —

'हे पराक्रमी, अश्विनीकुमारांनो! जुना रथ दुरुस्त करणाऱ्या काष्ठकाराप्रमाणे तुम्ही जराजर्जर वंदनाला नवतारुण्य प्रदान केलंत...' शरीरविज्ञानसंदर्भात असे अनेक उल्लेख ऋग्वेदात वाचायला मिळतात.

अगस्त्यऋषींकडे एके दिवशी भगवान परशुराम आले. प्रचंड कार्य करून आणि युद्धं करून त्यांना अकाली वृद्धत्व आलं होतं. म्हणून कायाकल्प करून घेण्यासाठी ते अगस्त्य ऋषींकडे आले होते. अगस्त्य ऋषींनी परशुरामांवर विधीवत उपचार करून त्यांचा कायाकल्प घडवून आणला, असा प्राचीन भारतीय साहित्यात उल्लेख आहे. याच अगस्त्य ऋषींनी 'नाडीग्रंथ' सिद्ध केला होता. आपलं भविष्य त्यात नोंदवलेलं आजही अनेकांना बघायला मिळतं.

ऋग्वेद, नाथसंप्रदाय, पातंजल योगदर्शन, हठयोग यांबरोबरच 'अथर्ववेदा'तही दीर्घजीवी होण्यासाठी मंत्र दिले आहेत. एखादी व्यक्ती मरणासन्न झाली असेल आणि तिला घरघर लागली असेल तर त्या व्यक्तीला मृत्यूच्या दाढेतून बाहेर काढण्यासाठी —

'यदि क्षितायुर्यदि वा परेतो यदि मृत्योरन्तिकं नीत एव ।
तमा हरामि निर्ऋतेरुपस्थादस्पार्षमेनं शतशारदाय ॥ (अथर्व, ३/११/२)

हा मंत्र अथर्ववेदात सांगितला आहे. अर्थात, नुसता मंत्र म्हणून उपयोग होतोच असं नाही. तो सिद्ध करावा लागतो, असं जाणकार सांगतात आणि त्यासाठी योग्य गुरूची आवश्यकता असते.

अंगभूतशक्ती महत्त्वाची

या प्राचीन ज्ञानाचं स्वरूप आज आपल्यासाठी दुर्बोध झालं आहे. पण म्हणून ही विद्या नव्हतीच असं आपण म्हणू शकत नाही. एखादी गोष्ट आपल्याला माहीत नाही म्हणून ती नव्हतीच असं नसतं. आज शोध लागलेल्या कित्येक गोष्टी आपल्याला पूर्वी माहीत होत्या का? हवेत उडण्याची कल्पना दीड-दोनशे वर्षांपूर्वी हास्यास्पदच ठरली होती. त्यामुळे केवळ अविश्वास दाखवून आपण वेदवाङ्मयातील उल्लेखांकडे दुर्लक्ष करू शकत नाही.

अलीकडच्या काळातही अनेक संत-महात्म्यांनी मृत व्यक्तींना जिवंत केल्याची उदाहरणं वाचायला मिळतात.

रॉबिन शर्मा यांनीही त्यांच्या 'द मॉन्क हू सोल्ड हिज फेरारी' या पुस्तकात अशा विद्या असलेल्याला दुजोरा दिलेला दिसतो.

कायाकल्प करून शरीर पूर्णपणे शुद्ध, तंदुरुस्त, तरुण आणि दीर्घजीवी होण्यासह अनेक शक्ती माणसामध्ये अंगभूत (built in) दिलेल्याच आहेत, असं म्हटलं तर वावगं ठरू नये. पण कालापरत्वे मनुष्य आपल्या अंगभूत शक्ती विसरून गेला. या शक्तींविषयी साशंक बनला. एवढंच नव्हे; तर 'अतिंद्रिय शक्ती' त्याला भ्रामक वाटू लागल्या. प्रत्येक गोष्टीला तो भौतिक विज्ञानाचा आधार शोधू लागला.

रॉबर्ट जेस्ट्रॉन God and Astronomers या ग्रंथात म्हणतात —

At this seems as though science will never be able to raise the curtain on the mystrery of Creation....

डॉ. वि. म. भट यांनी त्यांच्या 'योगसिद्धी आणि ईश्वरसाक्षात्कार' या ग्रंथात या विषयावर पुष्कळ विवेचन केलं आहे. भौतिकतेला जितकं प्राधान्य मिळत गेलं तितका मनुष्य या शक्तींपासून दूर जात राहिला.

योगी अरविंदांनी म्हटलं आहे, 'जडापासून वनस्पती, वनस्पतीपासून प्राणी, प्राण्यातून मानव अशा उत्क्रांतीक्रमाने मानवातून अतिमानव निर्माण करणं हेच नियतीचं आणि निसर्गाचं उद्दिष्ट आहे. सृष्टीच्या स्वतःच्या गतीनुसार उत्क्रांतीस्वरूपात जडातून मानवाची निर्मिती होण्यासाठी अक्षरशः लक्षावधी वर्षांचा काळ लोटला असेल. पण आता मानवापासून अतिमानवाच्या उदयासाठी इतका विलंब लागण्याची आवश्यकता नाही.' त्यासाठी आपल्यामध्ये अंगभूत (built in) असलेल्या शक्तींवर श्रद्धा ठेवावी लागेल.

थोडक्यात, 'रिकव्हरी सिस्टिम' मनुष्याच्या अंतरंगातच देऊन ठेवली आहे, असा निर्णय करता येऊ शकतो. त्याचा वापर करणं - न करणं अथवा त्यावर विश्वास ठेवणं - न ठेवणं हा ज्याचा त्याचा प्रश्न! परंतु; ज्यांना आपलं शरीर पुन्हा सुदृढ, निरोगी आणि दीर्घजीवी करायचं असेल त्यांनी या प्राचीन ज्ञानावर विश्वास ठेवून योग्य जीवनपद्धतीचा अवलंब केला तर काय हरकत आहे?

१७

कर्माची व्हेलॉसिटी!

प्रा. धारणेसरांबरोबरच्या माझ्या गप्पा अतिशय तात्त्विक आणि विधायक असत. असंच एकदा धारणेसरांशी गप्पा मारताना मी सरांना म्हटलं, 'आपण कर्माचा सिद्धान्त पुरता मानतो. हा सिद्धान्तच प्रपंचातील सर्व प्रश्नांचं उत्तर आहे. केलेल्या चांगल्या कर्मांची चांगली फळं याच जीवनात चाखायला मिळतात. पण हातून वाईट कर्म घडली असतील, तर त्याचे तसेच वाईट परिणामही याच जन्मात भोगावे लागतात. केलेल्या चांगल्या-वाईट कर्मांची फळं भोगण्याआधीच मनुष्याला मृत्यू आला तर उर्वरित कर्मांचा ताळा जीवाबरोबर पुनर्स्थापित (carry forword) होतो, यावरही आपला विश्वास आहे. उपनिषदं आणि भगवद्गीता हजारो वर्षांपासून हेच ज्ञान देत आलेली आहे... पाश्चात्त्य जगातातील अनेक शास्त्रज्ञ, डॉक्टर्स, न्यूरो सर्जन्स, विचारवंत यांनाही तशी अनुभूती मिळाली आहे...'

प्रा. धारणेसर मध्येच म्हणाले होते, 'पण हे भान व्यवहारात राहात नाही आणि म्हणूनच कर्म करताना परिणामांचं भान सुटतं! हातून अजाणता बरी-वाईट कृत्यं होत राहातात. मग मृत्युपश्चातही त्यांचे भोग भोगावे लागतात...'

मी सरांना म्हटलं, 'या तत्त्वज्ञानावर आपला बुद्धिनिष्ठ विश्वास आहे... पण आजकाल प्रत्येक विचार हा भौतिक विज्ञानाच्या तराजूत तोलून बघण्याची मानसिकता रुजली आहे...! मग या कर्माच्या सिद्धान्ताला विज्ञानाच्या मापदंडात कसं काय बसवणार...?'

पुढील काळात 'मृत्यू' या विषयावर जेव्हा माझा बराच अभ्यास झाला तेव्हा मला काही गोष्टींचा उलगडा झाला. जीवात्मा देह सोडतो तेव्हा त्याचा ताबा 'अतिवाहिक' देवता (Demi Gods who have extreme velocity) घेतात. पुढचा परलोक-प्रवास जीवात्म्याच्या कर्मबंधानुसार दोन विभिन्न मार्गांनी होतो. अंतरिक्षातली ही एक अतिविशाल आणि मानवी बुद्धीसाठी सर्वस्वी अनाकलनीय अशी यंत्रणा (system) आहे.

लाखो इ-मेल्स एकाच वेळी एका विशिष्ट यंत्रणेतून जगभर जात-येत असतात तशीच ही अजब दैवी यंत्रणा आहे. पृथ्वीवर लाखो लोक एका दिवसात मरत असतात- फिरून जन्म घेत असतात. प्रत्येकाचं रेकॉर्ड तपासून त्यांची योग्य ठिकाणी रवानगी या वेगवान आणि अद्भुत यंत्रणेच्या माध्यमातून केली जाते.

याशिवाय, देह सोडण्याच्या संदर्भात दिवस, उत्तरायण आणि शुद्धपक्ष यांना विशेष महत्त्व आहे. भीष्माचार्यांसारखे ज्ञानी उगाच उत्तरायणाची वाट बघत बसले नव्हते! केवळ अन्नमय कोष पृथ्वीवर सोडल्यानंतर उर्वरित कोषांसह जीवात्मा दुसऱ्या देहात प्रवेश करतो.

थोडक्यात, कर्मानुसार जीव पुन्हा पुन्हा पृथ्वीवरच जन्म घेत राहातो. पृथ्वीवर पराकोटीच्या वासना जोपासलेल्या जीवाला पृथ्वीवर लगेच जन्म मिळतो तर काही सात्त्विक लोकांना पुष्कळ काळ योग्य कूस मिळण्यासाठी थांबावं लागतं.

अर्थात हा काळ पृथ्वीवरच्या काळ व अवकाश पोकळी (time & space) प्रत्येक वेळी मिळता-जुळता होत नाही. पण एक अशी वेळ असते की, ज्यावेळी Star-gates open होत असतात. ती वेळ म्हणजेच शुक्लपक्ष, दिवस आणि उत्तरायणकाल. ती वेळ साधली गेली तर तो जीव पृथ्वीच्या कक्षेबाहेर खूप वरच्या स्तरावर जात असतो- इथून मुक्त होत असतो.

या संदर्भात मी धारणेसरांना पुढे म्हटलं, 'सर, कर्मानुसार जीवाला नवीन जन्म मिळतो, यावर आपला विश्वास आहे. तुम्ही फिजिक्सचे प्राध्यापक आहात. केवळ जडवादावरच विश्वास ठेवणारे लोक प्रयोग, दर्शन आणि अनुमान यांवरूनच एखाद्या विचाराची सत्यता पडताळून पाहात असतात; आणि त्यावर विश्वास ठेवत असतात - किंवा नसतात. 'माझ्या डोळ्यांना दिसलं तरच मी विश्वास ठेवीन,' हा भाव असतोच.

बुद्धिनिष्ठ विश्वास असणे केव्हाही चांगलंच असतं. क्वांटम-झिरो ऊर्जा

सर्वव्यापी आहे. ती पूर्णपणे ज्ञानगर्भ आहे. परंतु; ती ऊर्जा दिसत नाही म्हणून आपण ती नाही असं म्हणू शकत नाही. मग आपल्या डोळ्यांना जे दिसत नाही आणि कानांना ऐकू येत नाही अशा अनेक गोष्टी प्रयोग-अनुमानातून सिद्ध कशा करायच्या?'

प्रा. धारणेसर म्हणाले, 'अपरा-प्रकृती परा-प्रकृतीला कोणत्याही माध्यमातून प्रकाशित करूच शकत नाही हे वास्तव आहे. 'प्रकृती'त (matter) राहून 'पुरुषा'ची (आत्मा Spirit = पण भूत नव्हे!) केवळ अनुभूती मिळू शकते; दर्शन नाही! परमात्मा ही दाखवण्याची गोष्ट नाही; त्याची आपण केवळ अनुभूती घेऊ शकतो! तसंच ह्या कर्माच्या परिणामांचं आहे. प्रत्येकाला त्याचे अनुभव येत असतात. दोन जुळ्या मुलांचं भविष्य एकसारखं नसतं, यातून केवळ कर्माच्या सिद्धान्तालाच बळकटी मिळते.'

मी म्हटलं, 'म्हणजे कर्माचा सिद्धान्त कोणत्याही भौतिक प्रयोगांनी सिद्ध होऊच शकत नाही हे खरं! त्याचा केवळ अनुभव चिंतनशील मनुष्याला मिळत राहातो. तरीपण कर्माचा सिद्धान्त भौतिक विज्ञानाच्या परिभाषेत एखाद्या तार्किकाला समजवायचा झाल्यास कसं समजावणार?'

त्यावर प्रा. धारणेसर म्हणाले, 'मला सांग, एखाद्या मनुष्याला होणाऱ्या आंतरिक आनंदाचं मापन आपण कोणत्या परिमाणात करणार? आईला मूल भेटल्यावर होणारा आनंद कोणत्या भौतिक साधनांनी सिद्ध करणार? फार तर मेंदूत होणाऱ्या बदलांचं भौतिक मापन केलं जाऊ शकतं एवढंच; पण आनंदाची अनुभूती ही ज्याची त्यालाच मिळत असते. ती शेअर करता येत नाही. असंच कर्माच्या बाबतीत आहे.

तथापि, कर्मप्रभावाच्या संदर्भात मी खगोल शास्त्रातली वेग सादृश्यता (velocity analogy) माझ्यापुरती मानली आहे. ही 'ॲनॉलॉजी' म्हणजे कर्मसिद्धान्ताला पुरावा नाही; पण मला त्यात कर्मसिद्धान्तासाठी वैज्ञानिक साधर्म्य मात्र आढळतं!'

मग त्यांनी मला ते साधर्म्य समजावलं —

एखादं अवकाश यान अंतराळात सोडलं जात तेव्हा त्यात 'व्हेलॉसिटी'चा विचार असतो. अँगल चुकला आणि अवकाशयानाला कमी फोर्स दिला गेला तर ते अवकाश यान पृथ्वीच्या कक्षेत फिरत राहण्याऐवजी पुन्हा जमिनीवर येऊन

कोसळतं. याला 'ऑर्बिटल व्हेलॉसिटी' (orbital velocity) म्हणतात. योग्य वेग आणि दिशा मिळून अवकाश यानाबरोबरचा सॅटेलाइट पृथ्वीच्या कक्षेत अडकून फिरत राहू लागला की, त्याला 'क्रिटिकल व्हेलॉसिटी' (critical velocity) म्हणतात; आणि आवश्यकतेपेक्षा अधिक गती दिल्यामुळे जेव्हा ते अवकाश यान पृथ्वीची कक्षा भेदून अंतराळात मुक्त होतं तेव्हा त्याला 'एस्केप व्हेलॉसिटी' (Escape Velocity) म्हणतात!

हे सांगून प्रा. धारणेसर म्हणाले, 'हाच नियम कर्माला लावून बघ! कर्मानुसार मनुष्ययोनीतच पुनर्जन्म घेत फिरत राहणं म्हणजे 'क्रिटिकल व्हेलॉसिटी', अत्यंत वाईट कर्म करून निम्न योनीत जन्म घेणं म्हणजे 'ऑर्बिटल व्हेलॉसिटी', आणि निष्काम कर्मयोग साधून आणि कर्मबंधातूनच मुक्त होऊन मोक्षाला जाणं यासाठी 'एस्केप व्हेलॉसिटी' ही व्हेलॉसिटीची ॲनॉलॉजी कर्मसिद्धान्तासाठी समर्पक वाटते का बघ!'

रिचर्ड बाख हे अमेरिकन लेखक म्हणतात —

Don't believe what your eyes are telling you. All they show is limitation. Look with your understanding, find out what you already know, and you will see the way to fly.

थोडक्यात, परमात्मज्ञानासाठी आपली समज महत्त्वाची असते. अनुभव, अनुभूती, आत्मज्ञान आणि परमात्मज्ञान या प्रवासात भौतिकशास्त्रातले अभ्यासात्मक मापदंड उपयोगी पडू शकत नाहीत, हे निदान मला तरी पटलं! सुखाची लालसा थांबल्यानंतरच आनंदमार्ग प्रकाशित होत असतो. तोपर्यंत विकासार्थ कर्म करत राहणं तेवढं विवेकी मनुष्याच्या हाती असतं.

१८

अवघे पाऊणशे वयमान!

'संगीत शारदा' या नाटकातलं 'म्हातारा इतुका न अवघे पाऊणशे वयमान' हे नाट्यगीत पूर्वी खूप गाजलं होतं. त्या गाण्यात वयस्कर मनुष्य लग्नाला उभा राहिल्याचा उपहास केलेला आहे. त्या वयात लग्नाचा विषय हा व्यक्तिगत असतो; पण इतर बाबतीत म्हातारपणाचे हे निकष कुणी ठरवले, असा विचार शंभरीत पोहोचलेले धडधाकट कर्मयोगी पाहिले की येतो.

मी जेव्हा पहिल्यांदा महाभारत वाचलं तेव्हा पितामह भीष्मांच्या व्यक्तिमत्त्वाने भारावून गेलो. महाभारतीय युद्धात वयाच्या दीडशेव्या वर्षी भीष्म समर्थपणे रणांगणावर उभे ठाकले होते; आणि रोज दहा हजार पांडव-सैनिकांचा संहार करत होते! त्यांचा प्रतिकार करणे पांडवसेनेला अशक्य होऊन गेलं होतं.

त्याच युद्धात अर्जुन पासष्ठ वर्षांचा होता. भीम अडुसष्ठ, युधिष्ठिर सत्तर तर कर्ण बहात्तर वर्षांचा होता! अर्जुनाचं सारथ्य करणारा श्रीकृष्ण तेव्हा पंच्याऐंशी वर्षांचा होता! महाभारत हा इतिहाच आहे, याची अभ्यासांती खात्री झाल्यामुळे तत्कालीन प्रासंगिक कालगणनेनुसार हा त्यांच्या वयाचा अंदाज योग्यच म्हटला पाहिजे. म्हणजे पाऊणशे वयच नव्हे; तर शंभरीतले किंवा शंभरी पार केलेले योद्धे युद्ध करण्यासाठी कुरुक्षेत्रावर सज्ज झाले होते!

मुळात मानवी शरीर हे दीर्घकाल टिकेल असंच बनवलं गेलं आहे. पण अलीकडच्या जीवनपद्धतीमुळे आपण शरीराला सत्तर ते नव्वद वर्षांपर्यंत मर्यादित

केलेलं आहे! पण आपण जेव्हा प्राचीन इतिहास वाचतो तेव्हा असे प्रेरणादायी संस्कार नकळत आपल्या मनावर होत जातात. माझ्या मनावर तसेच संस्कार झाले. त्यामुळे साठीत निवृत्त होणे वगैरे विचार माझ्या मनाला कधी शिवले सुद्धा नाहीत! दीर्घकाल उत्तम कर्म करण्यासाठी शरीर तंदुरुस्त ठेवलं पाहिजे, हा विचार मात्र माझ्या मनात दृढ झाला. त्याचबरोबर शरीर आणि मन स्वस्थ राहील अशीच जीवनपद्धती मी अंगिकारली.

श्री गजाजनन महाराजांच्या पोथीत दासगणू महाराज म्हणतात —
'पहिली संपत्ती शरीर, दुसरे ते घरदार ।
तिसरीचा तो प्रकार असे धन-मानाचा ॥'

जीवनात प्राधान्य (priority) कशाला द्यावी हे सांगणारी ही सरळसाधी ओवी! ही ओवी माझ्या मनात कायमची घर करून राहिली आहे. म्हणूनच मी स्वकर्म आणि शरीरस्वास्थ्याला प्राधान्य देत आलो आहे. शरीर हे मंदिर आहे; आणि त्याच्या गाभाऱ्यात म्हणजेच हृदयात देव राहात असतो, हा भावही माझ्या मनात कायमचा रुजला आहे; आणि तो तितकाच खराही आहे. परंतु; सध्याच्या काळात दासगणू महाराजांची ओवी उलट झाली आहे की काय अशी शंका मात्र येते!

म्हणजे, *'पहिली संपत्ती धनमान, दुसरे ते घरदार। तिसरीचा तो प्रकार असे शरीराचा॥'*

वास्तविक, आनंदमार्गाकिडे नेणारं माध्यम म्हणून सर्वप्रथम आपल्या शरीरावर प्रेम करता आलं पाहिजे; शरीराची योग्य निगा राखली पाहिजे. जीवनात मौजमजा हवी; पण ती आत्मघातकी नसावी, असं मला तरी वाटतं.

सामान्यतः मनुष्याला जीवनात काय हवं असतं? दीर्घायुष्य, निरोगी शरीर, उत्तम नातेसंबंध आणि मानसिक स्वास्थ्य! हे मिळवण्यासाठी अर्थातच त्याला मुबलक पैसा हवा असतो. पण वैज्ञानिकांनीच केलेल्या संशोधनानुसार हे सर्व मिळवण्यासाठी इतकी यातायात करण्याची आवश्यकताच नसते!

लाओ त्से म्हणतो, 'खरंतर निसर्गात सर्वकाही साधं, सरळ, सहज, आणि सोपं आहे. पण माणसालाच कृत्रिमतेचा आणि गुंतागुंतीचा हव्यास असतो!'

ऑस्ट्रेलियन फुटबॉलपटू मार्क बन याने त्याच्या Ancient Wisdom for Modern Health या अभ्यासपूर्ण पुस्तकात म्हटलं आहे, 'निरोगी आणि दीर्घायुषी लोकांपैकी बहुसंख्य लोक आरोग्याच्या संदर्भातल्या वैज्ञानिक संशोधनाविषयी

पूर्णपणे अनभिज्ञ असतात. त्यांनी 'गुड आणि बॅड फॅट्स' 'लो कार्बोहायड्रेट डाएट्स' अशी परिभाषा कधी ऐकलेली सुद्धा नसते! जर कुणी ओमेगा श्री, अन्टि-ऑक्सिडन्ट्स, फायटोकेमिकल्स, ग्लायसिमेक इंडेक्स, गुड बॅक्टेरिया, ऑप्टिमल हार्ट रेट्स असे शब्द त्यांच्यासमोर बोलू लागलं तर ते चेहरे वाकडे करतात! सध्या कॅन्सरचं आणि डायबेटिसचं प्रमाण जगात प्रचंड वाढलं आहे आणि त्याला कारण आहे आजची जीवनशैली आणि सभोवतालची नकारात्मक तणावजन्य परिस्थिती.'

साध्या जीवनशैलीचं आकर्षण

मार्क बन विभिन्न देशांच्या अंतर्भागात वसलेल्या खेड्याखेड्यांत गेला. अनेक शतकांपासून तिथे राहात असलेल्या लोकांच्या सरळसाध्या जीवनशैलीचं त्याला मोठं आकर्षण होतं. त्याविषयी त्याने लिहिलं आहे, 'खेड्यातल्या त्या जीवनशैलीने मला मोहून टाकलंच; पण मला सर्वात विशेष जाणवलं ते म्हणजे, डोक्यावर छप्पर नसताना किंवा अंगात पुरेसे कपडे नसतानाही त्यांच्या चेहऱ्यावर हसू होतं, डोळ्यांत समाधान होतं; तसंच ते अंतर्बाह्य सुखी होते. त्यांच्या आहारात पौष्टिकतेचा पूर्णपणे अभाव होता. स्वच्छतेची आबाळ होती. पण तरीही ते धडधाकट, बळकट आणि काटक दिसत होते. ते रूढार्थाने श्रीमंत किंवा संपन्न नव्हते. त्यांच्याजवळ स्थावर-जंगम अशी कसलीच मालमत्ता नव्हती. जगणं सोपंही नव्हतं. परिस्थिती आव्हानात्मकच होती आणि आधुनिक औषधोपचारांची उपलब्धता तर जवळपास नव्हतीच.

याउलट ऑस्ट्रेलियातले लोक तुलनेने फारच समृद्ध होते. जगातील उत्तम आरोग्यव्यवस्थेचा ते उपभोग घेऊ शकत होते. पण तरीही त्यांना नैराश्याने आणि चिंतेने ग्रासलेलं होतं. ते खूप मानसिक ताणतणाव सहन करत होते. मेदवृद्धीने आणि अनंत शरीर यातनांनी ते ग्रासलेले होते. म्हणजे, मी ज्या लोकांना भेटून आलो होतो त्या असंस्कृत आणि मागासलेल्या लोकांइतके आधुनिक तसंच प्रगत ऑस्ट्रेलियन्स निश्चितच सुखी, समाधानी दिसत नव्हते.

सीमी या ग्रीक बेटावर एसमेरेल्डा स्टावरा नावाची एक बाई राहात होती. ती मरण पावली तेव्हा १०७ वर्षांची होती. वयाच्या शंभराव्या वर्षापर्यंत ती स्वतः शेळीच्या दुधापासून बनवलेलं चीज आणि दही विकायला दिवसातून तीन-चार वेळा पायऱ्या चढून-उतरून जायची. पण ही बाई एवढ्या प्रदीर्घ आयुष्यात

एकदाही कुठली वैद्यकीय तपासणी करून घ्यायलासुद्धा दवाखान्याची पायरी चढली नव्हती!'

चीनच्या नैऋत्येला बामा नावाचा एक परगणा आहे. त्याला वर्ल्ड हेल्थ ऑर्गनायझेशनकडून 'होमटाउन ऑफ लॉन्जिव्हिटी - 'दीर्घायुष्यांचं माहेरघर' असं गौरवण्यात आलं. बामामधील शतायुषींची संख्या ओकिनावा बेटावरील शंभरी गाठलेल्यांइतकीच आहे.

या विक्रमी परगण्यातील लोकांच्या दिनक्रमाविषयी 'दीर्घायुष्याची पन्नास रहस्यं' सांगणारी इंग्लंडमधील प्रसिद्ध आहारतज्ज्ञ सॅली बिअर म्हणते, 'त्यांच्या दीर्घायुष्याचं एक रहस्य आहे. ते म्हणजे, तो परगणा चहूबाजूंनी पर्वतराजींनी वेढलेला आहे; आणि दुसरं म्हणजे तिथल्या लोकांकडे वाहनांचा अभाव आहे! त्यामुळे तिथले लोक सहजतेने भरपूर चालतात, पळतात, चढतात-उतरतात.

थोडक्यात, भरपूर शारीरिक हालचाली करतात. वाहने नसल्यामुळे प्रदूषणविरहित स्वच्छ, शुद्ध वातावरणात प्राणवायूचं प्रमाणही अधिक असतं. आपली शेतं सांभाळण्यासाठी लोकांना रोज डोंगर चढून वर जावं लागतं. ऐंशी वर्षांचे वृद्धसुद्धा शरीर दमवणारे छंद जोपासतात. शारीरिक कष्ट त्यांची हाडं कणखर बनवतात. हृदयांच्या स्नायूंसह सगळे स्नायू बळकट करतात. त्यांच्या उत्तम आरोग्याला आणि दीर्घायुष्याला त्यांचा नियमित दिनक्रमच कारणीभूत आहे.'

थोडक्यात, जीवन म्हणजे, केवळ नोकरी-धंदा-मौजमजा नव्हे; तर त्यापुढेही ज्ञानाचा खूप मोठा सागर आहे; आणि त्याची अनुभूती घेण्यासाठी शरीरमाध्यम उत्तम राखलं पाहिजे, हा संतकवी दासगणू महाराजांच्या ओवीचा मथितार्थ आहे. किती जगला त्यापेक्षा कसा जगला यालाही महत्त्व असतं. दोन्हींचा मेळ साधता आला पाहिजे.

साठीत मनुष्य केवळ उपजीविकेच्या कर्मातून निवृत्त होत असतो; जीवनापासून नाही! निवृत्तीनंतरही जर आयुष्यात काही मोठं ध्येय ठेवलं तर शरीरही सकारात्मक प्रतिसाद देऊ लागतं, असा अनेकांचा अनुभव आहे. त्यामुळे पंचहत्तरी हा वृद्धत्वाचा निकष होऊ शकत नाही, तर ते खरोखरच 'अवघे' पाऊणशे वयमान असतं!

११

'...पैसा झाला मोठा!'

लहानपणी पाऊस पडण्यासाठी आम्ही मुलं गाणी म्हणायचे, 'ये रे, ये रे पावसा, तुला देतो पैसा, पैसा झाला खोटा, पाऊस आला मोठा...' परंतु; आज पैसा मोठा झाला; आणि जीवनरूपी सुखद पाऊस...?

जीवनात पैशाला नक्कीच महत्त्व आहे. पैसा आला की जीवनात एक प्रकारची सकारात्मकता येते. मनात बाळगलेल्या इच्छा पूर्ण होऊ लागतात. राहत्या जागेची अडचण, भविष्याची चिंता, लग्नादी खर्चांचं ओझं किंवा औषधपाण्याचा खर्च अशाप्रकारच्या चिंता कमी होऊ लागतात. या दृष्टीने संसारात धन मिळणे खूप आवश्यक असतं. परंतु; केवळ धन मिळालं म्हणजे जीवनात सर्वकाही मिळालं असं होत नाही. पैशांचा विनियोग आपल्या गरजा भागवण्यासाठी आणि सुखोपभोगांसाठी करणे मुळीच गैर नाही. याशिवाय मिळालेल्या धनाचा विनियोग कमतरतेत जगणाऱ्या गरजू कुटुंबांसाठीही करता येतो. चांगल्या कार्याला देणगीसुद्धा देता येते.

आजच्या वेगवान काळातही अनेक श्रीमंत वा गर्भश्रीमंत लोक आदर्शवत असं जीवन जगत असतात. त्यांच्या जीवनात श्रीमंतीचा दिखावा नसतो. जीवनात त्यांनी संयम बाळगलेला अनुभवास येतो. सढळ हाताने ते मदत करतात. याउलट अनेक नवश्रीमंत लोक वासनांची पूर्ती करण्यातच धन्यता मानतात. परंतु; वासनांची कायमची तृप्ती सहसा होऊ शकत नाही. उलट जितकं अधिक मिळत जातं,

तितक्या वासनाही बळावत जातात. पेटलेल्या अग्नीत कितीही लाकडं टाकली तरी ती भस्मसात होऊन जातात- अग्नी कधीच तृप्त होत नाही!

हे विचार मांडण्याचं कारण म्हणजे, माझे वकील, डॉक्टर आणि प्राध्यापक असे तीन मित्र मला कुटुंबात आणि समाजात घडणारे अनेक विदारक अनुभव सांगत असतात. ते एकताना मनाला क्लेश होतात. कित्येक अनुभव मीसुद्धा घेत असतो. यावरून एक गोष्ट लक्षात येते. ती म्हणजे, सर्वकाही असूनही कित्येकांचं जीवन नैराश्याने ग्रासलं गेलेलं आहे.

विभक्त संसार, गुंतवणुकीचे प्रश्न, एकाकीपणाचे प्रश्न, अनेकप्रकारचे आजार, बिघडलेले नातेसंबंध, व्यसनांचा गळफास... एक की दोन; अशा अनेक प्रश्नांनी आज मोठा समुदाय ग्रस्त आहे, हे समजून येतं. एक सामाजिक बांधिलकी म्हणून या विषयावर चिंतन मांडलं पाहिजे, असा मित्रांचा आग्रह झाला म्हणून या लेखाचा प्रपंच! पण यातून कुणाला उपदेश करण्याचा मात्र मुळीच उद्देश नाही. केवळ मी माझे विचार मांडले आहेत. ते सर्वांना पटतीलच असंही नाही.

थोडक्यात, नुसता प्रचंड पैसा मिळवला म्हणजे जीवन सुखी झालं असं होत नाही. तर पैशांबरोबरच निरामयता, आरोग्य, सद्विचार, सुसंस्कार, कौटुंबिक प्रेमभाव, उत्तम नातेसंबंध, आत्मिक विकासाची दृष्टी यांचीही नितांत आवश्यकता असते. मग प्रचंड पैसा मिळवूनही मनुष्य सुख-शांती-समाधान आणि तृप्ती यांना पारखा होत नाही. एखादी कलोपासनाही जीवनाला 'प्लस व्हॅल्यू' देते.

Many Masters Many Lives या पुस्तकात डॉ. ब्रायन वाइस लिहितात, Realize that life is more than meets the eye. Life goes beyond our five senses... Our task is to become God-like through knowledge.

'आयुष्य हे आपल्या डोळ्यांना दिसतं त्यापलीकडे आहे, हे आपण समजून घेतलं पाहिजे. खरं जीवन पंचेंद्रियांपलीकडे आहे. ज्ञानाद्वारे आपल्याला भगवंतसमान बनायचं आहे.' याउलट केवळ उपभोग आणि वासनापूर्ती यांनाच प्राधान्य देत गेलं तर मात्र जीवन उद्ध्वस्त व्हायला वेळ लागत नाही. परिणामी 'हायपर टेन्शन'चा सामना करावा लागतो. जीवन असं गुंतागुंतीचं आणि दुःखमय का होतं? ते निसर्ग करतो, देव करतो; का आपण स्वतः करतो? त्या कारणांवर मित्रांशी झालेल्या चर्चेतून निघालेलं नवनीत असं -

अनेक प्रकारच्या ओझ्यांमुळे बाल्य हरवून जाणे. करियर घडवण्यासाठी

मनावर अभ्यासाचं दडपण देणं वा घेणं. पैसा आणि परदेश यातच सुखी जीवन दडलं आहे, अशी समजूत करून देणं वा घेणं. गुणवत्तेप्रमाणे नोकरी न मिळणं. मोठ्या संधी हुकल्यामुळे मनात नकारात्मक भाव तयार होणं. मोठ्या पॅकेजची नोकरी मिळाली तरी कामाचं सतत दडपण असणं. रोज कामाच्या ठिकाणी जाताना ट्रॅफिकशी युद्ध करत जाणं. भवितव्याच्या भीतीने आणि चिंतेने मन ग्रासणं. स्पर्धेत टिकून राहण्यासाठी जिवाचं रान करणं; पण अपेक्षाभंग होणं. सर्वकाही असूनही सांसारिक सुख न मिळणं. आपल्यापेक्षा दुसरा अधिक सुखात आहे असं समजून त्याच्यासारखं सुख(?) मिळवण्याचा प्रयत्न करणं. काम म्हणजे एक शुष्क रुटिन होऊन जाणं. ताणतणावांमुळे ऐन उमेदीत रोगग्रस्त होणं. मित्र किंवा मैत्रिणीने विश्वासघात करणं.

या कारणांविषयी एखाद्याचं वेगळं मतही असू शकतं. अनुचित आहार, पर्यावरणाचा ऱ्हास, शुद्ध हवेची वानवा, नातेसंबंधांमधले ताणतणाव, कर्जाचं दडपण अशा अनेक कारणांमुळे काम करणाऱ्या व्यक्तीच्या मनावर कमालीचा ताण येत असतो. परिणामी उच्च रक्तदाब (Hypertension), रक्तदाब (Blood pressure) मधुमेह (Diabetes) किंवा इतर रोग शरीरात शिरकाव करतात. ताणतणावाखालीच काम करत राहिल्यामुळे मनुष्याच्या 'अहंकारा'वरही दबाव येतो आणि रोज दबलेला अहंकार छोट्या छोट्या गोष्टींतून उफाळून बाहेर पडतो.

राग आल्यावर दहा आकडे मोजणे

अशी परिस्थिती निर्माण होण्याची कारणं अगदी साधी पण अतिशय महत्त्वाची असतात. त्या कारणांचा क्रम म्हणजे – अहंकाराचं पराकोटीचं पोषण, उपभोगांच्या वस्तू-विषयांप्रती प्रचंड वासना असणे, वासनापूर्ती करण्यासाठी सतत प्रयत्न करणे, वासनापूर्ती झाली नाही तर मनात क्रोध म्हणजे राग उत्पन्न होणे, वासनापूर्ती झाली तर 'संमोह' निर्माण होऊन अधिक वासनाग्रस्त होत जाणे, वासनांच्या मागे धावताना बुद्धीची विवेक करण्याची क्षमता हरवून बसणे; आणि स्वतःचा घात करणे.

ही 'सप्तपदी' सतत विचारात ठेवली तर मनुष्य स्वतःचा घात करणार नाही. अहंकार आणि वासना या कधी निवृत्त होत नाहीत. राग, लोभ, द्वेष, मोह, मद, मत्सर हे षड्रिपू निसर्गाची देण आहेत. त्याशिवाय जीवन संभवणार नाही.

फक्त या रिपूंचं सुनियोजन करता आलं पाहिजे. यामध्ये वासनाग्रस्त 'राग' फार धोकादायक असतो. रागाच्या भरात मनुष्य मागचा-पुढचा विचार न करता सांसारिक निर्णयांसह मोठमोठे निर्णयही अविचाराने तत्काळ घेतो.

शिवाय, मनाप्रमाणे काही घडलं नाही तर मनुष्याला राग येतो. ज्यावेळी मनुष्याच्या मनात राग उफाळून येतो तेव्हा त्याच्या मेंदूतला Reptilian Brain भाग कार्यरत झालेला असतो. मेंदूमधला हा भाग जेव्हा कार्यरत होतो, तेव्हा मनुष्याच्या हातून अनन्वित कृत्यं होऊ शकतात. रागामुळे बुद्धीची विवेक करण्याची शक्तीच कुंठित होते आणि त्यामुळे बुद्धीचं संतुलनही बिघडू शकतं.

थोडक्यात, उपभोगांचे विषय, आसक्ती, वासना, क्रोध, संमोह, बुद्धिनाश आणि सर्वनाश असा हा प्रवास आहे.

'क्रोधाद्भवति संमोहः संमोहात्स्मृविभ्रमः ।
स्मृतिभ्रंशाद्बुद्धिनाशो बुद्धिनाशात्प्रणश्यति॥'

रागामुळे अहंकार बळावून मनुष्याची विचारशक्ती कुंठित होते. त्यामुळे जीवन उद्ध्वस्तही होऊ शकतं. म्हणून आपल्या परंपरेत राग आल्यावर दहा आकडे मोजायला सांगितलं आहे. तेवढ्या अवधीत 'रेप्टिलियन ब्रेन'चा प्रभाव ओसरतो आणि पुन्हा विचारी मानवी मन आणि विवेकी मेंदू कार्यरत होतो. त्यामुळे अविवेकी कृत्य करणं रोखलं जातं.

जीवनात रागाच्या भरात चुकीचे निर्णय घेतले गेले असतील तर समोरच्याला क्षमा करून किंवा स्वत: पडती बाजू घेऊन पुन्हा नव्याने जीवन सुरू केलं पाहिजे. त्यामुळे संसारातला गोडवा वृद्धिंगत होत जातो. 'माझंच बरोबर,' 'मी सांगेन तसंच झालं पाहिजे' हा अहंभाव सोडून सहमतीचा भाव स्वीकारता आला तर संसार उत्तम होतो. संसार म्हणजे केवळ दोन शरीरांचं मीलन नसतं किंवा वासनातृप्तीचं स्थान नसतं; तर दोन जीवांचं मनोमीलन आणि भावमीलन होणे अधिक महत्त्वाचं असतं. काही क्षणांत संपणारी भोगवासना कायमची तृप्ती कधीच देऊ शकत नाही.

पण तीच क्षणिक वासना जीवाला मोहात पाडत असते.

याउलट मनोमीलन आणि भावमीलन हे आयुष्यभर टिकणारं असतं; आणि हे मीलन टिकण्याकडे अधिक लक्ष दिलं पाहिजे, असं मला तरी वाटतं. याउलट 'स्पेस'च्या नावाखाली मनोमीलनाऐवजी केवळ शारीरिक वासनांची तृप्ती करणं एवढाच जीवनाचा हेतू राहिला तर मात्र कुटुंबव्यवस्था उद्ध्वस्त व्हायला वेळ लागत नाही. म्हणून उच्च रक्तदाब अथवा अहंकारातून उद्भवणाऱ्या रागावर नियंत्रण आणण्याचा प्रयत्न झाला पाहिजे. तरच जीवनातला खरा आनंद मिळू लागेल. नुसता पैसा आणि वासनाग्रस्त शरीरभोग निर्मळ आनंद देऊ शकत नाहीत.

हे विचार माझ्या मित्रांपुढे मांडून मी म्हटलं —

कुणाची परिस्थिती आपण बदलू शकत नाही किंवा कुणाला उपदेश करण्याचा आपल्याला अधिकारही नाही. पण पूर्वसूरींनी दिलेल्या उपायांनी एखादी व्यक्ती आपल्या क्रोधावर तर नियंत्रण मिळवू शकते! त्यासाठी दहा आकडे मोजणे हा नक्कीच चांगला उपाय आहे. जोडीला सुसंस्कार असतील तर जीवन अर्थपूर्ण, तृप्त आणि सुंदर होऊ शकतं. मग पैसा खोटा न होता जीवनात खऱ्या आनंदाचा वर्षाव निश्चितच सुरू होईल!

२०

मानाचे धनित्व!

कौटुंबिक कार्यक्रमांसह अनेक कार्यक्रमांमध्ये आपण सहभागी होत असतो. लग्नादी समारंभ असतील तर बऱ्याचठिकाणी आहेर देण्या-घेण्याची पद्धत असते. कुणी किती आहेर दिला याचं मूल्यमापन सहसा यजमान (host) कधी करत नाही किंवा त्यावरून आहेर देणाऱ्यांमध्ये डावं-उजवं करत नाही. पण याउलटही अनुभव येऊ शकतात. मानाच्या धनित्वाचं झुकतं माप 'अर्था'लाच मिळण्याचे काही अनुभव मी लहानवयातच घेतले होते. चाळीस-पंचेचाळीस वर्षांपूर्वी घेतलेला एक अनुभव तर फारच मजेशीर होता. स्टेजवर जाऊन पाहुणेमंडळी नवरा-नवरीच्या हातात पाकिटाविना थेट रुपये ठेवत होती. लगेच माईकवरून घोषणा होत होती, '...यांनी एक रुपया आहेर दिला आहे, ...यांनी दहा रुपये आहेर दिला आहे!' म्हणजे आजच्या भाषेत सांगायचं तर एक-रुपयावाल्याची जाहीर इज्जतच काढली जायची! अलीकडे या प्रथा नामशेष झाल्या आहेत. परंतु; एक नवा प्रघात मात्र रुजलेला आहे. तो म्हणजे, रिटर्न गिफ्ट! रिटर्न गिफ्टचंही व्यक्ती-व्यक्तीप्रमाणे मूल्यांकन करावं लागतं!

माझे वडील या देण्या-घेण्याच्या अगदी विरुद्ध होते. माझ्या लग्नात, लग्नापूर्वी आणि लग्नानंतरही आम्ही आहेर घेतला नव्हता आणि दिलाही नव्हता. त्यांचं म्हणणं स्पष्ट होतं, 'आपण एखाद्याला प्रेमाने घरी जेवायला बोलावतो तेव्हा

त्याच्याकडून जेवणाचे पैसे घेतो का? विवाहप्रसंगी आपण जेवायलाच बोलावतो ना? मग आहेर का घ्यायचा?' एक काळ आहेर घेणं ही सामाजिक व्यवस्था होती. लग्नासाठी होणाऱ्या खर्चाचा यजमानांवर पडणारा भार कमी व्हावा हा उद्देश असे.

माझे वडील म्हणत, 'मग लग्न आपल्या ऐपतीप्रमाणे करावं. केवळ एक प्रघात किंवा स्पर्धा म्हणून बेसुमार खर्च करण्यापेक्षा त्या पैशांचा विनियोग इतर चांगल्या कामांसाठी किंवा भावीकालीन आर्थिक नियोजनासाठी का करू नये? उभय पक्षांमध्ये तसं सामंजस्य असलं पाहिजे. प्रत्येकाचं बलस्थान वेगवेगळं असतं. सर्वच ठिकाणी आर्थिक निकष लावायचे नसतात आणि त्याप्रमाणे मनुष्याचं मूल्यमापन करायचं नसतं. अर्थात, ज्यांची ऐपत असते त्यांनी मात्र लग्नादी समारंभात खुशाल हवा तेवढा पैसा खर्च करावा! पण ऐपत नसणाऱ्यांनी या स्पर्धेत उतरूच नये किंवा त्याविषयी कमीपणाही बाळगू नये. लग्नासाठी होणारा खर्च अनेकांना परवडणारा नसतो; पण नाइलाजाने तो करावा लागतो. त्यासाठी कर्ज काढावं लागतं. कर्ज फेडता फेडता अनेक जण मेटाकुटीला येतात. जीवन तणावग्रस्त होऊन जातं. ताणतणावांचा गंभीर परिणाम शरीरावर होतो; आणि त्यातच आयुष्य संपून जातं.'

जो मनुष्य या अनुभवांमधून जात असतो, त्यालाच या वेदना कळत असतात.

आनंदमार्गापासून दूर नेणाऱ्या या गोष्टी असतात. फार पूर्वी लग्नांमध्ये 'वरा'कडच्या काही व्यक्तींना मानाची अपेक्षा असायची; आणि त्यांचे मान राखता राखता वधुपिता मेटाकुटीला येत असे. आता ही परिस्थिती कालानुरूप बदललेली आहे. अर्थात मानापमानाचा विषय हा व्यक्तिगत किंवा कौटुंबिक परंपरेचा असतो. त्यावर टीका करण्याचा मुळीच हेतू नाही. याशिवाय विविध समारंभात मानाच्या धनित्वाचं झुकतं माप स्वाभाविकच 'अर्था'ला, प्रसिद्ध व्यक्तीला किंवा अधिकारी व्यक्तीला मिळण्याचे अनुभवही आपल्याला मिळत असतात.

ज्युलिआ रॉबर्ट्स ही हॉलिवूडची सर्वांत महागडी अभिनेत्री. एका पुस्तक प्रदर्शनात ती पुस्तकं खरेदी करत फिरत होती. अर्थातच काही जण तिची स्वाक्षरी (autograph) घेण्यासाठी पुढे सरसावले. तेव्हा ती त्यांना म्हणाली, 'मी एक सामान्य वाचक म्हणून इथे आले आहे. कृपा करून मला शांतपणे पुस्तकांची खरेदी करू दे!' हे एक प्रगल्भ मानसिकतेचंच उदाहरण म्हणता येईल.

तात्पर्य, अशा सर्वत्रहेच्या समारंभात केवळ आर्थिक ऐपतीवरून मनुष्याने

स्वतःची किंमत करता काम नये एवढंच! पण बऱ्याचदा अधिकार आणि आर्थिक श्रीमंती हाच मोठेपणाचा निकष ठरवला जातो आणि त्याला अशा लग्नादी समारंभात विशेष मान दिला जातो. यासंदर्भात पु.लं.चा 'नारायण' अंतःकरणाचा ठाव घेऊन जातो.

मानापमानावर भुकेचा विजय

सध्याच्या काळात या मानापमानाच्या मानसिकतेमध्ये बराच फरक पडलेला दिसतो. लग्नात दुसऱ्या पक्षाची पडती बाजू लक्षात घेऊन बऱ्याच ठिकाणी लग्नाचा बहुतांशी खर्च एक पक्ष उचलतो, असेही चांगले अनुभव अलीकडे कानी ऐकायला मिळतात. परंतु; मानाच्या धनित्वाविषयीची एक कहाणी लहानवयातच माझ्या मनात घर करून राहिली आहे.

पूर्वी घरोघरी श्रावण महिन्यात कहाण्या सांगितल्या जात. अजूनही बऱ्याच ठिकाणी ती प्रथा पाळली जाते. लहानपणी मी माझ्या आजीला कहाण्या वाचून दाखवत असे.

कहाण्यांच्या पुस्तकाचं ते मुखपृष्ठ सुद्धा एक भावपूर्ण जीवनपद्धती डोळ्यांसमोर उभं करत असे. प्रत्येक कहाणीची सुरुवात ठरावीक असे - 'एक आटपाट नगर होतं. तिथे एक... राहात होता...' कहाणीचा शेवटही, 'ही साठा उत्तरांची कहाणी पाचा उत्तरी सुफळ संपूर्ण,' अशात-्हेने होत असे. कहाण्या वाचून दाखवताना वा ऐकताना नकळत मुलांच्या मनावर सुसंस्कार होत असत. या कहाण्यांच्या संग्रहामधील एक कहाणी माझ्या विशेष लक्षात राहिली आहे. ती म्हणजे शुक्रवारची कहाणी!

त्या कहाणीचा गोषवारा असा : एका गावात एक गरीब ब्राह्मण राहात होता. त्याची बायको दारिद्रयाला कंटाळून गेली होती. एके दिवशी तिने आपली व्यथा शेजारणीला सांगितली. तेव्हा शेजारणीने तिला श्रावणापासून शुक्रवारचं व्रत करायला सांगितलं. व्रत कसं घ्यावं आणि नंतर त्याचं उद्यापन कसं करावं हेही तिने सांगितलं. त्या बाईने देवीची प्रार्थना करून व्रत सुरू केलं. त्या बाईचा भाऊ त्याच गावात राहात होता. तो श्रीमंत होता. त्याने एके दिवशी सहस्त्रभोजन घालायला सुरुवात केली. पण सख्खी बहीण गावात असूनही तिला त्याने निमंत्रण दिलं नाही.

कारण ती दरिद्री होती; निष्कांचन होती. आपला भाऊ सहस्रभोजन घालतोय हे जेव्हा बहिणीला समजलं तेव्हा ती आपणहून त्याच्याकडे गेली. रिकाम्या पाटावर बसून जेऊ लागली. भाऊ तूप वाढायला आला. अगांतुक आलेल्या बहिणीला जेवताना पाहून त्याचा संताप अनावर झाला. तो म्हणाला, 'ताई, तुझ्याकडे चांगली वस्त्रं नाहीत, दागदागिने नाहीत... तुला इथे आलेलं पाहून लोक मला हसताहेत. आता उद्या इकडे मुळीच येऊ नकोस!'

ती हिरमुसली. दुसऱ्या दिवशी तिची मुलं आग्रह करू लागली, 'आई, मामाकडे जेवायला जाऊ या ना!'

तिचा नाईलाज झाला. मुलांना घेऊन ती पुन्हा भावाकडे जेवायला गेली. रिकाम्या पाटावर मुलांसह बसली. भाऊ पुन्हा तूप वाढायला आला. बहिणीला मुलांसह आलेलं पाहून तो कमालीचा संतापला. तो म्हणाला, 'तुला येऊ नको म्हटलं होतं तरीही आलीस...? आणि बरोबर हे लेंढारही घेऊन आलीस! आता उद्या आलीस तर हात धरून हाकलून देईन!'

त्याचं बोलणे तिने शांतपणे ऐकून घेतलं. भुकेलं पोट मान-अपमानाच्या भावनांवर सहज विजय मिळवत असतं! कसेबसे दोन घास गिळून ती मुलांसह चालती झाली. दोन दिवस पोराबाळांच्या पोटची खळगी चांगली भरली, याचं मात्र तिला समाधान वाटत होतं. तिसऱ्या दिवशी भुकेल्या पोटाने तिला पुन्हा भावाकडे ओढून नेलं. तिला आलेलं पाहून भावाने तिची 'भिकारडी' म्हणून संभावना केली आणि हात धरून तिला हाकलून दिलं. ती खूप दुःखी झाली. तिला आणि मुलांना उपवास घडला. देवीची तिने रडरडून करुणा भाकली...

कालचक्र कुणासाठी थांबत नसतं. हळूहळू दिवस पालटले. तिच्याही घरी लक्ष्मीचं आगमन झालं. सर्वत्रऐची समृद्धी आली. आता व्रताचं उद्यापन करायची वेळ आली होती. तिने उद्यापनाला भावालाच निमंत्रित केलं. भाऊ तिच्या घरी गेला. तिचं वैभव पाहून मनातून ओशाळला. मग त्याने आग्रह करून बहिणीला आपल्या घरी जेवायला बोलावलं. दुसऱ्या दिवशी उंची पैठणी, त्यावर भरजरी शाल आणि दागदागिने घालून ती त्याच्या घरी जेवायला गेली. भावाने अतिशय आदराने तिचं स्वागत केलं. हातपाय धुवायला गरम पाणी दिलं. मग हात धरून त्याने तिला आपल्या शेजारी पाटावर बसवलं. जेवण सुरू करण्यापूर्वी बहिणीने शाल काढली;

समोरच्या पाटावर ठेवून दिली. अंगावरचे सारे दागिने काढले आणि पाटावर मांडून ठेवले. मग मोत्यांच्या सरीवर तिने लाडू ठेवला. सोन्याच्या दागिन्यांवर जिलेबी ठेवली. अशी सारी पक्वान्नं तिने वेगवेगळ्या दागिन्यांवर काढून ठेवली. भावाने आश्चर्याने विचारलं, 'ताई, तू हे काय करतेस'

ती म्हणाली, 'योग्य तेच करते आहे... ज्यांना तू सन्मानाने जेवायला बोलावलं आहेस त्यांनाच जेवू घालते आहे! हे माझं जेवण नाही. माझं जेवण मी सहस्त्रभोजनाच्या दिवशीच जेवले! आज मानाचं धनीत्व या दागिन्यांचं आहे.'

ते ऐकून भाऊ ओशाळला. तसंच उठून त्याने बहिणीचे पाय धरले. झाल्या अपराधाची क्षमा मागितली. तिनेही क्षमा केली.

या कहाणीने बालपणीच माझ्या मनावर सखोल परिणाम केला होता. सांपत्तिक परिस्थितीवरून मनुष्याला कधीही कमी-जास्त लेखू नये हा संस्कार माझ्या मनामध्ये कायमचा रुजला.

पुढे मी पू. पांडुरंगशास्त्रींच्या सन्निधात अनेक तास बसलो, तेव्हा त्यांनी survival of the fittest, हा पाश्चात्त्य विचार ऐकवून म्हटलं होतं, 'हा सिद्धान्त जीवसृष्टीसाठी किंवा प्राणिसृष्टीसाठी योग्य असेल; पण माणसासाठी हा विचार कसा काय योग्य होऊ शकतो? त्यामुळे आम्ही make unfit to fit हा विचार उचलला! त्याचप्रमाणे 'आहे रे' आणि 'नाही रे' यांना प्रेमाने जवळ आणण्याचा आमचा प्रयत्न असतो.'

* * *

या जन्मातलं कर्म मनुष्याला याच जन्मात किंवा पुढील जन्मात श्रीमंत बनवत असतं किंवा भिकारीही बनवत असतं! म्हणून पैशांचा कधी अहंकार बाळगू नये हा संस्कार अशा कहाण्यांमुळेच माझ्यावर झाला.

२१

बिंदूकडून सिंधुसागराकडे

माझ्यासमोर दोन जिज्ञासू तरुण बसले होते. एक सीए करत होता आणि एक इंजिनिअरिंगच्या दुसऱ्या वर्षाला होता. माझ्या हातून जे काही थोडंफार तात्त्विक लेखन-वाचन झालं होतं त्यामुळे मी फार 'पोहोचलेला-ज्ञानी' वगैरे आहे अशी त्यांची समजूत झाली होती! बोलण्याच्या ओघात त्यातल्या एकाने ठेवणीतला आणि बहुतेक तरुणांच्या मनात येणारा प्रश्न विचारला, 'काका, देव खरोखरच आहे का?' मी काही बोलणार इतक्यात त्यांनी आणखी काही ठराविक प्रश्न माझ्यापुढे टाकले, 'सांगा ना काका, देव असेल तर तो समाजात चाललेला अनाचार वा भ्रष्टाचार दूर का नाही करत? भूकंप होतात, पूर येऊन हजारो माणसं मरतात तेव्हा देव कुठे जातो? देवांच्या मूर्ती आक्रमकांनी (invaders) फोडल्या तेव्हा त्यातल्या देवाने काही कसं केलं नाही...?'

मी मनात म्हटलं, अजून एक फॅकल्टीसुद्धा पुरी झाली नाही; पण पहिली समीक्षा कुणाची? तर देवाची! मी उघडपणे म्हणालो, 'देव आहे, यावर तुमचा मुळात विश्वास आहे का?'

ते दोघं गडबडले. 'देवाला आरोपीच्या पिंजऱ्यात उभं करून तुमच्या हाती काहीही लागणार नाही, हे मात्र नक्की! पण जिज्ञासा असेल तर मात्र बौद्धिक दृष्टीने थोडाफार उलगडा होऊ शकेल... मी जेवढं जाणतो तेवढंच सांगू शकतो. हजारो

वर्षं अनेक ज्ञानी लोक देवाचा शोध घेत आहेत. प्रचंड तप केल्यानंतर, देव आहे याविषयी त्या ज्ञानी लोकांची खात्री पटली आहे.

आईन्स्टाइनसारखा जगद्विख्यात शास्त्रज्ञही म्हणतो,

This world is an unopenable watch where we can see pointers moving on dias; but never know the mechanism within. म्हणजे आइन्स्टाईनचा देवावर विश्वास नसला तरी त्याच्यासारखे अनेक मोठे शास्त्रज्ञ देखील संभ्रमात असतात. तरीपण देवाच्या अस्तित्वाविषयी खरोखर जाणून घ्यायचं असेल तर सर्वप्रथम या विषयाच्या अभ्यासात आपण नेमके कुठे आहोत हे तपासून बघायला हवं, बरोबर ना?'

त्यांनी होकार भरला. 'कोणताही आत्मज्ञानपर अभ्यास नसताना देवाच्या अस्तित्वावरच एकदम प्रश्नचिन्ह उपस्थित करणे म्हणजे, बालवाडीतल्या मुलाने e = mc² या सूत्रावर किंवा अत्यंत गहन गणितीसूत्रांवर अविश्वास दाखवण्यासारखंच होतं...! भौतिकशास्त्राच्या मर्यादा लक्षात आल्यानंतरच परमात्मज्ञान प्रकाशित होऊ लागतं, हे लक्षात घेतलं पाहिजे.

डॉ. पीटर रसेल या ऑक्स्फर्डच्या शास्त्रज्ञाला या मर्यादा लक्षात आल्यानंतर तो उपनिषदांकडे वळला. 'ब्रह्मं सत्यं जगन्मिथ्या' हा आदी शंकराचार्यांचा सिद्धान्त समजून घेऊन तो त्याने वैज्ञानिक दृष्टिकोनातून आपल्या पुस्तकातून मांडला...'

समोरचे दोघे confused झाले होते!

मग मी म्हटलं, 'मला सांगा, तुम्ही इंजिनिअरिंगचा किंवा सीएचा अभ्यास कशासाठी करत आहात?'

होतकरू इंजिनिअर म्हणाला, 'जॉब... करिअर...वगैरे...'

'म्हणजे, तुमच्या शिक्षणात देव वगैरे विषयाचा दुरान्वयानेही संबंध नाही!'

'नाही...'

'मग असं एका टोकावर उभं राहून दुसरं टोक जाणण्याचा प्रयत्न यशस्वी कसा काय होऊ शकेल? भौतिक सृष्टीतल्या एखेका विषयात पीएच.डी मिळवताना सुद्धा प्रचंड अभ्यास करावा लागतो. मग केवळ पृथ्वीवरील शास्त्रांचाच नव्हे; तर ब्रह्मांडापलीकडे असणाऱ्या तरीही संपूर्ण जीवसृष्टीसह ब्रह्मांडाला व्यापून असणाऱ्या परमात्म्याला जाणून घेण्यासाठी किती कष्ट घ्यावे लागतील, किती अभ्यास करावा लागेल, याचा विचार करा!'

माझे बोलणे त्यांना पटू लागलं होतं. मग मी विचारलं, 'देव जाणून घेण्यासाठी कोणत्या ज्ञानग्रंथांचं तुम्ही वाचन केलं आहे? त्यातले कोणते विषय सखोल अभ्यासले आहेत? अथवा कोणती अनुभूती तुम्ही घेतली आहे?'

होतकरू सीए म्हणाला, 'काका, आम्हाला रोज इतका अभ्यास असतो की, या विषयांसाठी वेळच मिळत नाही...'

लगेच होतकरू इंजिनिअर म्हणाला, 'काका, आमचा अभ्यास नसेलही; पण एखादी गोष्ट समोर दिसत असताना, देव काही करत नसेल तर मनात प्रश्न येणारच ना? आमच्या डोळ्यांना दिसला तरच त्याला आम्ही त्याला मानू, असंही काही जण म्हणतात....'

मी म्हणालो, 'म्हणजे डोळे हे विश्वातील सर्व ज्ञान पडताळून पाहण्याची 'कसोटी' म्हणायची का? आपले डोळे केवळ ४,३०,००० ते ७,५०,००० गिगाहर्टज या फ्रिक्वेन्सीलाच सेट केलेले आहेत. त्या पलीकडचं ते पाहू शकत नाहीत. ऐकण्याची क्षमताही तशीच मर्यादित आहे. आपल्यापेक्षा कुत्र्याचे कान अधिक सेन्सिटीव्ह असतात! आपल्या सर्वच कर्मेंद्रियांना आणि ज्ञानेंद्रियांना अशा मर्यादा आहेत.

मेंदूसुद्धा इंद्रियांकडून आलेल्या माहिती-संदेशांना आपल्या स्टोअर्ड मेमरीशी compare करून निर्णय करत असतो. परंतु; त्याच्या बोधनशक्तीत (understanding capacity) ज्या गोष्टी किंवा जे संदर्भ येतच नाहीत त्या गोष्टींचा तो निर्णय करू शकत नाही. संदर्भहीन गोष्टींमुळे मेंदूमध्ये संभ्रम निर्माण होऊन तो पूर्वीच्या स्टोअर्ड फाइल्सच्या अनुषंगाने एखादा निर्णय करतो — मग तो निर्णय बरोबर असतोच असं नाही.

थोडक्यात, मेंदूला नेहमी संदर्भ लागत असतो. त्या आधारावरच तो निर्णय करत असतो. पण ज्या तत्त्वाचा मेंदूला संदर्भच नाही त्याचा निर्णय मेंदूच्या बोधनक्रियेकडून कसा काय होणार?'

परमेश्वर सर्वव्यापी

मी पुढे सांगू लागलो, 'तुमचा दुसरा प्रश्न, मूर्ती फोडल्या तेव्हा मूर्तीतल्या देवाने प्रगट होऊन काही का केलं नाही? परमेश्वर सर्वव्यापी आहे. पण त्याला कुठेतरी पाहण्यासाठी मूर्तींची योजना केलेली आहे. शिवाय, मूर्ती ही ध्यानासाठी आवश्यक

असते. ब्रह्मांड व्यापून उरलेल्या परमतत्त्वाचं ध्यान करता येत नाही. कारण त्याच्या निर्गुण-निराकार 'स्वरूपा'चा संदर्भ मानवी मेंदूकडे नाही. आकाशाचं ध्यान कसं करणार सांगा? म्हणून भौतिकतेकडून मानसिकतेकडे आणि पुढे बुद्धीकडून आत्मिक अनुभवाकडे जाण्यासाठी ज्ञानी ऋषींनी मूर्तीची व्यवस्था केली. त्याला सगुण साकार केलं. ज्यांचा पराकोटीचा भाव असतो त्यांना मूर्तीतला देव सहाय्य करतो देखील!

तथापि, देव मूर्तीत नसतो; मूर्तीतून सकारात्मक व्हायब्रेशन्स निर्माण होत असतात. त्यांचं प्रतिबिंब भक्ताच्या अंतःकरणात पडून आतला देव ॲक्टिव्हेट होत असतो. अर्थात, बाह्य चांगल्या-वाईट गोष्टी जीवाच्या अंतःकरणात तसा तसा परिणाम घडवून आणून जीवाला अनुभव देत असतात. म्हणजेच अंतःकरण हे रिसिव्हिंग सेंटर असतं! त्याचा लाभ भक्तांना नक्कीच मिळतो.

मूळ परमचैतन्य आणि मानवी शरीर यांच्या मधली अवस्था म्हणजे मूर्तीतली ही 'अहं'युक्त व्हायब्रेशन्स असतात! परंतु; केवळ 'अहं'युक्त व्हायब्रेशन्स कर्म करू शकत नाहीत. त्यासाठी शरीर आवश्यक असतं. तेच अवताराचं स्वरूप असतं. त्याचप्रमाणे नुसती देवाची मूर्ती रिफॉर्मेशनचं कर्म करू शकत नाही. कारण तो मूर्तीचा उद्देशच नाही! शिवाय मूर्ती ही कार्यानुरूप भक्ताला शक्ती देत असते. त्या व्हायब्रेशन्स रिसिव्ह करून भक्त-उपासक ती व्हायब्रेशन्स आपल्या कार्यात परावर्तित करत असतो — मूर्तीला अंतःकरणात साकार करत असतो. अर्थातच गणेश, शिव, दुर्गा या देवांच्या मूर्तींमधून त्या त्या देवतांची तशी तशी शक्ती आणि कार्यप्रेरणा उपासकाला मिळत असते.'

त्या दोघांना हे किती कळलं कुणास ठाऊक! पण थोडंफार पटलं.

'आता तुमचा तिसरा प्रश्न, पूर-भूकंप या घटनांमधून इतका संहार होतो तेव्हा देव काही का करत नाही, हा आहे. मला सांगा, तुम्ही सोशल नेटवर्क सतत वापरता ना...? आजचे नेटिझन्स सोशल प्लॅटफॉर्मसवरून एकमेकांना शुभेच्छा देतात किंवा काही जण शिव्याशापही देतात. काही जण खरी माहिती देतात तसंच काही जण गॉसिप्सही करतात. मग सोशल प्लॅटफॉर्म सॉफ्टवेअरचे निर्मिते त्यात हस्तक्षेप म्हणजे interfere का करत नाहीत?'

'कारण तसं केलं तर ते सॉफ्टवेअर बंदच करावं लागेल!' इंजिनिअरिंगचा विद्यार्थी म्हणाला. मी लगेच म्हटलं, 'त्याचप्रमाणे देव आपल्या वैश्विक

सॉफ्टवेअरमध्ये कधी हस्तक्षेप करत नाही. कसं करणार? शेतकऱ्याला वाटतं, आत्ता पाऊस पडलाच पाहिजे; नाहीतर बियाणे जळून जाईल. त्याचवेळी एखाद्या कुंभारकाम करणाऱ्याला वाटतं, काही दिवस तरी ऊन राहावं; म्हणजे मातीची मडकी-गाडगी-वस्तू चांगल्या वाळतील; दिवाळीत कामी येतील!

एखाद्या डॉक्टरांना वाटतं, यंदा प्रॅक्टिस चांगली व्हावी; म्हणजे बायकोच्या बर्थ-डेला प्लॅटिनम दागिन्यांचा सेट भेट देता येईल. त्याचवेळी एखादा भक्त म्हणत असतो, सर्वांचं चांगलं कर; सर्वांनाच निरोगी आयुष्य दे! मला सांगा, देवाने कुणाचं ऐकायचं? हे झालं माणसांच्या संदर्भात.

प्राणिसृष्टीचं काय? 'आम्हा लाखो प्राण्यांचा मनुष्य रोज बळी घेत असतो; त्याला सद्बुद्धी दे,' अशी प्रार्थना प्राणी करत असतील तर तिथे देवाने येऊन नेमकं काय करायला हवं? मग भूकंप-महापूर-अपघात या आक्रितांमध्ये मनुष्यहानी झाली तर त्याची दाद देवाकडे मागण्याचा अधिकार खरोखर आपल्याकडे राहातो का?

विचार करा... याचा अर्थ देव कायम 'अकर्ता'(inactive) राहातो असंही नाही. तो केव्हा active होतो, याचं उत्तर गीतेतल्या 'उपद्रष्टा अनुमंता भर्ता भोक्ता महेश्वर'या १३व्या अध्यायतील २२व्या श्लोकात आपल्याला मिळतं. तो श्लोक समजून घेऊन त्यावर सखोल चिंतन केलं तर तुमच्या सर्व प्रश्नांचा उलगडा होईल!'

त्या दोघांना हे विचार पटले होते असं दिसलं. मी शेवटी म्हटलं —

'देव आहे-नाही, हा विषय डिबेटिंगचा नाही; तो अनुभवाचा विषय आहे. पण एक गोष्ट मात्र ध्यानात ठेवा... ज्या चैतन्यशक्तीच्या बळावर आणि बुद्धीच्या आधारावर आपण देवाच्या अस्तित्वावरच प्रश्नचिन्ह उपस्थित करतो तो देव आपल्या हृदयातच वसून असतो आणि त्याच्याच शक्तीच्या साहाय्याने आपण त्याच्याच अस्तित्वावर प्रश्नचिन्ह उपस्थित करतो! आहे ना गंमत?'

कल्पनांचे साधर्म्य आणि प्रतिभा

इंग्रजीत एक म्हण आहे, There's nothing new under the Sun! आपल्या मनात उद्भवणारे विषय किंवा कलावंतांच्या मनात उद्भवणाऱ्या कल्पना या पूर्णतः नव्या नसतात. ब्रह्मांडात त्यांचा कुठे ना कुठे आविष्कार झालेलाच असतो; होत असतो. जसा शब्द नष्ट होत नाही त्याप्रमाणे कल्पनाही कधी नष्ट होत नाहीत. एखादी कलाकृती निर्माण होण्यासाठी कारण ठरणारी प्रेरणा आणि कल्पना कुठून मिळेल हेही सांगता येत नसतं. कोणत्याही कलाकृतीमागे कल्पनांचं साधर्म्य हे असतंच असतं!

विनोदाची झालर लावलेले अनेक वास्तववादी चित्रपट बनवलेल्या चार्ली चॅप्लिनने Woman of Paris हा एक गंभीर चित्रपट तयार केला होता. त्या चित्रपटाची कल्पना त्याला एका पेंटिंगवरून सुचली होती. वास्तविक त्या पेंटिंगचा आणि त्यावरून त्याने बनवलेल्या या चित्रपटाचा दुरान्वयानेही संबंध नव्हता. पण ते पेंटिंग हे त्या चित्रपटासाठी कारण ठरलं होतं. अशातऱ्हेने एखाद्या गोष्टीवरून दुसरी एखादी नवी कल्पना सुचणे यालाच इंग्रजीत Association of Ideas म्हणतात.

'बिंदूसरोवर' कादंबरी संदर्भात माझाही तसाच अनुभव होता. मित्रांसह मी पौर्णिमेच्या रात्री सिंहगड परिसरातल्या छोट्या शेतात बसलो होतो. मनुष्यनिर्मित प्रकाश कुठेही नव्हता. सारं आसमंत माथ्यावर आलेल्या हेमंत ऋतूतल्या चंद्रप्रकाशात न्हाऊन निघालं होतं. समोरच्या निळसर-करड्या डोंगररांगांवर

चंद्रप्रकाशाची झिलई चढली होती. परस्परांमध्ये परावर्तन होऊन त्या डोंगररांगांमध्ये एक प्रकाशखंड तयार झाला होता.

प्रसंगानुरूप मी पं. शिवकुमार, पं. हरिप्रसाद यांनी संतूर-बासरीवर वाजवलेला राग 'झिंझोटी' अर्थात 'व्हॅली-रिकॉल्स' सेलफोनवर लावला होता. साथीला पं. भवानीशंकर यांचा पखवाज होता. समोरचं ते सुंदर चंदेरी दृश्य आणि प्रशांत-अद्भुत स्वर यांच्या अनोख्या मिलाफात आम्ही सारेच एकप्रकारची दिव्य अनुभूती घेत होतो. ते अद्भुत वातावरण हीच 'बिंदूसरोवर' लिहिण्याची प्रेरणा ठरली!

अनेक कलावंतांना असे अनुभव कळत-नकळत येतच असतात. अरुणोदय होताच रस्त्यावरचे दिवे मालवले गेले आणि महाकवी ग. दि. माडगूळकरांना विझलेल्या दीपांवरून एक चित्रपटगीत सुचलं. त्याचप्रमाणे अनेकांचा कुंचला मनात निर्माण होणाऱ्या साधार दृश्यांचं कागदावर प्रकटीकरण करतो. अशात-्हेने कल्पनांच्या साधम्र्यातूनच एखादी कलाकृती निर्माण होत असते.

भौतिक विश्वाचा गुणधर्म

थोडक्यात, मनात एखाद्या कल्पनेचा उद्भव होण्यासाठी दुसऱ्या कशाचा तरी आधार हा सहाय्यभूत ठरत असतो; आणि हाच भौतिक विश्वाचा मोठा गुणधर्म अथवा नियम म्हटला पाहिजे! संगीत, साहित्य, काव्य, नाट्य, चित्रपट, चित्रकला, वास्तुकला अशा अनेक निर्मितीच्या क्षेत्रांमध्ये कोणता ना कोणतातरी आधार हा असतोच! मग त्यामध्ये आकाश, ग्रह-तारे, वृक्षराई, निसर्ग, इतिहास, संस्कृती, प्रथा, रूढी, परंपरा, जीवनातले कडु-गोड अनुभव, शास्त्रं अशा अनेक गोष्टी असतात. ग्रहगोलांचं अस्तित्व हे जसं परस्पर ताणांवरच अवलंबून असतं तसंच हे आहे.

इंद्रियांना जाणवणारे दृश्य-अदृश्य आधार हे मनुष्यजीवन समृद्ध करत असतात. ते आधारच जर काढून टाकले तर मानवी जीवनाला काही अर्थच उरणारच नाही. उलट मनुष्य जितका कलागुण जोपासेल तितकं त्याचं जीवन सुंदर आणि समृद्ध होत जाईल. अशा निर्मितीमध्येही दोन भाग असतात.

पहिला भाग म्हणजे 'कला' (Art) आणि दुसरा म्हणजे 'प्रतिभा.' प्रतिभेला creativity, inspiration असे पर्यायी शब्द असले तरी त्यातून पूर्ण अर्थबोध होऊ शकत नाही. कला ही सरावाने येणारी गोष्ट असते. तिथे मनुष्याचा 'अहं' कायम

राहिलेलं असतो. पण कलेतूनच पुढे प्रतिभा फुलत जाते. तिथे कलावंताचा संकुचित अहंकार कमी होत जाऊन विशाल अहंकाराचा स्पर्श होऊ लागलेला असतो.

अर्थात, प्रतिभा म्हणजे ईश्वरी तत्त्वाशी संपर्क होऊन जी कलाकृती जीवाच्या माध्यमातून साकार होते तिचं अव्यक्त स्वरूप! अशावेळी कलावंताचा अहंकार कमी होऊन विश्वव्यापी ईश्वरी प्रतिभा कलावंताच्या माध्यमातून खेळू लागलेली असते. म्हणूनच एखादा प्रतिभावान लेखक-कवी, संगीतकार, चित्रकार किंवा शिल्पकार हातून कलाकृती घडल्यावर म्हणतो, 'मी' तिथे नव्हतो; मी केवळ माध्यम होतो. ही कलाकृती माझ्या हातून घडून गेली! अशी अनुभूती जेव्हा साहित्यिक वा कलावंतांना मिळते तेव्हा प्रगट होणाऱ्या कलेत अथवा साहित्यकृतीत अचिंतनीय ईश्वरी प्रतिभेचं आविष्करण झालेलं असतं. या प्रकाराला मी गमतीने ईश्वरी प्रतिभेचं downloading म्हणतो! त्यामुळे कलेला जेव्हा 'उपासने'चं अथवा 'इबादत'चं स्वरूप येतं तेव्हा असे कलावंत त्यांच्या कलेतून ईश्वरानुभूती घेत असतात. मृत्युपश्चात पुढील जन्मातही उपासनेचे हे कलागुण ते जन्मत:च बरोबर घेऊन येतात.

मग लहानवयातच जेव्हा एखादा कलावंत श्रेष्ठ कला सादर करू लागतो तेव्हा त्याला 'प्रतिभावान' म्हणतात. या प्रतिभज्ञानाला इंग्रजीत child prodigy असामान्य बुद्धिमत्ता असलेले मूल म्हणतात. पूर्वजन्माचं हे ज्ञान बरोबर घेऊन आल्यामुळेच एखादा तीन वा चार वर्षांचा मोझार्ट लहानवयातच गहन इंग्रजी क्लासिकल म्युझिक कंपोझ करू लागतो; तर संत ज्ञानेश्वर महाराजांसारखे योगी सोळाव्या वर्षीच 'ज्ञानेश्वरी'तून गहन तत्त्वज्ञान सांगून जातात. ज्या तत्त्वामुळे प्रतिभावंतांच्या माध्यमातून कलाकृती सिद्ध होते त्या तत्त्वाची अनुभूती कलावंताला मिळाली तरी त्या परमतत्त्वाचं समग्र स्वरूप मात्र उमजू शकत नाही.

म्हणूनच Association of Ideas नंतर पुढचा भाग येतो अनुमानाचा. झाडांची पाने हलतात म्हणून वाऱ्याचं अस्तित्व उमजतं. मनुष्य-प्राणी श्वासोच्छ्वास करतात त्यावरून ऑक्सिजन वायूच्या अस्तित्वाचं अनुमान निघतं. तसंच जीव कर्म करतो त्यावरून जीवात्म्याचं अस्तित्व अधोरेखित होतं. पण- ज्या तत्त्वाला कशाचा आधारच नाही किंवा ज्याचं साद्यंत अनुमान सुद्धा करता येत नाही ते तत्त्व आपल्या अधिकारक्षेत्राच्या आणि समजेच्या बाहेर असतं. कारण ते तत्त्व स्वयंप्रज्ञ आहे. त्याला कशाचाच आधार नाही. भौतिक विश्वात त्याचं कुठेही

साधर्म्य नाही. असं ते तत्त्व म्हणजेच परमात्मा! गगनाला कशाची उपमा देणार? 'गगनं गगनाकारं!' परमात्म्याचं अस्तित्व काही जण मानतात आणि काही जण मानत नाहीत. परमात्म्याचं अस्तित्व मान्य करण्यासाठी निरीश्वरवादी भौतिक सृष्टीत त्याचं साधर्म्य शोधत रहातात- प्रमाण शोधत राहतात आणि इथेच त्यांची फसगत होत असते. हे म्हणजे सिनेमाच्या पडद्यावर जिवंत अभिनेत्याचा किंवा निर्माता-दिग्दर्शकाचा शोध घेण्यासारखं असतं! या उपायांनी तो शोध कधीच लागू शकत नाही! शोध लागत नाही, अनुमान करता येत नाही आणि साधर्म्य मिळत नाही म्हणून तो नाहीच असं होत नाही!

तो शोध घेण्यासाठी अंतर्मुखच व्हावं लागतं. ध्यानात सुद्धा मन कशाचा ना कशाचा तरी आधार घेतच असतं. काही जण भ्रूमध्यात दिसणाऱ्या प्रकाशाचा आधार घेतात तर काहींना अनेक चांगली-वाईट दृश्यंही मिटलेल्या डोळ्यांसमोर दिसत असतात. कारण ती दृश्यं म्हणजे डोळ्यांनी बाह्य जगात घेतलेल्या दृश्यांचा आधार असतो! तीच गोष्ट इतर इंद्रियांची!! म्हणून इंद्रियांनी घेतलेल्या या अनुभवांच्या पलीकडे- अर्थात जाणीव-नेणीवेच्या; अगदी तुरियेच्याही पलीकडे जाणं साध्य झालं तर मात्र 'अहं ब्रह्मास्मि'ची अनुभूती मिळू शकते. मग त्या अनुभवासाठी कोणतेही भौतिक शब्दही पुरत नाहीत आणि आधारही राहात नाहीत!

तो केवळ अनुभूतीचा विषय ठरतो. मात्र तोपर्यंतचं सारं जीवन हे कल्पना-साधर्म्याच्या आणि साकार कलाकृतीच्या एका विशाल चक्रातच अडकलेलं राहणार आहे; आणि तेच सृष्टीच्या अस्तित्वाचं कारण आहे! म्हणून ईश्वरी प्रतिभेच्या स्पर्शासाठी निदान कोणती तरी कला जोपासली पाहिजे. त्यातूनच प्रतिभेच्या विशाल प्रांताची दालने उघडतात. ईश्वरानुभूती मिळून जाते.

२३

ब्रह्मांडी ते पिंडी : एक वैश्विक गोफ!

लहानपणापासून मला आकाशाची विलक्षण ओढ होती. आमच्या वाड्यातून जे काही ग्रह-ताऱ्यांनी सजलेलं आकाश वर दिसायचं त्याकडे मी अनेकदा मन लावून बघत बसे. आनंदनगरमध्ये राहायला आल्यानंतर आकाश मोकळंच होतं! डोंगरांआडून उगवता चंद्र पाहायला मिळायचा. 'पुनवेचा चंद्रमा आला घरी!' याचा साक्षात अनुभव मिळायचा. माझं मन हर्षभरित होऊन जायचं. अनंत अवकाश आणि असंख्य ताऱ्यांकडे बघताना माझ्या मनात अनेक विचारतरंग उठायचे. हे सारं कुणी बनवलं असेल? दूरच्या ग्रहांवर खरोखरच अतिमानवांची वस्ती असेल का? UFO खरंच असतात का, असे ते तारुण्यसुलभ प्रश्न असत.

त्याकाळी 'स्टार-ट्रेक' ही मालिका दूरदर्शनवरून दाखवली जायची. मि. स्पॉक ही त्यातली व्यक्तिरेखा आमच्या फार आवडीची! त्याचप्रमाणे जेम्स बॉन्डच्या 'मूनरेकर' चित्रपटासारखे चित्रपटही मनावर मोहिनी घालायचे. या चित्रपट-मालिकांमधून अंतराळातलं काल्पनिक विश्व पडद्यावर दाखवलं जायचं. लहानपणी 'जॅक आणि पावट्याचा वेल' (Jack and the Beanstalk) या गोष्टीची तर असंख्य पारायणे झालीच होती. जॅक वेलावरून चढून ढगावर जातो, तिथे राक्षसाचा मोठा वाडा असतो, अशी वर्णने वाचताना बालमन हरखून जात असे. पुढे जेव्हा प्रकाशाचा वेग, काळ (time) आणि अवकाश (space) या विषयांचं

वाचन झालं तेव्हा प्रत्यक्ष जाण्यासाठी काही शे प्रकाशवर्षं अंतरावरचे ग्रह सुद्धा आपल्या आवाक्यात नाहीत याविषयी खात्री पटत गेली. मग अब्जावधी प्रकाशवर्ष दूर असणाऱ्या ग्रह-ताऱ्यांचा विचारच नको! म्हणजे 'फोटॉन' यानासह प्रकाशाच्या वेगाने जाणाऱ्या भावी कालातील संभाव्य भौतिक साधनांचा विचार केला तरी ब्रह्मांडाला कवेत घेता येणं सहज शक्य नाही, हे उमजलं.

ऐन तारुण्यात भारतीय तात्त्विक विचारधारेतले 'पिंडी ते ब्रह्मांडी'सारखे विचार नेहमी कानी पडत. जे ब्रह्म सर्वव्यापी आहे तेच आपल्या अंतरंगात वसून असतं किंवा परमात्म्याचा 'प्रत्यगामा'स्वरूप अंश आपल्यामध्ये वसून असतो, असेही विचार वाचायला मिळत. पण त्यामुळे 'पिंडी ते ब्रह्मांडी'चा फारसा बोध होत नसे. आत्मिक दृष्ट्या शरीरातला 'प्रत्यगामा' आणि ब्रह्मांड व्यापून दशांगुळे उरलेला 'परमात्मा' हा त्याचा अर्थ नक्कीच आहे. प्राकृतिक दृष्टीने 'पिंडी ते ब्रह्मांडी'चा शोध लागण्यासाठी मात्र २०२० सालापर्यंत थांबावं लागलं!

आकाशगंगा व मानवी मेंदू

२०२०मध्ये Science Newsमध्ये एक अहवाल प्रकाशित झाला - बोलोग्ना विद्यापीठातील खगोल-भौतिक (Astro-physicist) शास्त्रज्ञ आणि व्हेरोना विद्यापीठातील न्यूरोसर्जन यांनी मानवी मेंदूतील न्यूरोनल पेशींच्या नेटवर्कची तुलना ब्रह्मांडातील आकाशगंगांच्या वैश्विक नेटवर्कशी केली आणि त्यांमध्ये त्यांना आश्चर्यकारक समानता दिसून आली! हे विश्व म्हणजे जणू एक विशाल मानवी मेंदूच आहे, असं शास्त्रज्ञांना आढळून आलं.

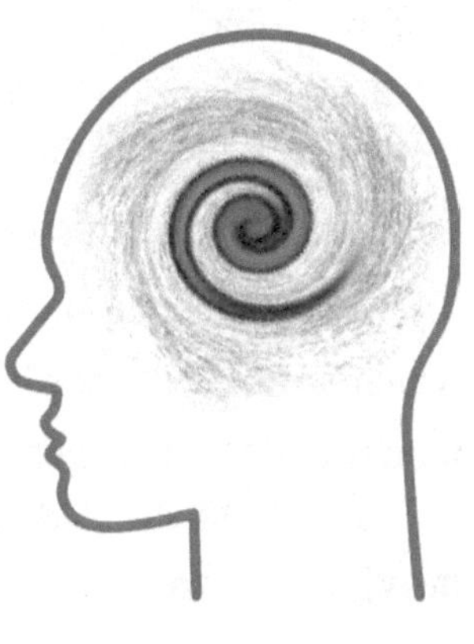

The Indipendant मध्येही ही वार्ता झळकली आणि सारं वैज्ञानिक जगत थक्क होऊन गेलं. ब्रह्मांडातील आकाशगंगा आणि मानवी मेंदू यांचं Scale भिन्न असलं तरी आकाशगंगेतील ग्रह-तारे आणि मानवी मेंदूतले न्युरॉन्स यांच्या अंतरामध्ये आणि स्थानामध्ये उल्लेखनीय समानता आहे, असं प्रयोगांती दिसून आलं आहे.

या दोन्ही प्रणालींमधले (आकाशगंगा आणि मानवी मेंदू) तारे आणि न्यूरॉन्स एका जटिल नेटवर्कमध्ये एकत्र केले जातात. नोड्समध्ये पसरलेल्या तंतूंनी त्यांना जोडलेलं आहे. ते नोड्स ब्रह्मांड आणि मानवी मेंदू या दोहोंच्या समानतेलाही कारणीभूत आहेत असंही आढळून आलं आहे.

थोडक्यात, ब्रह्मांडातील ग्रह-ताऱ्यांची मधल्या अवकाशासह जशी संरचना आहे तशीच संरचना छोट्या स्वरूपात मनुष्याच्या मेंदूतील न्युरॉन्सची आणि त्यामधल्या अवकाशाची आहे, हा अतिशय महत्त्वाचा शोध २०२०मध्ये लागला! या दृष्टीने ब्रह्मांड ही एक विशाल पिंड आहे तर मानवी मेंदू ही छोटी पिंड!! म्हणून मेंदूच्याच सहाय्याने म्हणजे मानवी पिंडीच्या माध्यमातूनच सर्व ब्रह्मांड इथल्या इथे जाणता येऊ शकतं - अनुभवता येऊ शकतं असं म्हणायला हरकत नसावी! कारण या दोन घटकांमध्ये सुप्त बंध-(कनेक्शन) आहे. म्हणूनच जे योगी मंगळ ग्रहाचं वगैरे वर्णन इथे बसून करतात ते याच मेंदूच्या शक्तीद्वारे करत असावेत!

हेच ज्ञान शेकडो वर्षांपूर्वी ऋषि-संतांनी 'पिंडी ते ब्रह्मांडी' या साध्या-सोप्या शब्दात सांगितलं होतं. या शोधामुळे संतविचारांना प्राकृतिक स्वरूपातही नक्कीच बळकटीच मिळली आहे, असं आपण म्हणू शकतो. इतकंच नाही तर ; आकाशातले ग्रह-तारे मानवी जीवनावर थेट परिणाम करत असतात, या ज्योतिषशास्त्राच्या सिद्धान्तालाही या शोधाद्वारे बळकटी मिळाली आहे, असंही म्हणता येईल.

निकोला टेस्ला हा एडिसनचा समकालीन शास्त्रज्ञ म्हणतो—

My brain is only a receiver, in the universe, there is a core from which we obtain knowledge, strength, and inspiration. I have not penetrated into the secrets of this core, but I know that it exists.

'ज्ञानगर्भातून ज्ञान, बल आणि प्रेरणा स्वीकारणारा माझा मेंदू हा विश्वातील एक संग्रहक (रिसिव्हर) आहे. मला त्या गर्भातलं सर्व ज्ञान झालं आहे असा माझा दावा नसला तरी त्याच्या अस्तित्वाची मला खात्री आहे.'

अंतःकरणाचंही एक नातं

मेंदू हा ब्रह्मांडातील प्रकृतीलाच जोडलेला आहे आणि म्हणूनच तो केवळ प्रकृतीचंच ज्ञान मिळवू शकतो, ही गोष्ट इथे सिद्ध होते. त्यामुळे, मानवी मेंदू

आणि ब्रह्मांडातील ग्रह-ताऱ्यांचं वैश्विक परस्पर संबंध (Network), ज्या प्रकृतीपलीकडील तत्त्वामुळे निर्माण झालं त्या तत्त्वाचा शोध प्री-प्रोग्रॅम केलेल्या मेंदूद्वारे आपण घेऊ शकत नाही.

भगवान गीतेत सांगतात, 'मी परा आणि अपरा प्रकृतीच्याही पलीकडे आहे!' म्हणजे या वैश्विक पिंडीच्या पलीकडे ते सर्वव्यापी चिरंतन शिवतत्त्व आहे! पण तेच तत्त्व प्रत्यगामा स्वरूपात प्रत्येक जीवामध्ये वसून असतं, असं भारतीय तत्त्वज्ञान सांगतं. म्हणून अंतर्मुख होऊनच (आत्मज्ञानाने) आपण त्या तत्त्वापर्यंत पोहोचू शकतो.

थोडक्यात, वैश्विक नेटवर्क आणि मानवी मेंदूतील न्युरॉन्स यांना एकत्र बांधून टाकल्यामुळे ब्रह्मांडाचा शोधही तेवढ्या सीमेपुरताच मर्यादित असणार आहे हे उघड आहे. हा झाला मेंदूतील न्युरॉन्सचा विषय. मनुष्याच्या पचनक्रियेमध्ये (गटस्) आणि हृदयामध्येही (heart nervous system) न्युरॉन्स असतात हे अलीकडचे मोठे शोध. हृदयातही न्युरॉन्स असून त्यांची संख्या जवळपास चाळीस हजार इतकी आहे, असा शोध डॉ. आर्मर यांनी १९९१मध्ये लावला. प्रत्येक जीवामध्ये असलेल्या हृदयामधल्या न्युरॉन्सचं इतर जीवांमधल्या हृदयातील न्युरॉन्सचं कनेक्शनही असतं, हे डॉ. ग्रेग ब्रॅडन यांनीही साधार मांडलं आहे.

भगवान अठराव्या अध्यायातील ६१व्या श्लोकात म्हणतात —

'हे अर्जुना, ईश्वर आपल्या अचिंत्य शक्तीने सर्व जीवांच्या हृदयात राहून यंत्रावर चढवल्याप्रमाणे मायेने सर्व जीवांना मडक्याप्रमाणे गरगर फिरवत असतो.'

पण, भगवंतांनी या मायेतून सुटकेचा मार्गही देऊन ठेवलेला आहे हेही तितकंच खरं! त्यासाठी सर्वप्रथम आपल्या वासनांना आवर घालावा लागतो; इंद्रियांना वळण लावावं लागतं. प्रत्येक सुख आणि दुःख हे कर्मानुसारच मनुष्याला भोगायला लागत असतं. या खेळातून मुक्त व्हायचं असेल तर गरगर फिरणाऱ्या या महाकाय वैश्विक यंत्राच्या मधल्या 'ॲक्सल'च्या भूमिकेत जाता आलं पाहिजे! म्हणजे चाक फिरत असतं; पण ज्याभोवती चाक फिरत असतं तो 'ॲक्सल' काही फिरत नाही!

त्याप्रमाणे संसारातील सुख-दुःखांकडे तटस्थपणे बघण्याचा दृष्टिकोन आणून म्हणजेच सुख-दुःख समान मानून 'न्यूट्रल ॲक्सल'ची भूमिका वठवता आली पाहिजे. ही सुद्धा एक कला आहे.

यालाच गीतेत भगवान म्हणतात —

'बुद्धियुक्तो जहातीह उभे सुकृतदुष्कृते ।
तस्माद्योगाय युजस्व योग: कर्मसु कौशलम् ॥'

लहानपणापासून मला बाह्य अवकाशाची जी विलक्षण ओढ होती ती आता आत्मिक ज्ञानासाठी अंतर्मुख करते!

•

प्राचीन भारतीय तत्त्वज्ञानात हृदयामधील न्युरॉन्सना 'प्रजातंतू' म्हटलेलं आहे! ब्रह्मांडाचं मानवी मेंदूतील न्युरॉन्ससह असलेला हा वैश्विक परस्पर संबंध आणि हा प्रजातंतू मिळून एक महाविशालकाय सृष्टिव्यापार अस्तित्वात आला आहे.

भगवद्गीतेमध्ये यालाच 'विसर्ग' म्हटलेलं आहे. या 'विसर्गा'त सर्व सुख-दु:खांचा आणि जीवन-मरणाचा खेळ अविरत चाललेला असतो ; चालणार असतो. प्रत्येक जीवाला हा खेळ खेळावाच लागतो. त्यातून सुटका होऊ शकत नाही.

२४

'तोच चंद्रमा नभात...!'

चंद्र आणि मानवी जीवन यांचं एक अलौकिक आणि अतूट नातं आहे. भाऊ दूरगावी गेला असेल तर बहीण चंद्राला भावाच्या ठिकाणी समजून त्याला ओवाळते. भावाप्रमाणेच चंद्र 'मामा' सुद्धा होतो! तो प्रेमिकांना आनंद देतो; तसाच तो विरहाचंही प्रतीक मानला जातो. चंद्र वनस्पतींमध्ये रस भरतो. मनाला उत्साह देतो. पृथ्वीवर होणारं चंद्राचं दर्शनही विविध स्वरूपात होत असतं.

डोंगरांआडून वर येणारं चंद्रबिंब, कौलारू घरांमागून उगवणारा चंद्र, वाळवंटातल्या आकाशात अनभिषिक्त सम्राटासारखा तेजाळणारा चंद्र, लिंबोणीच्या झाडांमागून डोकावणारा चंद्रमा, खळं पडलेला चंद्र, सरत आलेल्या रात्री होणारं पिकलेल्या चंद्राचं दर्शन, पहाटेची सुंदर चंद्रकोर, प्रतिपदेची तिमिरेत बुडणारी चंद्रकोर अशी चंद्राची विविध दर्शनं सौंदर्यदृष्टी असणाऱ्या मनुष्यामध्ये निरनिराळे भाव उत्पन्न करतात.

ऋतुमानानुसारही चंद्राचं सौंदर्य बदलत जातं. हेमंत ऋतूतला चंद्र सुंदर प्रभा लेवून येतो. शरद ऋतूतला चंद्र काळ्याकुट्ट आकाशात तेजाळत असतो. पण तेव्हा तो इतर ग्रह-ताऱ्यांना त्यांचं अस्तित्व दाखवण्याचीही संधी देतो. शिशिरातला चंद्र आकाशाला निळाई प्रदान करतो. वसंतऋतूतला चंद्रमा म्हणजे सौंदर्याची पराकाष्ठा असते!

याच काळात यमुनेकाठी कृष्णाची रासक्रीडा चालत असे. तो भाव कृष्णभक्तांना असीम आनंद देतो. आत्मिक साधना करणाऱ्या साधकांना मस्तकावर चंद्र धारण केलेलं भगवान शिवांचं दैवी स्वरूप आनंद देतं. पौर्णिमेच्या चंद्राचा निळसर प्रकाश आणि त्यात न्हाऊन निघालेलं अद्भुत आणि दैवी सौंदर्य लाभलेलं मानससरोवर आणि त्यामागचं कैलास पर्वताचं दिव्य शिखर आध्यात्मिक भावुक व्यक्तीला असीम आनंद देतं. ऐन वसंतातल्या चांदण्या रात्री 'होरी', 'कजरी', 'ठुमरी', 'फागुन' सारखे संगीतप्रकार रसिक गायक-कलावंतांच्या मनाला मोहून टाकतात. आदिम जमाती आणि आदिवासीही या काळात नृत्य-संगीतात रमून जातात; तर हेन्री मॉन्सिनी या प्रख्यात संगीतकाराने रचलेल्या 'मून रिव्हर'सारख्या संगीतरचना त्या त्या रसिकांनाही आनंद देतात.

पुराणकर्त्यांनी सत्तावीस नक्षत्रांचा स्वामी असलेल्या चंद्राची वास्तविकता कथेतून सांगितली; आणि गणपतीच्या कथेतून चंद्राच्या कलांचं वर्णन केलं. चंद्राची महती भारतीयांनी फार पूर्वीच ओळखली होती. आता तर भारताने चंद्राच्या दक्षिण ध्रुवावर 'विक्रम'ला यशस्वीपणे उतरवलं आहे. दक्षिण ध्रुवावर फिरणारा 'प्रग्यान' नवे नवे शोध लावेल. प्राचीन ज्ञानाप्रमाणेच भारत अशा खगोल मोहिमेतही आपला ठसा निश्चितच उमटवेल. त्याबद्दल इस्रोच्या शास्त्रज्ञांचे जेवढे आभार मानू तेवढे थोडेच आहेत.

चंद्र पोकळ की…

अशात-हेने कवी-संगीतकार-तत्त्वज्ञ यांना आनंद देणारा चंद्रमा वैज्ञानिकांना आणि गूढवाद्यांनाही आकर्षित करतो. कोट्यवधी वर्षांपूर्वी मंगळाएवढा एक ग्रह पृथ्वीवर आदळला आणि पृथ्वीचाच एक तुकडा पृथ्वीभोवती फिरत राहिला तोच हा चंद्र, अशी एक मान्यता आहे.

आधुनिक संशोधनानुसार चंद्रावरचे खडक आणि पृथ्वीवरचे खडक यांच्यामध्ये समानता असली तरी सर्वच खनिजांमध्ये साम्य नाही. चंद्रावर वातावरण नसल्यामुळे प्राचीन किंवा अर्वाचीन जीवनाविषयी कोणताच निर्णय करता येत नाही, असं नासाचं संशोधन आहे.

चंद्राची सरासरी घनता ३.३ g/cm^3 आहे, तर पृथ्वीची घनता ५.५g/cm^3 आहे. १९६९ ते १९७७ दरम्यान, अपोलो मिशनने चंद्रावर एक सिस्मोमीटर ठेवला.

त्या मीटरने वेळोवेळी चंद्राच्या कंपांची नोंद केली. चंद्रावर जेव्हा भूकंप होतात तेव्हा तो घंटेप्रमाणे वाजतो असं तेव्हा लक्षात आलं.

त्यानंतर २० नोव्हेंबर १९६९ रोजी अपोलो १२नं जाणूनबुजून चंद्राच्या पृष्ठभागावर चंद्र मॉड्युलचाच एक भाग आकाशातून चंद्रावर आदळला. त्यानंतर चंद्र जवळजवळ एक तास घंटानाद करत होता! हा आधार घेऊन, चंद्र हा घंटेसारखा पोकळ असावा असा युक्तिवाद काही संशोधकांकडून केला गेला.

नासा या मताशी सहमत नव्हतं. मग एक पक्ष चंद्राला पोकळ मानू लागला तर पोकळ जागेचा कोणताही पुरावा नाही, असा युक्तिवाद नासा करू लागलं. पोकळ चंद्राचा आधार घेऊन काही हौशी संशोधक चंद्राबाबत क्रांतिकारी विचारही मांडू लागले. त्यांच्या मते चंद्र हा कृत्रिम उपग्रह असून तो मुद्दाम पृथ्वीभोवती फिरत ठेवला आहे. पोकळ चंद्राच्या आत एक अतिप्रगत यंत्रणा कार्यरत आहे, असेही अतर्क्य विचार मांडले जाऊ लागले!

ज्याचा-त्याचा दृष्टिकोन

चंद्राबाबतचं संशोधन अजूनही बाल्यावस्थेत आहे असंच म्हणावं लागतं. परंतु; एक गोष्ट मात्र खरी! चंद्र नसता तर पृथ्वीवर जीवन संभवलंच नसतं. भरती-ओहोटी ही चंद्रावर अवलंबून असते, ही गोष्ट सर्वज्ञात आहे. चंद्र पृथ्वीवरच्या समुद्रावर परिणाम करतो तसाच मनुष्याच्या मनालाही प्रभावित करतो. वनस्पतींमध्ये तो रस भरतो. चंद्राच्या अनुपस्थितीत हे काही घडलंच नसतं. चंद्र आताची कक्षा सोडून पृथ्वीच्या खूप जवळ आला तर पृथ्वीवर हाहाकार माजेल.

ब्रूस नावाच्या एका हौशी कॅनेडियन खगोल संशोधकाने त्याच्या 'ब्रूस सीज ऑल' या यूट्युब चॅनेलवर मोठ्या दुर्बिणीतून चंद्राचं प्रत्यक्ष चित्रण केलेले अनेक व्हिडिओज प्रसारित केले आहेत. त्याच्या मते, प्रचंड मोठ्या मदरशिप्स चंद्राभोवती आजही फिरत आहेत. मदरशिप्स बरोबरच अनेक लॅन्डर्स एकाच वेळी मदरशिपकडे झेप घेतानाचं शूटिंगही ब्रूसने केलेलं आहे. चंद्रावर काही ठिकाणी बांधकाम असल्याचा दावाही ब्रूस करतो. त्याच्या या यूट्युब चॅनेलवर ते सारे व्हिडिओज उपलब्ध आहेत. जगातले अनेक संशोधक आणि चॅनेल्स त्याच्या या चित्रणाची शहानिशा करत असतात.

प्रत्यक्ष चंद्रावरचं वातावरण अतिशय भीषण आहे, असं काही अभ्यासक सांगतात. अपोलो-११च्या यशानंतर चंद्रावर पहिलं पाऊल ठेवलेला नील आर्मस्ट्राँग या अंतराळवीराने माध्यमांना फारशा मुलाखती दिल्या नव्हत्या. किंबहुना मुलाखती देणे हेतुपुरस्सर टाळलं होतं. त्याचा सहयोगी ऑल्ड्रिन याने नील आर्मस्ट्राँगचं आणि चंद्रपरिसराचं चित्रण केलं होतं. परंतु; त्यातला काही भाग संपादित करून किंवा काढून टाकून जगापुढे आणला गेला, असाही दावा अनेक संशोधक करतात.

त्या रेकॉर्डिंगमध्ये ऑल्ड्रिन घाबरून कुठेतरी निर्देश करतो. कुणीतरी आपल्यावर 'वॉच' ठेवून आहे, ही जाणीव त्या दोन्ही अंतराळवीरांना होती; पण तो भाग काढून टाकण्यात आला, आणि म्हणूनच अपोलो-१७ नंतर अमेरिकेने चंद्रावर माणूस पाठवला नाही, असाही अनेक अभ्यासकांचा दावा आहे. या साऱ्या गोष्टींवर किती विश्वास ठेवायचा हा ज्याच्या-त्याच्या अभ्यासाचा भाग आहे. परंतु; एक गोष्ट मात्र खरी! चंद्र आपल्याला अधिक संशोधनासाठी निश्चितच मोहात पाडतो.

लहानपणापासून मला चंद्राचं खूप आकर्षण असल्यामुळे गेली काही वर्षं मी मिळेल त्या माध्यमातून चंद्राचा अभ्यास करत गेलो. या अभ्यासातून एक गोष्ट मला उमजली. चंद्र हा केवळ भौतिक पातळीवर अभ्यासाचा विषय नाही. तर तो मानसिक पातळीबरोबरच आत्मिक पातळीवरही अभ्यासाचा विषय आहे. त्याविषयीचे थक्क करणारे काही उल्लेख मला प्राचीन भारतीय ज्ञानग्रंथात वाचायला मिळाले. चंद्राचं वास्तविक स्वरूप, त्याच्यावरचं प्रतिकूल वातावरण, तिथे होणारी मानवाची संभाव्य भावीकालीन वसाहत या गोष्टी निश्चितच थक्क करणाऱ्या आहेत.

भौतिक शोधांमुळे चंद्राप्रती असलेल्या काव्याला, लिंबोणीच्या झाडामागून डोकावणाऱ्या चंदामामाला हरवून चालणार नाही. त्याचप्रमाणे डोंगराआडून उगवणाऱ्या, सृष्टीला सौंदर्य प्रदान करणाऱ्या, कवींना प्रेरणा देणाऱ्या, संगीतप्रेमींना सुखावणाऱ्या, चंदेरी प्रकाशाने सृष्टिजात न्हाऊन टाकणाऱ्या, रासक्रिडेची आत्मिक अनुभूती देणाऱ्या त्या चंद्रमाला भावनिक दृष्ट्या दुरावून चालणार नाही हे मी समजून चुकलो. तो भाव हरवला तर जीवनातला खरा रसच निघून जाईल!

२५

शुभव्रत : प्राचीन व्रत

इंद्रियांचा निग्रह करण्यासाठी आणि पुढे जाऊन मनावर संयम साधण्यासाठी अनेक लोक एखादं व्रत घेत घेतात. विशेषत: श्रावण महिन्यात अशी व्रतं घेतली जातात. कोणतंही व्रत घेणं हे चांगलंच असतं आणि त्याचा आत्मविकासासाठी निश्चितच उपयोग होत असतो. मग एखादी व्यक्ती कांदा-लसूण वर्ज्य करते, तर एखादी व्यक्ती नवरात्रीत नऊ दिवस विनाचप्पल वावरते. एखादा मनुष्य ठरावीक दिवशी कडक उपवास करतो, तर एखादी महिला ठरावीक दिवशी निर्जळी उपवास करते. बऱ्याचदा शरीर स्वास्थ्यासाठी सुद्धा उपवास केले जातात. पण धार्मिक उपवासातला सर्वांत महत्त्वाचा भाग असतो तो म्हणजे ईश्वरी तत्त्वाशी जवळीक साधणे अर्थात 'उप-वास!' ती गोष्ट साध्य झाली तर उप-वास परिपूर्ण होतो. जैन-मुस्लिम धर्मियांमध्येही कडक उपवास केले जातात हे आपण जाणतोच. उपवासासह अशी जी अनेक व्रतं घेतले जातात ती ठरावीक कालावधीसाठी अथवा श्रावण महिन्यात घेतले जातात.

परंतु; एक प्राचीन व्रत असं आहे की, जे मानसिक स्तरावर वर्षभर करायचं असतं. एखादा मनुष्य बळाने इंद्रियांचा निग्रह करू शकतो; पण मानसिक स्तरावर वर्षभर प्रतिक्षणी संयम साधण्याचं व्रत हे खूप कठीण असतं. त्या व्रताचे परिणामही तसेच मोठे असतात. ते व्रत म्हणजे 'शुभव्रत.' या व्रताचा उल्लेख महाभारतातल्या 'आदिपर्वा'तील ११४व्या अध्यायात आलेला आहे.

अर्जुन सर्वश्रेष्ठ धनुर्धर

प्राचीन साहित्यातून ऋषी जेव्हा एखादी कथा सांगतात तेव्हा मानवासाठी उपयुक्त असणाऱ्या अनेक गोष्टी किंवा उपाय ते कथानकांमध्ये सहज गुंफून जातात. त्या गोष्टींमधलं मर्म शोधून जर जीवनात ते उतरवलं तर त्याचा आजही नक्कीच लाभ होऊ शकतो. 'शुभव्रत' हा असाच एक मंत्र आहे.

हिमालयात वास्तव्याला असताना एके दिवशी पांडुराजाच्या मनात येतं, 'मला यमधर्माच्या कृपेने युधिष्ठिर झाला तर वायुदेवाच्या कृपेने भीम झाला. आता त्रिखंडात पराक्रम गाजवेल असा सत्शील पुत्र व्हायला हवा. इंद्र हा देवांमधील पराक्रमी राजा! तेव्हा मला इंद्रासारखाच पराक्रमी पुत्र झाला पाहिजे.'

त्याच वेळी महर्षीगण पदभ्रमण करित हिमालयातील शतशृंग पर्वतावर आलेले असतात. त्यांची भेट होताच पांडुराजा त्यांना आपला मनोदय सांगतो. तेव्हा ते महर्षी त्याला 'शुभव्रता'ची माहिती सांगतात. पांडुराजा कुंतीला ते व्रत करायला सांगतो आणि स्वतःही तप करू लागतो.

कर्म-मन आणि वाणीतून हे व्रत करायचं असतं. सत्य आणि शुभ भाषण करणं, अहिंसेचं पालन करणे आणि परनिंदा न करणे अशाप्रकारचं ते शुभव्रत असतं. वर्षभर त्या कठोर व्रताचं पालन केल्यानंतर एके दिवशी देवांचा राजा इंद्र कुंतीसमोर प्रगट होतो; आणि त्याच्या अनुग्रहाने कुंतीला पुत्र होतो. त्याचं नाव अर्जुन! जो सदा विशुद्ध कर्म करतो तो अर्जुन! देवदुर्लभ गुणांनी युक्त असा! उत्तरा फाल्गुनी नक्षत्रावर भर दिवसा अर्जुनाचा जन्म होतो. पांडुराजाचं ते 'शुभव्रत' सुफलित होतं.

मूळ महाभारतात सांगितलेलं अर्जुनाचं ऐतिहासिक चरित्र थक्क करणारं असंच आहे. अर्जुन सर्वश्रेष्ठ धनुर्धर होता. तरीही तो अत्यंत शालीन होता; सहृदय होता. महाभारतीय युद्ध वगळता अर्जुनाने एकट्याने पन्नासच्या वर मोठ्या लढाया लढल्या आणि सर्व जिंकल्या.

तो इतका पराक्रमी होता की, निवातकवच दानवांना नमवण्यासाठी इंद्राला त्याच्या सहाय्याची गरज पडली होती. समुद्राच्या आश्रयाने राहणाऱ्या निवातकवच दानवांशी युद्ध करण्यासाठी इंद्राच्या आकाशगामी 'ऐरावता'त अर्जुन शस्त्रसज्ज होतो. मातली 'ऐरावत' हाकत असतो. अवकाशातून तो 'ऐरावत' जात असताना एक कृत्रिम ग्रह मातली अर्जुनाला दाखवतो. ते दानव इंद्राचे शत्रू असून त्यांचा तू उच्छेद कर, असं तो अर्जुनाला सांगतो. त्यानुसार एका महास्त्राने अर्जुन त्या

ग्रहाच्या ठिकऱ्या उडवतो, असं मूळ महाभारतात वर्णन आहे.

हे असे विषय कल्पित वाटू शकतात. पण या पृथ्वीवर घडलेला अद्भुत, थरारक प्राचीन इतिहास जाणून घेण्यासाठी आपला संकुचित दृष्टिकोन बदलावा लागेल! मग इनॉक, इझिकेल आणि अर्जुन यांच्याविषयी विविध ठिकाणी लिहिलेल्या घटनांमधलं साम्य ध्यानात येऊ शकेल.

Chriots of the Gods या अभ्यासपूर्ण पुस्तकात एरिक फॉन डॅनिकेन म्हणतो, 'तुम्हाला आपला भविष्यकाळ जेवढा थक्क करणारा वाटतो, त्याच्यापेक्षा कितीतरी पटींनी अधिक थक्क करणारा असा आपला भूतकाळ होऊन गेलेला आहे!' कमीत कमी हजारो वर्षांपूर्वी बांधलेले पिरॅमिड्स, पेरू-बोलिव्हिया देशांतील प्राचीन अद्भुत अजस्र बांधकामं, भारतातील प्राचीन देवळांची बांधकामं आणि त्यावर कोरलेले मती कुंठित करणारे विषय, सुमेरियन विटांवर कोरलेला प्राचीन इतिहासही आपली मती कुंठित करतो.

त्यामुळे अशा प्राचीन विषयांवर कोणताही निर्णय करण्यापूर्वी तत्कालीन मूळ ग्रंथांचा, जीवनपद्धतीचा, आचार-विचारपद्धतींचा, शिलालेखांचा, जगातील समकालीन नोंदींचा आणि विशिष्ट मंत्रांचा कसून अभ्यास करावा लागतो.

'शुभव्रता'च्या बाबतीतही असंच म्हणता येईल. अशा व्रतांमागे मनुष्याची मानसिकता बदलण्याची शक्ती असते. मंत्रांमुळे किंवा व्रतांमुळे सकारात्मक लहरी अथवा स्पंदने ग्रहण केली जातात; आणि त्याचा सुपरिणाम जीवनात दिसून येतो.

सत्याचे विविध पैलू

'शुभव्रत' हे असंच मानसिक व्रत आहे. त्यात 'सत्याचरणा'ला प्रथम स्थान दिलं आहे. परंतु; 'सत्या'लाही अनेक पैलू असतात. एखादं 'सत्य' हे कालापरत्वे रूढीतून आणि परंपरांमधून बदलत जातं - कानगोष्टींप्रमाणे! म्हणून केवळ 'सत्या'ऐवजी 'सत्परिणाम'महत्त्वाचा असतो. हिंसेच्या बाबतीतही असंच म्हणावं लागेल. केवळ दुसऱ्याचं शरीर मारणे एवढीच हिंसा नसते; तर स्वार्थ साधण्यासाठी दुसऱ्याचं मन मारणं ही देखील एकप्रकारची हिंसाच होते!

दैनंदिन जीवनात परनिंदा सहज केली जाते. मित्रमैत्रिणींमध्ये किंवा नातेवाइकांमध्ये एखाद्याची निंदा किंवा चेष्टा होतच असते. त्यामुळे कुणी दुखावत नसेल तर अशी चेष्टा गंमत म्हणून चालू शकते. त्यात मौजमजेचा, सहजतेचा

भाग असू शकतो. पण चेष्टेत अहंमन्यता, असूया आणि द्वेषभाव भरलेला असेल तर मात्र ती परनिंदा होते. याउलट टीका करण्याचा हेतू शुद्ध असेल तर 'शुभव्रत' मोडलं जात नाही.

मुलांना घडवताना कदाचित रागाने बोललं जातं किंवा निंदा केली जाते. पण असं करणे 'शुभव्रता'च्या आड येत नाही. पण द्वेषाने आणि मत्सराने हेतुपुरस्सर जर कुणाची निंदा करत राहिलं तर त्याचे भयावह परिणाम त्या व्यक्तीलाच केव्हातरी वेगवेगळ्या प्रकारे भोगावे लागतात.

ब्रूस लिप्टन हा शास्त्रज्ञ अनेक दाखले देऊन सांगतो की, we are all connected!

संतही सांगतात, आपण सारे एकाच देवाची लेकरं आहोत. म्हणून परनिंदा करताना पर्यायाने आपण आपलीच निंदा करत असतो; आणि कुकर्म रचत असतो. दुसऱ्याचं वाईट चिंतलं तर तो भाव आपण आपल्याकडेच ओढून घेत असतो.

मी स्वतः या व्रताचं पालन करण्याचा कसोशीने प्रयत्न करतो. पण अजून ते पूर्णतः शक्य झालेलं नाही. कारण सहजगत्या कुणावरही टीका करणं हा आपला कालानुरूप स्वभावच बनलेला असतो. तो लवकर बदलत नाही. परंतु; या व्रतामुळे आपल्या वृत्तीत मात्र हळूहळू परिवर्तन होत जातं, याचा अनुभव नक्कीच घेता येतो. गप्पा मारताना सहज कुणावर टीका केली गेली तर माझ्या मनाला टोचणी लागते. मनाला अशी बोच लागणे हे 'शुभव्रता'च्या पालनाची निदान पहिली पायरी मानायला हरकत नसावी!

सर्व बाजूंनी विचार करता 'शुभव्रता'चं पालन करणे हे महाकठीण व्रत म्हटलं पाहिजे. पण म्हणून 'शुभव्रत' घेऊ नये असं थोडंच आहे? या व्रताचं थोडंफार जरी पालन केलं तरी जीवनात खूप मोठे सकारात्मक परिणाम मिळू लागतात. मनावरचं मळभ जाऊन मन सशक्त होऊ लागतं. मनात विनाकारण धरून ठेवलेल्या कटु विषयांचा निचरा होत जातो.

२६

विद्या अंगणात उभी!

आत्तापर्यंतच्या आयुष्यात माझ्या हातून लेखनाच्या क्षेत्रात जे काही थोडंफार घडू शकलं त्याला कारण म्हणजे वेळोवेळी मिळत गेलेल्या प्रेरणादायी गोष्टी. कितीही मोठी आव्हानं असली तरी 'मी स्वबळावर काहीतरी चांगलं करू शकतो, मला जमू शकतं, मी आव्हानांवर मात करू शकतो-' अशी वृत्ती त्यामुळे तयार होते. मला कोणताही व्यवसाय करण्यात रस नव्हता. परंतु; कलाक्रिडेत मात्र खूप रस होता. कलेतून मिळणारा आनंद हा फार मोठा आनंद असतो.

मनुष्याच्या अंगी कोणती ना कोणती कला ही मुळात असतेच. पण बऱ्याचदा त्याची जाणीव नसते. मग कुणीतरी येऊन ती जाणीव करून देतं आणि मग कलावंतामधले सुप्त गुण प्रकट होऊ लागतात. माझ्या मनावर प्रभाव टाकणाऱ्या अशाच काही गोष्टी-घटना होत्या.

भारतरत्न पं. भीमसेन जोशी यांना मुळात गाण्याची आवड होती आणि उपजत कला होतीच; परंतु प्रचंड साधना करून त्यांनी कलेत सिद्धी मिळवली होती. एक तेलदिवा भरून ठेवला जायचा आणि त्या दिव्यातलं तेल संपेपर्यंत एकच पलटा म्हणत राह्यचा, अशाप्रकारे त्यांनी अहोरात्र संगीतसाधना केली होती! उस्ताद जाकीर हुसेन अठरा-अठरा तास तबल्याचा सराव करत. अशातऱ्हेने अनेक महान कलावंतांनी अपार कष्टातून कला साध्य केली होती.

काही कलावंत उपजतच सारे दैवी कलागुण घेऊन आलेले असतात. याचं मोठं उदाहरण म्हणजे पं. कुमार गंधर्व आणि १७५६मध्ये ऑस्ट्रियात जन्मलेला इंग्लिश क्लासिकल म्युझिक कंपोझर वुल्फगँग ॲमेडियस मोझार्ट. उपजत कलागुण असणाऱ्यांच्या संदर्भात असामान्य बुद्धिमत्ता असलेले मूल (child-prodigy) असं म्हटलं जातं. वयाच्या तिसऱ्याच वर्षी मोझार्ट पियानो वाजवू लागला. पाचव्या वर्षी तो उत्तम संगीत रचना (compose) करू लागला. त्याचे वडील प्रथितयश व्हायोलिनवादक होते.

एकदा छोट्या मोझार्टने आपल्या वडिलांच्या हाती एक संगीतरचना दिली आणि सांगितलं, 'प्रॅक्टिस करूनच ही तुम्हाला वाजवावी लागेल!' इंग्लिश क्लासिकल म्युझिक कंपोझ करणे ही अतिशय अवघड गोष्ट असते. कारण सर्व वाद्यांचा सामुदायिक एकत्रित परिणाम (communal effect) घेऊन प्रत्येक वाद्याची आधीच स्वतंत्र रचना करावी लागते. ही सर्व वाद्यं एकत्र वाजतात तेव्हा रसिकांना त्या रचनेचा आनंद मिळू लागतो.

चौथ्या वर्षीच मोझार्ट अशातऱ्हेने संगीत रचना करू लागला. अल्पावधीत त्याची कीर्ती व्हिएन्नासारख्या क्लासिकल संगीताची प्रचंड आवड जोपासणाऱ्या शहरापर्यंत गेली. मग सहाव्या वर्षी त्याचा व्हिएन्नाच्या राजवाड्यात राजासमोर पहिला कार्यक्रम पार पडला! त्यानंतर त्याने असंख्य रचना केल्या, त्या जगभर गाजल्या.

आजही मोझार्टच्या रचना जगभरातल्या इंग्लिश क्लासिकल कार्यक्रमांमध्ये सादर केल्या जातात. पूर्वी दूरदर्शनवर दाखवल्या जाणाऱ्या 'टायटन'च्या जाहिरातीतील 'सिम्फनी नं.२५; G मायनर' ही मोझार्टची ट्युन सर्वांना परिचित असेलच.

१७९१मध्ये वयाच्या केवळ पस्तिसाव्या वर्षीच मोझार्टने जगाचा निरोप घेतला; मागे अद्भुत संगीत रचनांचा प्रचंड साठा ठेवून!

लुडविग व्हॅन बीथोव्हेन हा मोझार्टचा समकालीन संगीतकार होता. 'मोझार्टसारखं संगीत तुला रचता आलंच पाहिजे,' असं त्याचे वडील नेहमी त्याला सांगत. हे सांगण्यात त्यांचा कुटील हेतू असे. कारण मोझार्टला चांगलीच प्रसिद्धी आणि पैसा मिळू लागला होता. लुडविगनेही मोझार्टप्रमाणे संगीतरचना करून व्हिएन्नाला जावं आणि चांगल्यापैकी पैसा गाठीशी बांधावा असं त्यांना वाटे. त्यासाठी ते रोज लुडविगला पट्ट्याने मारायचे. त्याच्या आईला हा मार

बघवायचा नाही. एकदा वडील त्याला मारत असताना ती मध्ये पडली. तेव्हा वडिलांनी तिलाही झोडपून काढलं.

या घटनेचा लुडविगच्या मनावर खोलवर परिणाम झाला. मग तो रोज स्वतःहून तासन्तास पियानोचा सराव करू लागला. वडील मधून मधून हेटाळणी करतच होते. ते त्याला म्हणायचे, 'तुझं रूप इतकं ओंगळवाणं आहे की, रस्त्यावरची कुत्रीसुद्धा तुझ्याकडे बघून भुंकतात.'

पण अखेर कुरूपपणावर कलासौंदर्याने मात केली! हळूहळू लुडविग बीथोव्हेन संगीतकार म्हणून नावारूपाला येऊ लागला. पुढे व्हिएन्नाला जाऊन त्याने मोझार्ट-हेडन या महान संगीतकारांची भेट घेतली. त्यांच्याकडून काही धडे घेतले. मग बीथोव्हेननेही अनेक संगीतरचना करून रसिकांना थक्क करून सोडलं.

परंतु दैवाला त्याची आणखी परीक्षा घ्यायची होती. एके दिवशी या महान संगीतकाराला एकाएकी ऐकू येईनासं झालं! वयाच्या तिसाव्या वर्षींच तो ठार बहिरा झाला. पण त्याही विपरीत गोष्टीवर लुडविगने मात केली. तो म्हणायचा, 'कानाला नाही तरी माझ्या मनाला माझं संगीत ऐकू येतंच ना!'

अंगच्या गुणांचा शोध

आश्चर्याची गोष्ट म्हणजे बहिरेपणानंतर त्याने रचलेलं संगीत अजरामर ठरलं. बहिरेपणा आल्यानंतर एका कार्यक्रमात बीथोव्हेनने त्याच्या संगीतरचना स्वतः कंडक्ट केल्या. रसिक श्रोत्यांनी उत्थापन देऊन कितीतरी वेळ टाळ्यांचा गजर करून त्याला दाद दिली. म्युझिक कंडक्टरची श्रोत्यांकडे नेहमी पाठ असते. त्यामुळे बीथोव्हेनला ते 'स्टॅन्डिंग ओवेशन' कळलंच नाही! मग एका वादकाने त्याला श्रोत्यांकडे वळवलं.

अशातऱ्हेने अंगच्या कलागुणांनी विपरीत गोष्टींवर मात करून बीथोव्हेन जगप्रसिद्ध संगीतकार झाला. एक अतिशय प्रगल्भ संगीतकार म्हणून बीथोव्हेनची जगात ओळख आहे. त्याच्या सिंफनी ६, ९ आणि 'एम्परर'सारख्या असंख्य रचनांनी जगाला आनंद दिला.

आजही मोझार्ट-बीथोव्हेन या पाश्चात्य संगीतकारांच्या अडीचशे-तीनशे वर्षांपूर्वींच्या रचना जगात प्रामुख्याने वाजवल्या जातात. 'स्ट्रॉस', 'मोझार्ट',

'बीथोव्हेन', 'चिकॉस्व्हकी' यांच्यासारख्या महान संगीतकारांच्या रचनांना सध्याच्या काळात झुबिन मेहता आणि आन्द्रे रियूने खूप मोठं परिमाण दिलेलं आहे.

आपल्या अंगच्या गुणांचा शोध लागल्यानंतर ते गुण फुलवायची इच्छा असेल तर मनाला भलतीकडे खेचणाऱ्या अनावश्यक गोष्टींचा त्याग करून आपल्या लक्ष्यावर सारं ध्यान केंद्रित केलं पाहिजे, हे मी शिकलो. काही मिळवण्यासाठी काहीतरी गमवावं लागतंच! कलेच्या संदर्भात तर खूप काही गमवावं लागतं. परंतु; त्यामुळेच एखाद्या क्षेत्रातली कला फुलते.

सध्याच्या काळात मनाला खेचून घेणाऱ्या असंख्य गोष्टी आणि व्यवधानं सभोवार आहेत. त्यात किती गुंतायचं याचा विवेक करता आला पाहिजे. मनाची शक्ती अनेक अनावश्यक गोष्टींमध्ये विभागली गेली तर खऱ्या अर्थाने कलागुण फुलत नाहीत. आजही अनेक चांगले तरुण कलाकार-कलावंत आहेत. परंतु; त्यातले कित्येक जण 'शॉट-कट'च्या मार्गाने जाताना दिसतात. त्याला काळाचं लेबलही जोडलं जातं. परंतु; साधना ही निरंतर करायची गोष्ट असते. केवळ माध्यमांमधून प्रसिद्धी आणि पैसा मिळवणे एवढाच जर कलासाधनेचा हेतू असेल तर ती अवश्य करावी. पण अशी कला फार काळ टिकत नाही, असाही अनुभव आहे.

भारतीय संगीतकार सलील चौधरी, मदनमोहन, एस. डी. बर्मन, शंकर-जयकिशन, आर. डी. बर्मन, सुधीर फडके, श्रीनिवास खळे, वसंत प्रभू, यांच्यासारख्या संगीतकारांची गाणी आजही कालबाह्य झालेली नाहीत!

कारण त्यांचं सारं लक्ष्य केवळ आपल्या कलेवर केंद्रित असे. अशा कलावंतांकडून प्रेरणा घेऊन काही काम केलं तर तरुण कलावंतांचे कलागुण फुलून अजरामर ठरू शकतात. मी मात्र अशा कलावंतांकडूनच प्रेरणा घेतली!

संगीताचे एक गुरू म्हणत असत, 'विद्या अंगणात येऊन उभी असते. तिची योग्य कदर केली गेली पाहिजे. तिला घरात आणलं पाहिजे. अन्यथा, घरात येण्याऐवजी ती अंगणातूनच निघून जाते!'

...आणि मेंदू संगीतकार बनतो!

एकदा Musical Ear Cyndrome (MES) विषयी माझ्या वाचनात आलं होतं. मेंदूतील न्युरॉन्सच्या संचामध्ये काही कारणाने असंतुलन निर्माण होतं तेव्हा रुग्णाला संगीत ऐकल्याचा भ्रम होऊ लागतो. वास्तविक ते संगीत कुठून बाहेरून ऐकू येत नसतं. ते रुग्णाच्या डोक्यातच तयार होत असतं आणि कानांना ऐकू येत असतं!

माझ्या विज्ञान विषयातील जाणकार मावस भावाशी मी एकदा या विषयावर चर्चा केली. विशेषत: डोक्यात संगीत तयार होऊन ते कानात ऐकू येणे याला रोग म्हणता येईल का, असं मी त्याला विचारलं होतं.

तेव्हा तो सांगू लागला, 'काही कारणांमुळे खूप काळ आपण संगीत ऐकलेलं नसेल किंवा मेंदूवर खूप ताण पडला असेल तर तो ताण दूर करण्यासाठी मेंदू आपणहून संगीत तयार करू लागतो. ते सूर आपण आयुष्यात कधीही ऐकलेले नसतात. तरीही कानात वेगवेगळ्या सुंदर सुरावटी घुमू लागतात. कारण संगीत ही मानवी मेंदूची स्वाभाविक भूक असते. मेंदूला वर्षानुवर्षं संगीतखाद्य मिळालं नाही तर मेंदू स्वतःच नवीन संगीत निर्माण करायला लागतो!'

Brain starts creating its own music! यालाच Musical Ear Syndrome असं म्हणतात. पण मी तरी या प्रकाराला रोग म्हणणार नाही. कारण मेंदूमधल्या न्युरॉन्सच्या संचामध्ये जे असंतुलन निर्माण झालेलं असतं, ते तात्पुरतं असतं,

मेंदूची भूक न भागल्यामुळे ते निर्माण झालेलं असतं; आणि याला कारण म्हणजे आपली आजची जीवनपद्धती!'

तणतणाव आणि मेंदूचे श्रमणे

मेंदू संगीत का निर्माण करतो, त्यातून त्याला कोणता लाभ होतो या प्रश्नांची उत्तरं आपल्याला यातून सहज मिळतात. भौतिक विश्वातील आणि स्पर्धायुगातील आजचं शहरी मानवी जीवन हे अत्यंत धकाधकीचं, हालअपेष्टांचं आणि मानसिक ताण-तणावांचं बनलेलं आहे, हे कुणीही अमान्य करणार नाही.

अनुवंशिकतेबरोबरच मानसिक ताणतणावांमुळे मधुमेहासह (डायबेटिस) कर्करोगा (कॅन्सर) पर्यंत अनेक रोग शरीराला कायमचा विळखा घालतात. मन निराश असेल, भवितव्याच्या चिंतांनी ग्रस्त असेल अथवा भोगवासना पूर्ण होत नसतील, तर त्याचा परिणाम शरीरावर होतो. शिवाय, इंद्रियंसुख मिळवण्यासाठी दिशाहीन जहाजाप्रमाणे मन भरकटत गेलं तर तेही तणावाचं कारण ठरू शकतं.

या जीवनपद्धतीचा थेट आणि प्रदीर्घ परिणाम मेंदूवर होत असतो. काही अभ्यासकांच्या मते मनुष्य सरासरी १०% मेंदूचा वापर करतो; पण 'सायंटिफिक अमेरिकन'ला मुलाखत देताना न्युरॉलॉजिस्ट बॅरी गॉर्डन यांनी हे मत खोडताना म्हटलं आहे, 'आपण आरामात विचार करत पडलो असताना मेंदूचा १०% वापर शक्य आहे. अन्यथा मेंदूची कार्यशक्ती पूर्णपणे वापरली जात असते. न्यूरॉलॉजिस्ट जॉन हेन्ले हेसुद्धा म्हणतात की, आपला मेंदू दिवसभर विविध शारीरिक कार्यांमधून १०० टक्के वापरला जात असतो.

थोडक्यात, आपण रोज अनेक आशा-आकांक्षा बाळगतो, त्या पूर्ण करण्यासाठी धावाधाव करतो. त्यात अनेकविध चिंतांची भर असतेच. वासनाही उराशी बाळगलेल्या असतात. इतर नकारात्मक विषयांमध्येही मन गुंतत जातं. या सर्वांचा परिणाम म्हणजे मेंदू श्रमून जातो.

त्याचप्रमाणे, मन मारून करावी लागणारी कामं, अभ्यास, धावाधाव, ट्रॅफिकचा सामना, नातेसंबंधांमधील समस्या, अनेक विकार, भविष्याची अनिश्चितता अशा अनेक कारणांमुळे मेंदूवर कमालीचा ताण पडतो. अशा अनेकविध टेन्शन्समधून थोडा आराम मिळवण्यासाठी मेंदूला संगीताची आत्यंतिक गरज भासते. मग संगीत

ही त्याची स्वाभाविक भूक बनते; आणि त्याची भूक जर वर्षानुवर्षं भागवली गेली नाही तर मेंदू स्वतःच संगीतरचना करून शांती मिळवण्याचा प्रयत्न करतो! माझ्या मावसभावाच्या बोलण्याचं हे सार होतं.

त्यामुळे जीवनपद्धतीत आणि विचारपद्धतीत योग्य बदल घडवून आणून जर मेंदूला उत्तम संगीत ऐकवलं तर त्याला स्वतःला संगीत निर्माण करण्याची गरज उरणारच नाही!

मेंदूला रिझवणं महत्त्वाचं

मानवी मेंदू आणि मानवनिर्मित संगणक यांची इथे तुलना करता येईल. कम्प्युटरच्या हार्ड-डिस्कमध्ये आपल्या कामाच्या फाइल्स कमी-अधिक अंतर सोडून सेव्ह होत असतात. त्यामुळे हार्ड-डिस्क लवकर भरत जाते. रॅमची शक्ती कमी पडते. पर्यायाने कम्प्युटर 'स्लो' होतो. मग त्याचा वेग पुन्हा वाढवण्यासाठी हार्ड-डिस्कमधल्या फाईल्सची पुनर्रचना (Disk Defragmentation) करावी लागते.

Disk Defragmentation केल्यामुळे कम्प्युटरमधल्या कसंही अंतर सोडून सेव्ह झालेल्या फाइल्स योग्य अंतरात रिअरेंज होतात. मग कम्प्युटर पुन्हा जलदगतीने काम करू लागतो. मेंदूच्या बाबतीतही तेच घडत असतं! दिवसभर मेंदू काम करत असतोच; पण झोपेतही त्याचं काम सुरू असतं. झोपेत स्वप्नं पडतात तेव्हा मेंदू शरीरांतर्गत सर्व मेमरीज rearrange करत असतो. त्यामुळेच चालू जन्मातील अनुभव आणि पूर्व जन्मांतील संस्कार मिळून स्वप्नं तयार होत जातात. म्हणूनच स्वप्नं ही अतिशय असंबद्ध असतात. कारण मेंदू शरीरांतर्गत स्मृतींचा सर्व डाटा रिअरेंज करत असतो; आणि त्यामुळे आपल्याला स्वप्नं बघायला-अनुभवायला मिळत असतात.

थोडक्यात, झोपेत शरीराला जरी आराम मिळत असला तरी मेंदूला आराम मिळू शकत नाही. झोपेतही त्याचं अधिक वेगाने काम सुरूच असतं. त्यामुळे खऱ्या अर्थाने मेंदूला विश्रांती मिळत नाही. अशा वेळी मंदूला रिझवणं महत्त्वाचं असतं. त्यासाठीच ध्यानसाधना, सुंदर भजन किंवा उत्तम स्वरांची मेंदूला नितांत आवश्यकता भासते. मेंदूची ही गरज पुरी झाली नाही तर मग तो स्वतःच संगीत तयार करू लागतो.

ज्येष्ठ गायक पं. मनहर बर्वे म्हणायचे, There is sound everywhere त्या अनुषंगाने असं म्हणावंसं वाटतं की, There is music everywhere.

महत्त्व अनाहत नादाचे

पृथ्वीवरच्या यच्चयावत पदार्थांमधून व्यक्त-अव्यक्तपणे नाद निघतच असतो. ओढ्या-नाल्याच्या पाण्याचा खळखळाट, नदीचा संथ प्रवाही नाद, अथांग सागराचा घनगंभीर लयबद्ध नाद ऐकणाराला मोहवून टाकतो. उस्ताद बडे गुलाम अली खाँ सागरतीरी जाऊन गात बसायचे. लाटांच्या चढ-उतारांप्रमाणे स्वरलाटांचा ओघ त्यांच्या मुखातून बरसायचा.

जे संगीत निसर्गाशी अशी एकरूपता साधण्याचा प्रयत्न करतं ते संगीत सर्वश्रेष्ठ संगीत असतं. वाऱ्याची झुळूक वेळूच्या बनातून जाते, तेव्हा ती नादमय होऊनच बाहेर पडते. मेलेल्या प्राण्याचं कातडं ताणून पखवाजावर बसवलं की, त्यातून सुंदर नाद उमटतो. शरीरांतर्गतही चयापचय क्रिया होत असते, अव्याहतपणे रक्त शरीरभर फिरत असतं. इतरही अनेक क्रिया शरीरात होत असतात; आणि त्यातून नाद निनादतच असतो.

पृथ्वी स्वत:भोवती फिरत असताना देखील तिचा एकसुरी नाद होत असतो. त्याला 'अनाहत' ध्वनी म्हणतात. तसाच अनाहत नाद आपल्या अंतर्यामीही उमटत असतो. परंतु तो सहजगत्या ऐकू येत नाही. तो अनाहत नाद पकडता आला तर परमेश्वराच्या प्रांताकडे जाण्याचं पहिलं स्टेशन गाठलं असं म्हणता येईल.

थोडक्यात, तो 'अनाघात नाद' (unbeatun sound) आपल्याला त्या 'परा'प्रांताकडे म्हणजेच आनंदावस्थेकडे नेतो. कारण अशा वेळी माणूस पूर्णपणे अंतर्मुख झालेला असतो. नादब्रह्माकडून तो पूर्ण ब्रह्माकडे जाऊ शकतो. म्हणूनच 'बिटल्स्' ग्रुपचा जॉर्ज हॅरिसन हिंदुस्थानी

संगीताकडे आणि पर्यायाने ॐकार साधनेकडे वळला. कृष्णभक्तीत तो तल्लीन झाला. चित्त एकाग्र करण्याची साधना, ध्यानसाधना, योग्यपद्धतीने केलेली ॐकार साधना किंवा राग संगीतातला नादब्रह्म मेंदूला कमालीची प्रशांती देतो; आराम देतो. योग्य गुरूकडून मार्गदर्शन घेऊन ही साधना केली तर त्याचे उत्तम परिणाम मिळू शकतात.

त्यासाठी मनाला ठराविक वेळी भौतिक भोगवादी विश्वातून अलिप्त ठेवण्याचा अभ्यास साधला पाहिजे. जीवनातही थोडाफार ताण आवश्यकच असतो. त्यातूनच जीवनसंगीत सिद्ध होत असतं! परंतु; अनंत विचार विशेषत: नकारात्मक विचार, अविवेकी धावाधाव, प्रचंड वासना-आसक्ती इत्यादी भाव मनामध्ये घर करून राहिले तर मन कमकुवत होत जातं. मेंदूवरही ताण पडतो. अशा वेळी मनाला रिझवणारं संगीत हळू आवाजात ऐकलं तर मन शांत होतं आणि मेंदूलाही आराम मिळतो. मग मेंदू स्वत:हून संगीत निर्माण करण्याची गरज भासत नाही!

रूपकात गुंफलेले सत्य

गणपतीला ऋग्वेदातील ब्रह्मणस्पतिसुक्तात 'ॐ गणानां त्वा गणपती हवामहे' म्हणून अग्रमान दिलेला आहे. यावरून त्या गणेशरूपी तत्त्वाची महत्तता आणि प्राचिनत्व समजून येतं. परमात्म्यापासून 'परा' आणि 'अपरा' या प्रकृती निर्माण झाल्या तेव्हा ब्रह्मा-विष्णू-महेश या त्रिदेवांचं कार्य प्रारंभित झालं. म्हणूनच परमात्म्याचं दृश्य प्राकृतिक स्वरूप म्हणजे गणेश. या गणेश स्वरूपाचं ज्ञान तीन प्रकारांनी होतं. पहिला प्रकार म्हणजे त्याचं तत्त्वस्वरूप, दुसरा प्रकार म्हणजे पौराणिक स्वरूप आणि तिसरा म्हणजे त्याचं सामाजिक स्वरूप.

तत्त्वस्वरूप

तुकाराम महाराज आपल्या अभंगात म्हणतात, *'ॐकार स्वरूप रूप गणेशाचे... आकार तो ब्रह्मा, उकार तो विष्णू, मकार महेश जाणियेला...'*

म्हणजे ब्रह्मा-विष्णू-महेश या त्रिदेवांचं हेच जन्मस्थान आहे. अर्थात उत्पत्ती-स्थिती आणि लय हे ॐकारातून प्रसवलेल्या प्रकृतीचं स्वरूप आहे. त्यामुळे गणेश हे सृष्टिसर्जनाचं आद्य स्वरूप मानावं लागतं.

*'अथर्वशीर्षा'*तही म्हटलं आहे, *'त्वमेव प्रत्यक्षं तत्त्वमसि...'* अर्थात त्या ॐकारस्वरूप ईशतत्त्वाचं दृश्य स्वरूप म्हणजे गणेश! म्हणूनच गणेशाच्या रूपात

ॐकाराचंच दर्शन होतं. अनेक चित्रकारांनी गणपतीच्या रूपात दडलेला ॐकाराचा आकार स्पष्टपणे दाखवून दिलेला आहे. ॐ ही भगवंताची महान शक्ती आहे.

त्या अक्षरब्रह्माचं वर्णन करताना ज्ञानेश्वर माऊली म्हणतात : ॐ नमोजी आद्या, वेद प्रतिपाद्या जय जय स्वसंवेद्या आत्मरूपा ।

ईश्वराचंच हे आद्यस्वरूप आहे. वेदांनी त्याचं प्रतिपादन केलं आहे. म्हणूनच ते जणू आत्मरूप आहे. छांदोग्य उपनिषदात ॐकाराविषयीची एक रूपकात्मक आख्यायिका सांगितलेली आहे. मृत्यूच्या पाशातून सुटण्यासाठी देवांनी वेदत्रयींचा आश्रय घेतला. परंतु तिथेही मृत्यूने देवांचा पिच्छा पुरवला. तेव्हा मग देवांनी ॐकाराचा आश्रय घेतला. ॐकाररूपी दुर्गम आणि अभेद्य अशा किल्ल्यामध्ये मृत्यूला जाता आलं नाही म्हणून देव अमर झाले.

निकोला टेस्ला या जगद्विख्यात शास्त्रज्ञाने एका मुलाखतीत म्हटलं होतं —

If you only knew the magnificence of the 3, 6, and 9, then you would have a key to the universe.

म्हणजे, ३,६,९ मधील अलौकिकता समजली तर विश्वाची किल्ली तुमच्या हातात येईल! या गणिती संख्येच्या आधाराने निकोला टेस्ला हा दार्शनिक शास्त्रज्ञ नक्कीच त्या तत्त्वरूपाजवळ पोहोचला होता असं म्हणता येईल. ३,६,९ मधील गूढ त्याला तत्त्वत: उकललं होतं.

पुढे अनेक अभ्यासकांनी या संदर्भात असंख्य गणिती सूत्रं मांडून या अंकांमधलं गूढ उकलण्याचा प्रयत्न केला. परंतु; त्यातून फार मोठं काही हाती लागलेलं दिसत नाही. कारण अंक तर बरोबर सापडले होते; पण अंकगणित म्हणजे परमज्ञान नाही. परंतु; ते अंक हे गणेशाचंच व्यक्त तत्त्वस्वरूप मानलं तर मात्र खूप मोठा ज्ञानाचा खजिना हाती लागू शकतो.

अशा या गणेशाविषयी अथर्वशीर्षात म्हटलं आहे, 'त्वं मूलाधारस्थितोऽसि नित्यम्.'

गणेश हा ॐकारस्वरूप असल्यामुळे तो संपूर्ण 'परा' आणि 'अपरा' या प्राकृतिक सृष्टीचा मूलाधार आहे. एका नादामधून (humming) सृष्टी अस्तित्वात आली, ही गोष्ट आता विज्ञानही मान्य करतं. हा नाद ॐकाराचा होता असं सनातन भारतीय तत्त्वज्ञान सांगतं.

या ॐकारातूनच सृष्टी कशी आणि का प्रसवली याचं विश्लेषण अनेक ज्ञानियांनी केलेलं आहे. अर्थातच त्यात खूप मोठा गूढ अर्थ दडलेला आहे. म्हणून तत्त्वस्वरूप गणेश हा जसा संपूर्ण सृष्टीचा मूळ आधार आहे, तसाच तो जीवांचाही मूळ आधार आहे. मनुष्यदेहाच्या संदर्भात विचार करायचा झाल्यास हे बौद्धिक तत्त्व मूलाधाराशी स्थित असतं.

पौराणिक स्वरूप

गणपतीच्या संदर्भात अनेक पौराणिक कथा आहेत. त्यातल्या त्यात शिवपुराणातील कथा अधिक प्रचलित आहे.

एकदा शिव बाहेर गेले होते. पार्वतीला तेव्हा स्नान करायचं होतं. कुणीतरी घराचं रक्षण केलं पाहिजे, या हेतूने तिने अंगच्या मळापासून एक मुलगा तयार केला. त्यात प्राण भरला. मग त्या मुलाला देखरेख करण्यासाठी दाराशी उभं करून ती आत स्नानासाठी गेली. काही वेळाने शिव आले. त्या द्वारपाल मुलाने शिवांना अडवलं. तो त्यांना त्यांच्या स्वतःच्याच घरात प्रवेश करू देईना. त्यामुळे स्वाभाविकच शिव संतापले. मग दोघांमध्ये घनघोर युद्ध सुरू झालं. अखेर शिवाने त्या द्वारपाल गणेशाचं मस्तक धडावेगळं केलं. त्याचवेळी पार्वती स्नान करून बाहेर आली. घडलेल्या युद्धाचा प्रकार तिला समजला. तिला खूप वाईट वाटलं.

ती आक्रोश करू लागली. तिने शिवांना आपल्या पुत्राला जिवंत करायला सांगितलं. अखेर शिवांनी एका हत्तीला मारून त्याचं मस्तक त्या मुलाच्या मानेवर बसवलं आणि तो पार्वतीपुत्र जिवंत झाला- तोच हा गणपती!

अनेकांना ही पौराणिक कथा माहीत असते. कित्येक जण या कथेवर आक्षेप घेऊन स्वतःची मतं मांडत असतात. अनेकांना हे कथानक हास्यास्पदही वाटतं. परंतु; या कथानकात खूप मोठा गूढ अर्थ लपला आहे. 'वेदवाङ्मयानंतर खूप पुढच्या काळात पुराणं लिहिली गेली. पुराणांमधल्या अनेक कथांमधून तत्त्वज्ञान आणि कर्मकांड गुंफलं गेलं. त्याचं कारण म्हणजे नुसतं तत्त्वज्ञान ऐकताना ऐकणाऱ्याला त्यात शुष्कता वाटू शकते. याउलट एखादी कथा ऐकताना मनाला आनंद मिळतो. त्यातही चमत्कारिक कथा म्हणजे फॅन्टसीज वाचताना किंवा ऐकताना तर मन रमून जातं. तेच पुराणांचं उद्दिष्ट आणि स्वरूप आहे. देवदेवतांच्या गोष्टी, त्याचं

पूजन करण्याचे विधी किंवा इतर अनेक उपचार सांगता सांगता पुराणकर्ते त्यामध्ये तत्त्वज्ञान अथवा सत्य इतिहासही गुंफून टाकतात.

'पद्मपुराणा'त सृष्टीची उत्पत्ती सांगताना एक विशाल सोन्याचं अंडं फुटून सृष्टी तयार झाली, असं म्हटलं आहे. या कथेत 'बिग-बँग' थिअरी दिसून येत नाही? म्हणून कथांमध्ये लपलेलं पण ऋषींना अपेक्षित असलेलं त्यातलं तत्त्वज्ञान उमजलं पाहिजे. अन्यथा अशा कथा या भाकड कथा वाटू शकतात.

मळापासून मुलगा कसा काय बनू शकला, पार्वती खूप काळ स्नान करत नव्हती म्हणून तिच्या अंगावर एवढा मळ साचला होता का, लहान मुलाच्या मानेवर हत्तीचं डोकं कसं काय बसू शकतं अशा प्रकारचे प्रश्न उपस्थित करून अशा कथांची अलीकडे खिल्लीही उडवली जाते. पण या कथेत लपलेला मूळ तात्त्विक अर्थ समजून घेतला तर गणेशस्वरूपाचा स्पष्ट उलगडा होतो.

गणेश ही बुद्धीची देवता मानली गेली आहे. मेंदूचा उभा छेद केला तर तो गणपतीच्या आकारासारखा दिसतो असा काहींचा अभ्यास आहे. शिवतत्त्व हे मूलाधारापाशी असतं. त्याच्या द्वारापर्यंतच बुद्धी जाऊ शकते; पुढे नाही. कारण शिवतत्त्व जाणणं हे बौद्धिक काम नसून ते आत्मिक स्तरावर घडत असतं. आत्मिक स्तरावर जाताना बुद्धी विसर्जितच करावी लागते. भगवद्गीतेत भगवानही सांगतात, आत्मज्ञान होण्यासाठी इंद्रियांचं विसर्जन मनात, मनाचं बुद्धीत आणि बुद्धीचं आत्म्यात व्हावं लागतं.

यादृष्टीने मूलाधारापाशी गणेश स्थित आहे याचा अर्थ दोन प्रकारे होऊ शकतो. पहिला अर्थ म्हणजे, इंद्रिय-मन-बुद्धी आणि पुढे आत्मतत्त्व या प्रवासात आत्मतत्त्वाच्या द्वारापर्यंत बुद्धी शाबूत ठेवावी लागते, हा एक अर्थ आहे.

दुसरा अर्थ म्हणजे, केवळ द्वारपालाच्या भूमिकेत भक्त राहू शकत नाही. शिवतत्त्वापर्यंत पोहोचल्यानंतर ते शिवतत्त्वच द्वारपालरूपी बुद्धीला आपल्याकडे खेचून घेतं; तिच्यावर अनुग्रह करतं. मग बुद्धी आपोआप आत्मतत्त्वात विसर्जित होते. अर्थात, ज्या डोक्यात मेंदू असतो ते डोकंच (ज्ञानाने) उडवलं जातं आणि ज्ञानाचं विशाल मस्तक भक्ताला लाभतं!

थोडक्यात, इंद्रियं आणि मनावर वासनांचा मळ साठलेला असतो. म्हणजे पार्थिव गोष्टी मळाला जन्माला घालतात. नाइलाजाने बुद्धी त्या मळाच्या अंकित

होते. अशा मळरूपी देहाची जेव्हा आत्मरूपी शिवाशी गाठ पडते तेव्हा एकीकडे इंद्रियं आणि मन त्या मळरूपी जीवाला खेचू लागतात आणि दुसरीकडे शिवतत्त्व जीवाला खेचू लागतं. या युद्धात शिव विजयी होतात. हत्ती हे ज्ञानाचं प्रतीक आहे. तेच ज्ञानाचं मस्तक जीवाला देऊन शिव त्या मळरूपी जीवाचा उद्धार करतात. हीच क्रिया शिवपुराण या गोष्टीतून सांगतं!

सामाजिक स्वरूप

भौतिक विश्वात मलीन झालेल्या प्राकृतिक इंद्रियं-मनापासून विलग होऊन बुद्धी जेव्हा विशुद्ध होते तेव्हा ती शिवतत्त्वाच्या द्वाराशी पोहोचते. मग तिचा विलय शिवतत्त्वात होतो- अर्थात भक्ताला आत्मज्ञान होतं. या रूपकाप्रमाणेच गणनायकासंदर्भात सुद्धा ही रूपकात्मक कथा रचलेली दिसते.

गणनायक कसा हवा याचं वर्णन पुराणकर्त्यांनी गणेशाच्या रूपातून दाखवून दिलं आहे. एखादा नेता अथवा तत्त्वचिंतक म्हणजेच गणनायक अर्थात गणांचा अधिपती असतो. गणपतीच्या बाह्य स्वरूपातून गणनायकाकडे आवश्यक असणारे गुण पुराणकर्त्यांनी दाखवून दिले आहेत. पांडुरंगशास्त्रींनी या त्याच्या रूपात दडलेल्या रूपकाचं सुंदर विश्लेषण केलं आहे.

गणपतीचं मस्तक मोठं असतं. म्हणजेच त्याच्यामध्ये बुद्धीची अफाट क्षमता असते. पृथ्वीवरच्या प्राण्यांमध्ये हत्तीचं डोकं सर्वांत मोठं असतं. हीच गोष्ट गणपतीच्या हत्तीस्वरूप मस्तकातून दाखवून दिली आहे. गणनायक असाच विशाल बुद्धीचा हवा. गणनायकाचे कानही विशाल हवेत- हत्तीसारखे. म्हणजे, अनेक विषय अनेक जण त्याच्या कानावर घालतात; पण ते विषय आपल्या विशाल पोटात ठेवून योग्य वेळी योग्य तोच निर्णय गणनायक करतो; म्हणजे त्याने तसं करायला हवं.

अर्थात गणनायक हलक्या कानाचा असता कामा नये. त्यासाठी हत्तीच्या सुपासारख्या कानांचं रूपक आहे. कानांवर पडलेली माहिती साठवूनही ठेवता यायला हवी. म्हणूनच गणपतीचं पोट मोठं असतं. गणपतीच्या मोठ्या पोटाच्या दर्शनातून हीच गोष्ट सांगितलेली आहे. हत्तीची दृष्टी सूक्ष्म असते. गणनायकाची दृष्टीही तशीच सूक्ष्म हवी. जेवण्यापूर्वी हत्ती त्याचं खाणं-चारा इतस्ततः उडवतो; आणि मग स्वतः खातो.

गणनायकाने इतरांच्या अन्नपाण्याची सोय प्रथम केली पाहिजे ; आणि मग स्वत:
भोजन केलं पाहिजे, हीच गोष्ट हत्तीच्या स्वरूपातून पुराणकर्त्यांनी गणनायकासाठी
आवर्जून सांगितलेली आहे. असं म्हणतात, हत्तीला भविष्य कळतं. म्हणून प्राचीन
काळी राज्याला वारस नसेल तर हत्तीच्या सोंडेत माळ द्यायची पद्धत होती. मग
हत्ती ज्याच्या गळ्यात माळ घाली त्याला राजा केलं जाई. गणनायक असाच
दूरदृष्टीचा हवा.

गणेश मूर्तींच्या हातात शस्त्रं आहेत, मोदक आहे, कमळ आहे आणि दुर्वासुद्धा
आहेत. त्यातून गणनायकाची संरक्षणासाठी तत्परता, विघातक शक्तींवर अंकुश,
सामाजिक गोडवा राखण्याचं कौशल्य, चिखलात राहूनही फुलण्याचे गुण आणि
निसर्गाशी राखलेलं नातं दिसून येतं. गणपतीचा एक दात तुटलेला आहे. ते ज्ञानाचं
प्रतीक आहे. परंतु ; दुसरा दात अखंड आहे. म्हणजे ज्ञानोत्तर कर्म करण्याची प्रवृत्ती
त्यातून दिसून येते. शिवाय भौतिक जीवन समृद्धीने जगण्याची प्रेरणाही त्यातून
मिळते. म्हणूनच गणपती आपल्या भक्ताला समृद्धी प्रदान करतो. परंतु ; रिद्धी-
सिद्धींना दास्यत्वात ठेवण्याचाही तो संदेश देतो. म्हणजे समृद्धीचं गुलाम नाही तर
समृद्धीवर अधिपत्य राखण्याचा त्यातून तो संदेश देतो.

गणपतीचं आवडतं खाद्य म्हणजे द्विदल नसलेल्या तांदळापासून केलेला आणि
श्रीफलाचं म्हणजे नारळाचं सारण भरलेला मोदक! हे दोन्ही पदार्थ अतिशय पवित्र
मानले गेले आहेत. हे मोदकाचं रूपक गणनायकाला पवित्र भोजनासाठी प्रवृत्त
करतं. नेत्याची किंवा तत्त्वचिंतकाची वृत्ती अशीच पवित्र हवी. पवित्र वृत्तीच
समाजाचं भलं करू शकते. अन्न हे वृत्ती बनवत असतं. नेता सात्त्विक वृत्तीचा
असेल तर समाजही सात्त्विक वृत्तीचा होतो.

'यथा राजा तथा प्रजा' हा न्याय इथे लागू पडतो. म्हणून नेत्याने सात्त्विक आहार
ठेवला पाहिजे, हा संदेश गणेशाच्या मोदकरूपी प्रसादातून मिळतो. गणेशाचं वाहन
उंदीर आहे. फुंकर मारल्याशिवाय उंदीर काही खात नाही. प्राचीन काळापासून
महनीय व्यक्तींच्या बाबतीत विषबाधा केल्याची अनेक उदाहरणं ऐकायला-
वाचायला मिळतात. नेता आणि तत्त्वचिंतकाने या संदर्भात नेहमी सतर्कच राहिलं
पाहिजे. अन्न फुंकून खाण्याचा हा गुण उंदराकडे असल्यामुळे गणपतीचं वाहन उंदीर
आहे. वाहन हे प्रवासासाठी असतं. प्रवासात तर विशेष सतर्क राहिलं पाहिजे.

'ॐकार'स्वरूपाचेच पूजन

एलिस गेअटी यांनी मूषक आणि गणपती यांचा तात्त्विक अर्थ त्यांच्या 'श्री गणेश' या ग्रंथात लिहिला आहे. दिवसा पृथ्वीच्या खाली लपलेला अंधार हाच उंदीर म्हणजे मूषक! सूर्य मावळल्यानंतर तो मूषक लपत-छपत वर येतो; आणि पृथ्वीवर भ्रमण करतो. अर्थात गणेश म्हणजेच सूर्य. सूर्य वर येताच अंधाररूपी मूषक खाली दबतो, असा अर्थ त्यांनी सांगितला आहे. अर्थातच या साऱ्या गोष्टी रूपकात्मक असून हा सारा समग्र गुणसमुच्चय पुराणकर्त्यांनी गणपतीच्या दृश्य स्वरूपातून दाखवून दिला आहे.

अशातऱ्हेने गणपतीच्या संदर्भात अनेक मतमतांतरं आहेत. त्याचे 'महोत्कट' विनायक' 'मयुरेश्वर', 'गजानन' आणि 'धूम्रकेतू' असे चार अवतार मानले गेले आहेत. गणपतीच्या संदर्भात अनेक ऐतिहासिक गोष्टीही प्रचलित आहेत. त्याच्या जन्मासंबंधीही अनेक पौराणिक कथा लिखित आहेत. परंतु; हजारो वर्षांपूर्वी ऋग्वेदातच गणपतीला अग्रमान दिल्यामुळे ही गणेश देवता आराधनेसाठी आणि त्वरित फलप्राप्तीसाठी ऋषींना निःसंशय पूजनीय वाटते. आजही अनेक गणेशभक्त त्याचा अनुभव घेत असतात.

गणेशभक्ती-संदर्भातिही दोन मार्ग आहेत. पहिला मार्ग म्हणजे 'तांत्रिक उपासना' आणि दुसरा म्हणजे 'भावभक्तिस्वरूप उपासना.' तांत्रिक लोक बहुधा उजव्या सोंडेच्या गणपतीची उपासना करतात. त्यांचे रीतिरिवाजही भिन्न आहेत. विघ्नेशमंत्र, शक्तिविनायकमंत्र, लक्ष्मीगणेशमंत्र हे मंत्रही गणेश आराधनेत सिद्ध केले जातात आणि लाभ मिळवला जातो. पण सामान्य भक्त मात्र गणपती 'अथर्वशीर्ष' किंवा 'ॐ गं गणपतये नमः' या एकाक्षरी मंत्राचं विधिपूर्वक पुरश्चरण करून गणेशाची कृपा संपादन करतात. अनेक भक्तांना या मंत्राचे लाभ झाल्याचं ऐकिवात आहे. कारण गणेशाचं पूजन करणं म्हणजे थेट परमात्म्यापासून निघालेल्या ॐकारस्वरूपाचंच पूजन असतं. अर्थातच तशीच फलप्राप्ती भक्ताला होत असते.

चतुर्थी ही गणेशाची आवडीची तिथी आहे. विनायकी आणि संकष्टी चतुर्थीला उपवासादी व्रतं केली जातातच; पण भाद्रपद शुद्ध चतुर्थीला विशेष महत्त्व आहे. चतुर्थी ही जागृती, स्वप्न आणि सुषुप्तीपलीकडील तुरिया अवस्थेचा निर्देश करते, असं 'भारतीय संस्कृती कोशा'त म्हटलं आहे. ती अवस्था साध्य करणं हेच जीवाचं

उद्दिष्ट असतं. म्हणून त्या दिवशी चंद्रदर्शन करायचं नसतं. कारण चंद्र ही मनाची संतती आहे.

चंचल मनाला चंद्राचीच उपमा दिली जाते. ग्रहमालेत चंद्र चंचल मानला जातो ; तसंच शरीरात मन चंचल असतं. मन चंचल राहिलं तर तुरिया अवस्थेपर्यंत जाण्यात विघ्न येतं. म्हणून भाद्रपद शुद्ध चतुर्थीला चंद्रदर्शन करायचं नसतं. एरवी केल्या जाणाऱ्या चतुर्थींनाही चंद्रोदय झाल्यानंतर उपवास सोडायचा असतो. म्हणजे चंद्रदर्शनापासून दूर जायचं असतं.

गणपतीच्या संदर्भात अशी अनेक मतमतांतरे आहेत. त्याशिवाय विघ्नकर्ता, विघ्नहर्ता, व्रातपतये वगैरे अनेक प्राग्-ऐतिहासिक किंवा ऐतिहासिक संदर्भ आहेत. तरीपण हजारो वर्षांपूर्वी ऋग्वेदाने त्याला पूजार्ह मानल्यामुळे गणेशाच्या साकार तत्त्वरूपाचं पूजन आणि आराधना करणे हे केव्हाही हितावह असतं. गणपतीच्या व्यक्तरूपामधले हे रूपक जाणून घेऊन त्याची मग त्याची आराधना केली तर उपासकाला लवकर फल मिळू शकतं.

२१

सुखानंदाची परिभाषा

महाभारतात एक 'यक्षप्रश्न' प्रकरण आहे. युधिष्ठिराची परीक्षा घेण्यासाठी यक्ष त्याला अनेक प्रश्न विचारतो आणि त्याला युधिष्ठिर योग्य उत्तरं देतो.

त्यातलाच एक प्रश्न यक्ष विचारतो, 'युधिष्ठिरा, उत्तम सुख म्हणजे काय?'

त्यावर युधिष्ठिर उत्तर देतो, 'संतोषामध्येच सुख सामावलेलं असतं.'

अध्यात्मशास्त्राच्या दृष्टीने जीवासाठी आत्मज्ञान ही आनंदाची परिसीमा असते. आनंद आणि सुख या दोन भावनांमधील भेद उमजला तर सुख मिळवतानाच आनंदाचीही अनुभूती येऊ शकते. वस्तूपासून मिळतं ते सुख असतं; आणि वस्तूविना मिळू शकतो, तो आनंद असतो. कदाचित आनंदासाठी वस्तू-विषय कारणीभूतही ठरत असतो.

कोणतीही नवीन वस्तू-वास्तू खरेदी करताना सुख मिळत असतं. जीवनात असं सुख मिळवायलाच पाहिजे. कारण त्यात सकारात्मकता सामावलेली असते. परंतु; निरनिराळे उपभोग घेणे एवढंच जीवनाचं उद्दिष्ट राहिलं तर मात्र मनुष्य संतुष्ट होऊ शकत नाही. कारण नव्यानवलाईचं जे सुख असतं ते अल्पकाळ टिकून नष्ट होत असतं. नवा सेल-फोन घेतल्याक्षणी होणाऱ्या सुखाच्या भावनेला काही दिवसांतच ओहोटी लागते. म्हणजे, वस्तूची उपयुक्तता कायम राहिली तरी वस्तू घेतल्याक्षणी मिळालेलं सुख पुढे ओसरत जातं. मग व्यक्ती हव्यासातून,

स्पर्धाभावनेतून किंवा उपयुक्ततेनुसार सतत नव्या नव्या वस्तू घेत राहाते आणि तेवढ्यापुरतं सुख मिळवत राहाते.

याउलट एखाद्या गर्भश्रीमंत व्यक्तीला सर्वप्रकारची भौतिक सुखं पिढीजात किंवा आयुष्यात फार लवकर मिळालेली असतात. छोटी छोटी भौतिक सुखं मिळवण्यासाठी सामान्य व्यक्तीला जी यातायात करावी लागते, ती सर्व सुखं-साधने त्या श्रीमंत व्यक्तीकडे सहज उपलब्ध असतात. सहज मिळालेल्या भौतिक सुखांमध्ये मग अशा व्यक्तीचं मन रमत नाही. कारण तो नित्यक्रम होऊन गेलेलं असतं. पर्यायाने अशा व्यक्तींना एकतर आनंदाची ओढ लागते तर काहींना दुर्मीळ आणि खर्चिक सुखं खुणावू लागतात.

कोणतेच सुसंस्कार मनावर झाले नसतील तर अतिश्रीमंत घरातील अनेक मुलं भलत्याच आत्मघातकी आणि महागड्या सुखांच्या मागे धावत राहातात याचं हेच कारण आहे. आयतं किंवा सहज मिळालेल्या सुखांमध्ये त्यांचं मन फार रमत नाही किंवा त्यांच्या सुखाच्या भावनांची पूर्तता होत नाही. त्यामुळे नवी नवी 'सुखं' त्यांना मोहात पाडतात आणि ती मिळवण्यासाठी अशी मुलं आयुष्यात भरकटतात सुद्धा.

याउलट अनेक अतिश्रीमंत उद्योगपती आपल्या मुलांना कंपनीत कामगारांबरोबर कष्ट करायला लावतात किंवा ऑफिसमध्ये इतर स्टाफप्रमाणेच सारे व्यवहार करायला भाग पाडतात. त्यामुळे त्यांना खरं जीवन कळत जातं, कंपनी उभारण्यासाठी घेतल्या गेलेल्या कष्टांची जाणीव होते. सुसंस्कारी व्यक्तीच्या अथवा संस्थेच्या संपर्कात जर अशी श्रीमंत मुलं आली तर मात्र ती जीवनात भरकटत नाहीत.

घटना छोटी, सुख मोठे

थोडक्यात, खूप कष्टाने एखादी गोष्ट मिळवल्यानंतर होणारी सुखाची जाणीव आणि सर्व भौतिक सुखं पहिल्यापासूनच घरात असताना बाळगली जाणारी भावना यांमध्ये मोठा फरक असतो. मागच्या पिढीत सामान्य माणसाला अगदी छोट्या छोट्या गोष्टींतून सुख मिळायचं.

त्याकाळी फक्त 'दूरदर्शन' होतं. त्यावर शनिवारी-रविवारी मराठी-हिंदी चित्रपट दाखवले जायचे. आठवड्यात एकेकदा 'छायागीत-चित्रहार'सारखे कार्यक्रम असत; तर कधीतरी क्रिकेटची live मॅच दाखवली जायची. घरोघरी

तेव्हा टीव्ही नव्हते. शेजारीपाजारी जाऊन हे कार्यक्रम पाहिले जायचे.

एकत्रितपणे क्रिकेट मॅच पाहताना तर प्रत्येकाचा उत्साह ओसंडून वहात असे. त्याचप्रमाणे, एखादा संगीताचा कार्यक्रम धावतपळत जाऊन ऐकणं, एखाद्या आवडीच्या गायकाची नवी कॅसेट बाजारात आल्याचं कळलं की ती मिळवण्यासाठी आटापिटा करणं, पोस्टमन आला की त्याच्याकडे मोठ्या उत्सुकतेने पत्राची विचारणा करणं; आणि अपेक्षित पत्र आलं की सुखावून जाणं, अवचित पाहुणे आले की आनंद गगनात मावेनासा होणं, बाहेर रिमझिम पाऊस पडत असताना खिडकीशी बसून चहा-कॉफीचा आनंद घेत एखाद्या पुस्तकाचं वाचन करणं, अशा कित्येक छोट्या छोट्या गोष्टींमध्येही खूप सुख सामावलेलं असायचं. गावागावांमधूनही उरूस-जत्रेचा आनंद लुटला जायचा. उन्हाळ्यात नदीत जाऊन डुंबणं, रानात भटकत चिंचा-कैऱ्या-शिंदोळ्या पाडणं, सणासुदीला तालुका-शहरात जाऊन कपड्यांची खरेदी करणं यातही सुख असे.

भावानंद, ज्ञानानंदाचे आकर्षण

सध्याच्या काळात भोगानंदाच्या जवळपास सर्व गोष्टी २४/७ उपलब्ध असतात! असंख्य चॅनेल्सवर किंवा ऑप्सवर सर्वकाही सहज उपलब्ध असतं. ओटीटी प्लॅटफॉर्मवर तर मनोरंजनाचा महासागर आहे! त्यामुळे अर्थातच ही सारी सुखं म्हणजे आज नित्यक्रम बनून गेलेलं आहे; आणि यामध्ये सुखाची भावना कमी कमी होत जात असते. म्हणूनच इतकं सारं काही असूनही मन तृप्त न होता ते अधिक अधिक मागू लागतं.

म्हणजे, खूप पाठपुरावा करून एखादं पुस्तक किंवा गाण्याची कॅसेट मिळवण्यात जे सुख पूर्वी वाटत असे ते सुख आज चोवीस तास सहज उपलब्ध असल्यामुळे त्या सुखाविषयी काही वाटेनासं होतं. अर्थातच सुखाच्या भावनेला ओहोटी लागते.

अशातऱ्हेने भोगानंद अल्पाळच टिकत असतो. त्यामुळे विचारी व्यक्ती भावानंदाकडे आकर्षित होते. भावानंद ही भोगानंदानंतरची अवस्था असते. भौतिक बाह्य मन आणि विशाल अंतर्मन यांच्या मधली ही अवस्था अंत:करणातील भावजागृतीमुळे येत असते. ज्यांच्याकडे सर्वकाही असतं ते वेगळ्या प्रकारे या भावजागृतीचा अनुभव घेतात. खूप काही मिळवतानाच अशा लोकांचा सतत

देण्याकडेही कल राहातो. असे लोक कुठेतरी दान देतात, दक्षिणा देतात किंवा चांगल्या कार्याला मदत करतात. त्यातून अशा सहृदय भावानंदी लोकांना एकप्रकारचं मानसिक समाधान लाभतं. त्यामुळे त्यांच्या अंत:करणाची शुद्धी होत जाते. अंत:करणशुद्धीतून अनेक भावनिक सुखाचे अनुभव सुद्धा अनेकांना मिळत जातात.

उत्तम संगीत ऐकताना, निसर्गाकडे पाहताना, पक्षिनिरीक्षण करताना, ओढे-नाले बघताना, आकाशदर्शन करताना असं भावनिक सुख मिळू लागतं. इतकंच नाही; तर लोकांपुढे निरपेक्षभावाने एखादी कलाकृती सादर करतानाही असं भावनिक सुख मिळू लागतं. कोणतंही तंत्रज्ञान हे बहुधा भोगवस्तू निर्माण करण्यासाठीच असतं. रसिक जनांना तांत्रिक गोष्टींचं सादरीकरण भावनिक सुख देऊ शकत नाही. म्हणजेच शुष्क गोष्टींमध्ये रसिकजन रमू शकत नाहीत. म्हणून जीवनात कलेला फार महत्त्व असतं. संगीत, साहित्य, कला अशी सर्जनशील क्षेत्रं कलाकाराबरोबरच इतरांनाही सुख देतात. अर्थातच या कलांमधला आनंद शेअर करता येतो.

यापुढची पायरी असते ज्ञानानंदाची. विविध ग्रंथांचं वाचन, संशोधन, लेखन, तत्त्वज्ञानाचा अभ्यास अशा आवडी ज्ञानाची भूक भागवतात. हे सारे आनंद बुद्धीशी संबंधित असतात. त्यानंतरचा भाग येतो आत्मानंदाचा. मनुष्यामध्ये जेव्हा आत्मानंदासारख्या चिरंतन आनंदाची भावना जागृत होऊन त्याचीच त्याला ओढ लागते तेव्हा त्याला मोहमयी भोगानंदामधलं वैय्यर्थ प्रकर्षाने जाणवू लागतं. या संदर्भात अनेक भारतीय संतांच्या गोष्टी आपण वाचलेल्या असतात. अशीच एक प्राचीन ग्रीसमधल्या 'एपिक्टिटस' या आत्मज्ञानी तपस्वीची ही कथा. एके दिवशी त्याच्या घरी एक वकील ज्ञान मिळवण्याच्या हेतूने येतो. एपिक्टिटसने त्याला उपदेश करतो. परंतु; त्या वकिलामध्ये खरं ज्ञान आत्मसात करण्याची तळमळ त्याला दिसत नाही.

त्याचा उपदेश ऐकून वकील म्हणतो, 'तुमच्या उपदेशाप्रमाणे वागायचं ठरवलं तर मी लवकरच भिकारी होईन. कारण तुमच्याजवळ चांगली भांडीकुंडी नाहीत, कोणताही लवाजमा नाही किंवा जमीनजुमलाही नाही...'

एपिक्टिटस म्हणतो, 'मला या मालमत्तेची गरजच नाही. कारण मी पूर्ण आहे. ज्याची भूक कधी शमत नाही किंवा ज्याच्या गरजा सरत नाही असा मनुष्य अपूर्ण

असतो; कमकुवत असतो. त्यामुळे माझ्यापेक्षा खरंतर तुम्हीच गरीब आहात. कारण तुम्हाला भौतिक गोष्टींची सतत गरज पडते. माझं मन हेच माझं राज्य आहे. मी कुणाचा आश्रित नाही. म्हणून मी नित्य सुखात असतो.

तुमच्याकडे चांदी-सोन्याची भांडी असतील, जमीनजुमला असेल; पण माझे विचार, माझी तत्त्वं आणि माझ्या वासना यांचा संबंध मातीच्या भांड्यांशी आहे. या सर्व गोष्टी मला समान वाटतात. परंतु; सर्वकाही मिळूनही तुम्ही मात्र सतत भुकेले असता. त्यामुळेच तुमची आयुष्यभर व्यर्थ धडपड सुरू राहाते...'

इतकं बोलून उपदेशाची सांगता करताना एपिक्टिटस फार महत्त्वाचा विचार त्या वकिलाला सांगतो —

'तुमच्याजवळ जे आहे ते कमी आहे, असं तुम्हाला वाटतं. याउलट माझ्याकडे जे आहे ते खूप अधिक आहे, अशी माझी धारणा आहे. तुमच्या वासना अतृप्त आहेत; माझ्या वासना तृप्त झाल्या आहेत.' कोणत्या सुखाला पकडून बसायचं हा ज्याचा त्याचा प्रश्न. पण वासना आणि गरजा कमी करत गेलं तर मन हलकं होतं आणि जीवनातलं सौंदर्य प्रतीत होऊ लागतं हा माझा तरी अनुभव आहे!

३०

यशापयशाची परिमाणे

इंग्रजीत एक म्हण आहे, Nothing Succeeds like Success. याचा भावानुवाद म्हणजे, 'यशासारखी यशदायी गोष्ट दुसरी कोणती नसते.' भौतिक जगतात जे यश मिळतं ते मनात निश्चितच सुखाची भावना निर्माण करतं. एखाद्या व्यक्तीला कुणीतरी मोठं व्हायचं असतं किंवा काहीतरी मिळवायचं असतं.

सत्ता, पद, पैसा, अधिकार, देशाटन, खरेदी, मानमरातब, प्रसिद्धी, लोकप्रियता अशा भौतिक जगतातील अनेक गोष्टी या कष्टसाध्य असतात आणि त्या मिळाल्या की मनुष्य स्वतःला यशस्वी समजतो. यशामुळे जीवनात एकप्रकारची सकारात्मकता येते; मनाला समाधान लाभतं. मग सर्वस्व मिळाल्याच्या सुखात मनुष्य काही काळ रममाण होतो. मात्र, याउलट घडलं तर तो स्वतःला अपयशी मानतो. म्हणूनच यशासारखी यशदायी गोष्ट दुसरी कोणती नसते, असं म्हटलं जातं. पण मग यश तरी कशाला म्हणायचं? यशाचे मापदंड कोणते?

भौतिक जगतातल्या यशामध्ये आणि सुखांमध्ये अपूर्णतेचा भाव हा भरलेलाच असतो. कारण 'काळ' यशाच्या भावनेलाच खाऊन टाकत असतो! कालच्या यशस्वी व्यक्तीला आज मानमरातब मिळेनासा होतो, त्यामुळे ती व्यक्ती दुःखी होते. कारण यशाच्या आणि सुखाच्या कल्पना या कालानुरूप बदललेल्या असतात. तात्कालिक सुख मिळालं की मनुष्य स्वतःला यशस्वी मानतो; परंतु,

काळ बदलताच मिळवलेलं यश, सुख आणि त्यापोटी मिळालेला मानमरातब कालबाह्य होऊन जातो!

काळ मागे सरला की एकेकाळचा यशस्वी अभिनेता विस्मृतीत कसा जातो आणि त्याची मानसिक अवस्था काय होते, याचं प्रत्ययकारी दर्शन चार्ली चॅप्लिनने त्याच्या 'लाइम लाइट' या चित्रपटात 'काल्व्हेरो'च्या माध्यमातून रंगवलं आहे.

पूर्वी यशस्वी आणि सुखी माणसाच्या 'सदऱ्या'च्या यादीत लॅन्डलाइन टेलिफोन, सोन्याचे दागिने, सरकारी नोकरी, स्कूटर, कॅसेट-प्लेअर यांचा समावेश होता. ती जागा आता महागडा सेलफोन, प्लॅटिनमचे दागिने-हिरे, मोठ्या पॅकेजचा जॉब, महागड्या मोटारी किंवा डिजिटल ऑडिओ यांनी घेतलेली दिसेल.

म्हणजे, पूर्वी ज्या गोष्टींशी यशाची भावना जोडलेली होती ती आज बदललेली आहे; आणि आज ज्या गोष्टींमध्ये यश आणि सुख वाटतं ते भावी काळात कालबाह्य झालेलं असेल! म्हणजे कालानुरूप सुखाच्या आणि त्याच्याशी निगडित असलेल्या यशाच्या प्रचलित कल्पनाही अनायसे बदलत जातात.

एवढे सुखी-समाधानी कसे?

अशातऱ्हेने सुखाची भावना ही जशी तात्कालिक असते त्याचप्रमाणे ती तुलनात्मकही असते. उदा. एखाद्या तरुणाला हवा तो जॉब आणि हवं तसं पॅकेज मिळालं की तो स्वतःला यशस्वी मानतो. परंतु; दुसऱ्या अल्पमतीच्या व्यक्तीला जर त्याच्यापेक्षा अधिक पॅकेज मिळालं तर त्या तरुणाच्या सुखाला ओहोटी लागू शकते.

एखादी व्यक्ती आयुष्यात यशस्वी होते; पण ते यश पहायला जोडीदार किंवा आई-वडील नसतात. ती खंत व्यक्तीच्या यशाचे महत्त्व कमी करते. एखाद्या व्यक्तीला प्रचंड यश-कीर्ती-मानमरातब-पैसा सर्वकाही मिळतं. परंतु; मुलगा किंवा मुलगी चुकीच्या वर्तनाने व्यक्तीच्या सुखालाच काळिमा फासतो; जीवन क्लेशकारक करते.

भौतिक जगतातील अशा परिवर्तनशील आणि कमतरता असणाऱ्या सुखांच्या मागे धावत राहाणे हीच तर खरी 'माया' असते; आणि अशा मायेतच 'जगणं' असतं! ही 'माया' नसती तर जीवन नीरस होऊन गेलं असतं. म्हणून मनाला

सकारात्मक बनवण्यासाठी सुखाची भावना जपणं हेही तितकंच आवश्यक असतं. बदल हा सृष्टीचा नियम आहे; आणि बदलात नित्य राहणं हा आत्म्याचा धर्म आहे. जीवनात दोन्हींचा समतोल साधता आला तर मात्र जीवन सुंदर होतं.

एकदा एक यशस्वी गृहस्थ एकनाथ महाराजांना भेटले आणि सहजतेने त्यांनी विचारलं, 'महाराज, तुम्ही नेहमी एवढे सुखी-समाधानी कसे असता?'

महाराज म्हणाले, 'तो प्रश्न आत्ता बाजूला राहू दे... काल मला एक स्वप्न-दृष्टान्त झाला... आठ दिवसांनंतर तुमचा मृत्यू निश्चित आहे! तेव्हा आता त्यादृष्टीने तुम्ही विचार करा.'

आपलं मरण जवळ आलं आहे हे ऐकून ते गृहस्थ हबकून गेले. मग त्यांनी आपला जमीन-जुमला आणि संपत्तीची सारी व्यवस्था लावली. तिसऱ्या दिवशी ते आपल्या नातेवाईक-मित्रमंडळींना जाऊन भेटले. ज्यांच्याशी भांडण-तंटे होते ते त्यांनी मिटवून टाकले. अशा तऱ्हेने सारी व्यवस्था लावल्यानंतर मरणाला सामोरं जाण्यासाठी ते सिद्ध झाले.

सातव्या दिवशी ते एकनाथ महाराजांना पुन्हा येऊन भेटले. महाराजांनी त्यांना विचारलं, 'तुमच्या मृत्यूचा दिवस मी तुम्हाला सांगितला तेव्हा तुम्हाला काय वाटलं?' ते गृहस्थ म्हणाले, 'सुरुवातीला धक्का बसला. पण नंतर मी मनाची तयारी केली. मग कसलीच चिंता उरली नाही. खरी शांती आणि समाधान वाटायला लागलं.'

एकनाथ महाराज हसून म्हणाले, 'मन विशुद्ध आणि चिंतारहित झालं म्हणजेच मनाला खरी शांती लाभते. मी सुखी-समाधानी का आहे, हे आता लक्षात आलं ना? आता निश्चिंत मनाने तुम्ही घरी जा; इतक्यात तुम्हाला मृत्यू नाही!'

सुख-दुःखाला नाही मापदंड

सर ऑर्थर एडिंग्टन आपल्या Nature of the Physical World या ग्रंथात म्हणतात —

The stuff of the world is mind-stuff...The mind-stuff is not spread in space and time...Recognizing that the physical world is emtirely abstract and without 'actuality' apart from its linkage to the fundamental position...'

म्हणजे, 'जगाचं स्वरूप मनोमय आहे. मन हे स्थल-कालात सामावलेलं नाही... भौतिक जग जरी जाणिवेशी बद्ध असलं तरी ते पूर्णतः अमूर्त असून ते सत्यस्वरूप नाही हे ओळखता आलं तर आपण आपली जाणीव मूलतत्त्वाशी पुन:प्रस्थापित करू शकतो.'

हे मूलतत्त्व म्हणजेच अंतिम आनंदाचं ठिकाण! या दृष्टीने भौतिक जगतातील यशापयश आणि सुख-दुःखं ही मानण्यावर असतात. त्यामुळे सुख-दुःखांचे मापदंड आपण ठरवू शकत नाही. म्हणून तात्पुरत्या सुखाने हुरळून जाण्यात जसा अर्थ नसतो तसंच तात्पुरत्या अपयशामुळे खचून जाण्यातही अर्थ नसतो.

योग्य ती भौतिक सुखं मनुष्याला मिळायलाच हवीत; परंतु अविवेकाने सुखाची अधिकाधिक अपेक्षा करत गेलं तर मात्र जीवन सैरभैर होऊ शकतं. म्हणून ऑर्थर एडिंग्टन म्हणतात त्याप्रमाणे, 'जीवनात यश मिळवतानाच भौतिक जगाच्या जाणिवेशी बद्ध असणाऱ्या मनाला सत्यस्वरूपी मूलतत्त्वाकडे नेण्याचा प्रयत्न केला पाहिजे. मग जीवन कोणत्याही काळात सुखानंदाचा अनुभव घेऊ शकते.'

सुखं अनेक प्रकारची असतात; परंतु, चिरंतन आनंद मात्र एकच असतो आणि तो म्हणजे आत्मानंद! भौतिक जगतात एखाद्याला धावण्यातून सुख मिळत असतं; याउलट चित्तवृत्ती स्थिर करण्यातून एखादी व्यक्ती आनंदावस्था अनुभवण्याचा प्रयत्न करत असते. देह नाशवंत असतो तसंच सुखात अपूर्णतः असते. आत्मानंदात मात्र पूर्णत्व सामावलेलं असतं. या दृष्टीने यशापयशाची भावना आणि चिरंतन आनंद यांचा समतोल साधण्याचा प्रयत्न केला तर मात्र जीवन संतुलित आणि आनंदमयी होऊ शकतं.

३१

सद्गुणांची दोषांवर मात!

एखाद्या समारंभानिमित्त मित्र-मैत्रिणींमध्ये किंवा नातलगांमध्ये 'फिशपॉन्ड' हा खेळ खेळला जातो. अनेक चिठ्ठ्यांवर विविध शिक्षा लिहून त्या चिठ्ठ्या एका बरणीत किंवा डब्यात ठेवल्या जातात. मग गोलाकार बसलेल्या मुलांमध्ये तो डबा काहीतरी वाजवून फिरवाला जातो. वाजवणं थांबल्याबरोबर ज्या व्यक्तीपुढे डबा येतो त्या व्यक्तीने डब्यातील चिठ्ठी उचलायची असते आणि त्यात जी शिक्षा लिहिली असते त्याचं सादरीकरण सर्वांसमोर करायचं असतं. (या खेळाला खरंतर punishment म्हणतात.) पण काही जण याला 'फिशपॉन्ड'ही म्हणतात.

या 'मराठी फिशपॉन्ड' खेळात शिक्षा बघणं हा गमतीचा भाग असतो. 'स्वाध्याय परिवारा'मध्ये 'फिशपॉन्ड'ऐवजी 'पर्लपॉन्ड' हा खेळ खेळला जातो. त्यातून शिक्षेऐवजी दुसऱ्यामधले गुण फुलवण्याचा उद्देश असतो. पूर्वी मी एका नाट्यसंस्थेत नियमितपणे जात असे. तिथे संस्थेतल्या होतकरू कलावंताला एखादं स्वगत, प्रहसन किंवा 'ॲक्ट' करायला लावत. मग त्या कलावंताचं सादरीकरण पाहून इतर कलावंतांनी त्याच्यामधल्या त्रुटी किंवा तो कलावंत कुठे कमी पडतो आहे ते सांगावं लागे.

यथावकाश तो कलाकार आपल्या अभिनयातल्या त्रुटी किंवा कमतरता दूर करण्याचा प्रयत्न करत असे. कलासाधना करताना आपल्यामधल्या त्रुटी

दूर करण्याचा हा निश्चितच उत्तम मार्ग आहे. विशेषतः आपल्यामधले दोष ऐकण्याचीही त्यामुळे सवय लागते. अभिनयच नव्हे; तर इतर कोणत्याही कलाक्षेत्रात या 'दोषदर्शन'पद्धतीचा नक्कीच उपयोग होतो.

कलेच्या क्षेत्रात ही 'दोषदर्शन' पद्धत उपयुक्त असली तरी एरवीच्या जीवनात त्याचा वापर विवेकाने करावा लागतो. मनुष्य म्हणजे एकसारख्या क्रिया करणारा रोबो नाही. सर्वांच्याच बुद्धीचा कल इंजिनिअर किंवा डॉक्टर होण्याकडे नसतो; आणि त्यावरून त्या मुलाचं किंवा मुलीचं बौद्धिक मूल्यामापन करायचं नसतं. किंबहुना अनेक प्रकारचे गुण अनेक व्यक्तींमध्ये विभागलेलेच असतात. संगीत, साहित्य, अभिनय, चित्रकला, मातिकाम, शिल्पकाम एवढ्याच कला नाहीत तर सुतारकाम अथवा गवंडीकामातही अनेकांचा हातखंडा असतो; कौशल्य असतं.

आमच्या घरापुढे माझ्या वडिलांनी सुमारे चाळीस वर्षांपूर्वी गजानन महाराजांचं एक अगदी छोटं देऊळ बांधलं. बांधकाम करणारा गवंडी मुसलमान होता. पण त्याने त्या छोट्या देवळीचं बांधकाम इतकं सुंदर आणि सुबक केलं की त्याच्या कलागुणांची आजही अनेक जण प्रशंसा करतात. असे अनेक गुण प्रत्येक व्यक्तीमध्ये मुळात असतातच. ते जाणून घेऊन त्या गुणांना फुलवण्याचा प्रयत्न झाला पाहिजे. दुसऱ्यामधले गुण फुलवले गेले तर ती व्यक्ती अधिक उत्तमपणे काम करू शकते, असा अनुभव आहे. गुणदृष्टीमुळे उभयपक्षी सकारात्मक भाव जपला जातो; आणि त्याचे तसेच सकारात्मक परिणाम जीवन-व्यवहारात दिसून येतात.

'दोषदृष्टी' आणि 'गुणदृष्टी'

दोषदृष्टी : अनेक घरांमध्ये मुलांना वळण लावताना त्यांचे दोष काढले जातात. दोष काढण्यामधला हेतू जरी चांगला असला तरी दोषदृष्टीत नकारात्मक भाव अधिकतर सामावलेला असतो आणि तो भाव पालक आणि मुल या दोन्ही घटकांना प्रभावित करतो. परिणामी काही मुलांमध्ये एकप्रकारची विद्रोहाची भावना तयार होते. मग पालक जे सांगतील ते मुद्दाम न करण्याकडेही काही मुलांचा कल होतो. त्याचा परिणाम पालकांवर होऊन त्यांचंही आयुष्य चिंताग्रस्त होऊन जातं. मन चिंताग्रस्त झालं की शरीरावर परिणाम होतोच.

मुलांचं काही चुकत असेल तर त्याची जाणीव वेळोवेळी द्यायचीच असते;

परंतु सतत दोषच काढत राहिलं तर मात्र मुलांच्या गुणांवरही मळभ येत जातं. कामाच्या ठिकाणी सुद्धा एखाद्याच्या दोषांवरच बोलत राहिलं तर ती व्यक्ती मुद्दाम आपले दोषच फुलवत राहाते. त्यामुळे उपजत सद्गुणांवर धूळ चढते; मळभ येतं. त्याचा परिणाम अर्थातच कामावरही होतो. सतत दोष ऐकून एखादी व्यक्ती नैराश्याने सुद्धा ग्रासली जाते. नकारात्मक विचारही तिच्या मनाला ग्रासू लागतात. अशातऱ्हेने दोषदृष्टी ही दोन्ही बाजूंवर विपरीत परिणाम करते.

गुणदृष्टी : अशा काही थोड्या व्यक्ती असतात की त्यांना दुसऱ्यामधल्या गुणांचंच दर्शन होतं. अशा व्यक्ती समोरच्या व्यक्तीमधले गुण फुलवतात आणि त्यामुळे त्या व्यक्तीचं जीवनच पार बदलून जातं. माझ्या चार-पाच कारकिर्दींचं पूर्णतः 'पानिपत' झाल्यानंतर मी लेखनाकडे वळलो. पण त्यापूर्वी ज्या ज्या क्षेत्रात मी काही उत्तम करण्याचा प्रयत्न करू पाहात होतो, त्या त्या प्रत्येक वेळी माझे वडील खंबीरपणे माझ्या पाठीशी उभे राहिले होते. अपयश पदरी पडलं तरी माझ्यामधले दोष न उगाळता माझे गुण फुलवत राहिले.

विशेष म्हणजे, प्रत्येक क्षेत्रात अपयशी झालो तरी त्यांनी उघडपणे कधीही नैराश्याचा भाव दर्शवला नाही. मी जेव्हा साहित्यक्षेत्रात पदार्पण केलं तेव्हा त्यांनी लेखनाचे काही कानमंत्र देऊन मला लिहिण्यासाठी खूप प्रोत्साहन दिलं. म्हणूनच पुढच्या जवळपास तीस वर्षांत माझ्या हातून एक वेगळ्याच प्रकारची साहित्यनिर्मिती होऊ शकली. त्याला सहा भाषांमधील वाचकांचा उदंड प्रतिसाद लाभला. अशी गुणदृष्टी ठेवली तर समोरची व्यक्ती योग्य दिशेने काम करू शकते; जीवन घडवू शकते.

सुखात सुख मानणं

गुणदृष्टीत दुसऱ्याच्या यशाप्रती किंवा सुखाप्रतीसुद्धा अतिशय सकारात्मक भावना दडलेली असते. म्हणजे दुसऱ्याचं चांगलं झालेलं पाहून अशा व्यक्तींना मनापासून आनंद होत असतो. अशा काही व्यक्तींचा मी जवळून अनुभव घेतला आहे.

त्यातली एक व्यक्ती म्हणजे माझी आई. एखाद्याचं लग्न जमवण्यासाठी, घर मिळवून देण्यासाठी किंवा अडचणी दूर करण्यासाठी ती निरपेक्ष भावाने प्रयत्न करायची; स्वतः धावून जायची. गजानन महाराजांपुढे किंवा गणपतीपुढे त्या

लोकांसाठी प्रार्थना करायची. कर्मधर्मसंयोगाने त्या लोकांचं चांगलं झालं की ती मनातून सुखावून जायची आणि गणपतीपुढे नारळ वाढवायची! हे करण्यातून अर्थातच तिला त्या व्यक्तींकडून कोणत्याही प्रकारची अपेक्षा नसे.

दुसरी व्यक्ती म्हणजे माझे गजाकाका. कुणाला चांगली नोकरी लागली, कुणी नवं वाहन घेतलं, कुणाला बढती मिळाली, कुणाचं लग्न ठरलं किंवा एखाद्याचं काही चांगलं झालेलं समजताच ते लगेच देवापुढे बसून निरांजन लावायचे. त्या व्यक्तीचं आणखी चांगलं होण्यासाठी प्रार्थना करायचे.

तिसरी व्यक्ती म्हणजे आशाताई सुरपूर. एखाद्याच्या दुःखात मदतीसाठी, पाठीवरून हात फिरवण्यासाठी त्या धावून जायच्याच; पण एखाद्याचं काही चांगलं झालं तर त्याच्या आनंदातही मनापासून सहभागी व्हायच्या. त्याची जाहीर स्तुती करायच्या. अनेक जणांचा असा स्वभाव असतो. अर्थात अशी गुणदृष्टी असणं आणि दुसऱ्याच्या सुखात सुख मानणं हे सोपं खासच नसतं!

त्या मुद्दाम केलेल्या क्रियाही नसतात. उलट त्यात सहजतेचा भाव असतो. गुणदृष्टी ठेवून एखाद्या व्यक्तीला भावपूर्ण अंतःकरणाने जर पुष्टी दिली तर समोरची व्यक्ती अधिक कार्यरत होते, असा अनुभव आहे. गुणांची कदर केल्यामुळे सकारात्मक भाव फुलत जातो, ताण सैलावतो. जेव्हा व्यक्तीमधील गुण फुलवले जातात तेव्हा तिच्या अंगी जे काही दोष असतात ते प्रभावहीन बनून जातात. म्हणजे गुणांचीच दोषांवर मात होते.

गुण फुलवताना समोरच्या व्यक्तीचा अहंकार बळावणार नाही, याची मात्र काळजी घ्यावी लागते. तो समतोल साधला गेला पाहिजे.

एखाद्याचे दोष उगाळत बसण्यापेक्षा त्याच्यामधल्या गुणांना पुष्टी देत गेलं तर समोरची व्यक्ती जीवनात लवकर यशस्वी होऊ शकते. निदान ताणतणाव कमी होतात, असा माझा तरी अनुभव आहे.

३२

'ऊठ मना, चल घे स्कंधावर...'

माझी आई पूर्वी एक गाणं म्हणायची, 'ऊठ मना चल घे स्कंधावर, प्रेमे प्रभूला गा भूपाळी...' जनसंमोहिनी रागातल्या या गाण्याला खूप टाळ्या पडत; 'वन्स-मोअर' दिला जाई. बहुतेक ते गीत म. पां. भावे यांचं असावं. त्या गीतात मनाला उद्देशून कवी विविध मार्गांनी भगवंताकडे जाणारा मार्ग प्रकाशित करतो. गाण्याचे शब्द अप्रसन्न मनाला उभारी देतात. मन प्रसन्न नसेल तर ते जीवनात काहीही भव्यदिव्य करू शकत नाही. किंबहुना अप्रसन्न मन कमकुवत होत जाऊन नैराश्य ओढवून घेतं.

मन कमकुवत होण्याची अनेक कारणं असतात. पहिलं कारण म्हणजे आसक्ती. जेव्हा मनाला सतत उपभोगांची अपेक्षा चिकटून रहाते तेव्हा त्याला 'आसक्ती' म्हणतात. आसक्ती, अहंकार, अभिलाषा, अस्मिता आणि अभिमान या पाच भावना मनुष्याचं मन केव्हाही अप्रसन्न करू शकतात. या भावना देवदत्त आहेत; त्या सोडता येत नाहीत. परंतु; त्यांना योग्य दिशा मात्र दिली जाऊ शकते. मन अप्रसन्न होण्यामागे आणखीही काही कारणं असतात. एकाच वेळी अनेक विषयांकडे मनाचा ओढा राहिला तर मनाची शक्ती विभागली जाते. ऐन तारुण्यात अनेक कलांमध्ये मला गती होती.

थोडक्यात 'Jack of all trades; master of none!' अशी परिस्थिती निर्माण झाली होती. अखेर मी एकाच 'साहित्यक्षेत्रा'वर माझं मन केंद्रित केलं आणि अर्थातच त्याचे चांगले परिणाम मिळू लागले.

सध्याच्या काळात मनाच्या शक्तीला कमकुवत करणारे अनंत विषय सभोवार हात जोडून उभे असतात! अनेक प्रकारच्या वासना आणि मोह व्यक्तीच्या मनात घर करून असतात. एक वासना पुरी झाली तर दुसरी वासना मनाला खुणावत राहाते. पूर्वी मनाला खेचून घेणाऱ्या गोष्टींचा आजच्यासारखा महासागर नव्हता.

आज अनेक डिव्हाइसेस, मनोरंजनाच्या असंख्य गोष्टी, अनेक चॅनेल्स आणि अनेक प्रकारची प्रलोभने व्यक्तीचं मन खेचून घेत असतात. या सर्व गोष्टींचा वापर करू नये असं नाही; पण त्यामुळे आपल्या मूळ उद्दिष्टाला बाधा येत असेल, मन कमकुवत होत असेल, सैरभैर होत असेल, चिडचिडं होत असेल अथवा थोड्याशा अपयशाने नैराश्य येत असेल तर मात्र मनाला मोहित करणाऱ्या या असंख्य विषयांना दूर ठेवता आलं पाहिजे. मन अनंत विषयांमध्ये गुंतत गेलं तर बुद्धीची शक्ती विभागली जाऊन कमकुवत होऊ लागते. कारण आसक्ती आणि वासना या मनाला भोगांमागे खेचून नेतात आणि त्याचा परिणाम म्हणजे बुद्धीची मनामागे फरफट होत जाते. ज्यांची निश्चयात्मक बुद्धी स्थिर नसते, त्यांच्या मनात अनेक वासनांचे तरंग सतत उठत असतात. मग त्या वासनांना अंतच उरत नाही. त्यामुळे व्यक्ती आपल्या ध्येयापासून विचलित होते.

टॉर्चचा प्रकाश एकाच वस्तूवर केंद्रित झाला तर ती वस्तू सुस्पष्ट दिसते. तोच प्रकाश सर्वत्र फाकला तर वस्तू तितकी स्पष्ट दिसू शकत नाही. अंधारात आपल्या दूरवरच्या ठिकाणावर टॉर्चचा प्रकाश टाकून चालत नाही. त्याचा प्रकाश सातत्याने पायापुढेच टाकावा लागतो. हे सातत्य ठेवता आलं तरच आपल्या दूरवरच्या ठिकाणापर्यंत पोहोचता येतं. त्याचप्रमाणे आपल्या उद्दिष्टावर मनाचं पूर्ण शक्तिनिशी सातत्य ठेवता आलं तरच ध्येयपूर्ती होऊ शकते. अन्यथा ध्येयपूर्तीच्या दिशेने वाटचाल होऊ शकत नाही.

हे म्हणजे यार्डातल्या बंद गाडीत बसून जीवन जगणं होतं! जीवनाची गाडी ही चालती हवी- निश्चित ध्येयाच्या दिशेने! मग मार्गात येणाऱ्या स्टेशनांचं केवळ ओझरतं दर्शन घ्यायचं; स्टेशनांमध्येच रमायचं नाही! अन्यथा ध्येय दूर राहातं. म्हणून उदात्त ध्येय डोळ्यांसमोर ठेवलं तर मनाची सारी शक्ती त्या ध्येयावर केंद्रित होते- तशी झाली पाहिजे, हे मी अनुभवाने शिकत गेलो.

मन-बुद्धीची एकाग्रता

कोणतीही कला ही पुढे जाऊन निरपेक्ष उपासना झाली पाहिजे. मग जीवन अधिक सुंदर बनून जातं. मला मोठा गायक-संगीतकार व्हायचं आहे, असं एखाद्याने ठरवलं तर बुद्धी 'एक' होऊन ती आपल्या उद्दिष्टावर स्थिर झाली पाहिजे. त्याचवेळी मनात उठणाऱ्या अनेक वासनांना आवरही घालता आला पाहिजे. अन्यथा बुद्धीला कमकुवत करणारे अनेक घटक सभोवार असतातच.

ज्यांच्या बुद्धीचा असा निश्चय होत नाही त्यांच्या बुद्धीला मग अनेक फाटे फुटतात. सेल-फोनसह प्रसारमाध्यमांतून अनेक जण सतत नवी नवी माहिती मिळविण्याचा प्रयत्न करत राहतात. सेल-फोन तर अनंत विषयांची 'सेवा' देतो! तिथेही मन स्थिर राहात नाही. कोणतंही काम नसेल (किंवा काम करतानाही!) मधूनच सेल-फोनकडे हात जातो आणि मग नकळत मन अनेक अनावश्यक विषयांचा 'इनपुट' घेत राहातं. त्यातच इतका वेळ वाया जातो की, त्यामुळे मूळ उद्दिष्ट दूर राहातं.

शिवाय, अनंत विषय विनाकारण मनात साठवल्यामुळे मेंदूवरही ताण पडत जातो. या ताणामुळे बुद्धीची शक्ती क्षीण होऊ लागते. जीवन दिशाहीन बनून जातं. टीव्ही बघतानाही एका चॅनेलवर मन स्थिर राहात नाही. भराभर चॅनेल्स बदलली जातात. या सर्वांचा परिणाम म्हणजे मनाची शक्ती अनंत विषयांमध्ये विभागून कमकुवत होत जाते.

कमकुवत मन चटकन निराश होऊ शकतं. यातून मार्ग काढण्यासाठी काही व्यक्ती ठरावीक वेळ सेल-फोन दूर ठेवतात. काही जण मन एकाग्र होण्यासाठी ध्यानसाधना करण्याचा प्रयत्न करतात. पण डोळे मिटताच ज्या ज्या गोष्टींमध्ये मन आधी गुंतलेलं असतं त्या त्या विषयांचा मनात उद्भव होऊन ते ते विषय मनाला ध्यानातही भरकटवत नेतात.

रानात बारीक बारीक काटक्या विखरून पडलेल्या असतात. त्या कमकुवत असतात. पण त्याच काटक्या एकत्र करून त्यांची मोळी बांधली तर ती एकजिनसी होऊन त्यांची शक्तीही वाढते. त्याचप्रमाणे मनामागे भरकट जाऊन अनेक विषयांमध्ये विखुरलेल्या बुद्धीला 'एक' करून तिला आपल्या उद्दिष्टावर स्थिर केलं तरच अपेक्षित आणि चांगला परिणाम मिळू शकतो.

थोडक्यात, मनाचं आरोग्य, शारीरिक आरोग्य आणि ध्येयपूर्ती या तिन्ही गोष्टींसाठी बुद्धी 'एक' होणं अतिशय महत्त्वाचं असतं. बुद्धी 'एक' होण्यासाठी जीवनात काहीतरी उत्तम-उदात्त ध्येयच (goal) ठेवलं पाहिजे. परंतु; केवळ स्वार्थप्रणित ध्येय ठेवलं तर मात्र मनाला सतत नव्या नव्या भोगांची इच्छा होतच राहाते.

एखाद्या क्षेत्रात यश मिळालं की मन संतुष्ट होतं; पण उलट झालं तर ते निराश होतं. सुखाने सुखावणं आणि दुःखाने दुःखी होणं हे प्रगल्भ मनाचं लक्षण नसतं. प्रगल्भ मनच प्रसन्न होऊ शकतं.

ध्येयपूर्तीकडे...

अनेक विषय-वासनांकडे धावणारी बुद्धी 'एक' होणं किती आवश्यक असतं हे या सर्व उदाहरणांवरून ध्यानात येऊ शकेल. मग त्याचे सुपरिणामही जीवनात अनुभवायला येऊ लागतात.

हे सारे विचार करून मी माझ्या जीवनात बदल घडवून आणण्याचा आणि ध्येयपूर्तीची वाटचाल करण्याचा प्रयत्न सुरू केला. इतर कला आणि छंद हे मधल्या वेळेत मनोरंजनासाठी ठेवले. केवळ साहित्यावरच मन केंद्रित ठेवल्यामुळे हातून तशा कलाकृती सिद्ध होत गेल्या.

सारांश, आपल्या उद्दिष्टावर बुद्धी 'एक' व्हायला हवी. त्यासाठी मनाला 'ऊठ मना चल घे स्कंधावर,' असं जाणीवपूर्वक म्हणायला हवं!

जीवनात बुद्धीला 'एक' करून त्यात कृतज्ञतेचा भाव आला तर मात्र मन प्रसन्न आणि प्रगल्भ होत जातं. ते जीवनाचा हेतू जाणू लागतं. म्हणूनच मनाची शक्ती आणि बुद्धीची विवेकशीलता हा आत्मविकासाचा पाया आहे. तिथूनच कर्मयोग साधण्याचा प्रयत्न होत असतो.

३३

देहातला अव्यक्त 'सीसी टीव्ही!'

रस्ते, बँक, रहिवासी सोसायटी, बंगले, ऑफिसेस अशा अनेक ठिकाणी अलीकडे 'सीसी टीव्ही' बसवले जातात. 'आपण कॅमेराच्या कक्षेत आहात' असं तिथे लिहिलेलं जातं. आपण कॅमेराच्या कक्षेत आहोत आणि कुणीतरी आपल्यावर नजर ठेवून आहे, हे माहीत असल्यामुळे आपल्या हातून चूक होणार नाही, याची कसोशीने काळजी घेतली जाते. कॅमेराच्या कक्षेत चुकीचं काम करताना एखादा पकडला गेला तर 'सीसी टीव्ही' फुटेज पाहून त्याला शिक्षा देखील केली जाते. भौतिक सृष्टीत आज विज्ञानाने हे शक्य केलं आहे.

आज वैज्ञानिक भौतिक सृष्टीच्या पलीकडचाही शोध घेत आहेत आणि अनेक क्रांतिकारी सिद्धान्त मांडत आहेत. 'ग्रॅहम हॅन्कॉक', 'बिली कार्सन', 'स्टीव्हन ग्रीर', 'ग्रेग ब्रॅडन', 'ब्रूस लिप्टन', 'एरिक डॅनिकेन' यांच्यासारखे अनेक पाश्चात्त्य वैज्ञानिक-अभ्यासक-विचारवंत मल्टी-युनिव्हर्स, मल्टी-डायमेन्शन्स, असंख्य ब्रह्मांडं अशा अनेक विषयांवर आपले विचार मांडत असतात. आपण जेव्हा उत्क्रांतीचा विचार करतो तेव्हा ओघानेच अपक्रांती झाली होती, यावर शिक्कामोर्तब करत असतो! कल्पांती सारी सृष्टी प्रजापतीसह परमतत्त्वात विलिन होत असते आणि पुन्हा तिचा आविष्कार होत असतो, असं सनातन भारतीय तत्त्वज्ञान सांगतं.

मायेत सामावलेले कर्म

जेव्हा सृष्टी अस्तित्वात येऊन जो सृष्टिव्यापार या ब्रह्मांडात सुरू होतो त्याला 'विसर्ग'म्हणतात. हा सृष्टीव्यापार म्हणजे 'ऋत' आणि 'सत्य'मध्ये गुंफलेलं एक सुनियोजित आणि विशाल असं मायावी चक्र आहे.

'ऋत'चा संकल्प हा एक अर्थ आहे. म्हणजे आजच्या भाषेत 'प्रोग्रॅम!' एखाद्या सॉफ्टवेअरचा प्रोग्रॅम तयार केल्यानंतर त्याचा आविष्कार हा होणारच असतो. फक्त असा आविष्कार होण्यासाठी एखादा 'प्लॅटफॉर्म' आवश्यक असतो. त्याचप्रमाणे 'ऋत' हे वैश्विक सॉफ्टवेअर असतं आणि 'सत्य' हा त्याचा आविष्कार असतो. अर्थात हे सत्य प्रत्यकारी भौतिक सत्य असतं; परमसत्य नाही.

हा वैश्विक आविष्कार होण्यासाठी जो 'प्लॅटफॉर्म' लागतो त्यालाच 'माया' म्हणतात! म्हणूनच, 'मायेत कर्म सामावलेल असतं; आणि कर्मात माया', असं म्हटलं जातं! या वैश्विक 'मायाजाला'त अनंत 'सॉफ्टवेअर्स' बनवली गेली आणि त्यांचा आविष्कार घडत गेला! अशा या विशाल मायावी चक्रात प्रत्येक जीव हा जसा स्वतंत्र असतो तसाच तो प्रजातंतूंनी बांधलेला देखील असतो! प्रत्येक जीवाच्या हृदयातील न्युरॉन्स परस्परांना जोडलेले असतात हाही एक नवा शोध आहे. मग जीव 'अहं' धारण करून या मायावी चक्रात फिरत राहातो. त्याच्या प्रत्येक कृतीवर आणि विचारांवर एका विशाल सीसी टीव्हीचं लक्ष असतं. त्याची बारीक-सारीक नोंद होत असते. असं लक्ष ठेवणारी आणि नोंद करणारी आकाशस्थ यंत्रणा म्हणजेच आजच्या भाषेत 'क्लाउड'मधली रेकॉर्डस- अर्थात 'आकाशिक रेकॉर्ड!'

आल्फ्रेड पर्सी सिनेट या वैज्ञानिकाने १९व्या शतकात 'आकाशिक रेकॉर्ड'चा शोध लावला. 'आकाश' या संस्कृत शब्दावरूनच त्याने या नोंदींच्या यंत्रणेला 'आकाशिक रेकॉर्ड' हे नाव दिलं.

इजिप्शियन देवांना आणि नारदमुनींनाही या रेकॉर्डपर्यंत पोहोचता येत असे, असं भारतीय नव्हे; पाश्चिमात्य अभ्यासक मानतात! निकोला टेस्लाला या आकाशस्थ 'कोअर'विषयी पूर्ण खात्री होती.

टेस्लानेच म्हटलं आहे   —

The day science begins to study non-physical phenomena, it will make more progress in one decade than in all the previous centuries of its exitance.

'विज्ञान जेव्हा संशोधनाची दिशा आत्मिक आविष्काराकडे वळवेल तेव्हा अनेक शतकांच्या प्रयत्नांनी न लागलेले विश्वाचे शोध विज्ञानाला केवळ एका तपात लागतील.'

'इलेक्ट्रो मॅग्नेटिक' आणि 'ग्रॅव्हिटेशनल फील्ड'चा अभ्यास केल्यानंतर नोबेल प्राइज नॉमिनी डॉ. एर्व्हिन लाइलो यांनाही 'आकाशिक रेकॉर्ड'चा पुरावा मिळाला. त्यांच्या मते A=O Point हीच आकाशिक रेकॉर्डची धारणा असते.

प्राचीन भारतीय ऋषींना याविषयी पूर्ण ज्ञान होतं. म्हणूनच या रेकॉर्डला त्यांनी 'चित्रगुप्ताची नोंद' म्हटलेलं आहे. 'गुप्तपणे' मनुष्याचं जीवन-विचार आणि कृती चित्रित करणारा तोच 'चित्रगुप्त!' जीव जेव्हा देह सोडते तेव्हा एक दिव्य अस्तित्व जीवात्म्यापुढे साकारतं. ते दिव्यत्व आणि जीव असे दोघे मिळून त्या व्यक्तीचं जीवन तिऱ्हाइतपणे समोरच्या अगम्य यंत्रणेवर पाहतात. जीवाला त्याचे लहानपणासूनचे सारे प्रसंग कमालीच्या वेगात 'श्रीडी'मध्ये प्रत्यक्ष घडताना दिसतात, असं डॉ. रेमंड मुडी आणि इतर पाश्चात्त्य अभ्यासकांनी लिहून ठेवलेलं आहे.

तिबेटमध्ये आठव्या शतकात होऊन गेलेले श्रीपद्मसंभव हे महान बौद्ध होते. त्यांनी 'मृत्यू' या विषयावर एक ग्रंथ लिहिला होता; पण तो काळाच्या ओघात लुप्त झाला. पुढे चौदाव्या शतकात कर्म लिंपा नावाच्या बौद्ध गुरूंनी त्या ग्रंथाचं पुनरुज्जीवन केलं. The Tibetan Book of Dead या नावाने तो ग्रंथ १९९४मध्ये इंग्रजीतून प्रकाशित झाला. त्या ग्रंथातूनही वेगळ्या भाषेत याच विचारांना पुष्टी दिली गेली आहे.

थिऑसॉफिकल सोसायटीचा तर या गूढ विषयावरील संशोधनात खूप मोठा वाटा आहे. डॉक्टर रेमंड मुडी Life After Life हे पुस्तक म्हणजे एक संशोधित प्रबंधच आहे. डॉ. मुडींनी १९६९मध्ये तत्त्वज्ञान विषयात पीएचडी मिळवली. नॉर्थ कॅरोलिना विद्यापिठात तत्त्वज्ञान विषयाचं अध्यापन करतानाच त्यांनी एमडी पदवी संपादन केली. त्यानंतर ते मानसशास्त्राकडे वळले. त्यातही पीएचडी संपादन केली.

मानवी मन, शरीरशास्त्र आणि तत्त्वज्ञान या तिन्ही विषयांचा अभ्यास होत असतानाच त्यांना 'मृत्यू'विषयीच्या अभ्यासाची गोडी लागली. पुढे काही वर्ष असंख्य केसेसचा आणि इतर संदर्भांचा प्रचंड अभ्यास करून त्यांनी हे पुस्तक सिद्ध केलं.

याच विषयावर डॉ. एलिझाबेथ कुबलर-रॉस या स्वीस-अमेरिकन डॉक्टर महिलेने On Life After Death या शीर्षकाखाली एक शोधनिबंध प्रसिद्ध केला. या दोन संशोधनांपूर्वी ब्रिटिश पत्रकार पॉल ब्रन्टन यांनी मृत्युपश्चात जीवनावर त्यांच्या A Search in Secret Egypt या ग्रंथात प्रकाश टाकला होताच.

अलीकडच्या काळात डॉ. ब्रायन वाइज, डॉ. पीटर रसेल, न्युरोसर्जन डॉ. एबेन अलेक्झांडर अशा असंख्य शास्त्रज्ञ-डॉक्टर्स आणि विचारवंतांनी मृत्युपश्चात जीवन आणि जीवाचं रेकॉर्ड यावर संशोधन करून त्यातली सत्यता पाश्चात्त्य जगतापुढे मांडली आहे.

डॉ. जेफ्रे लाँग यांनी तर ह्या विषयाला वाहिलेली एक वेबसाइटच सुरू केली आहे. जगातल्या हजारो लोकांनी आपापले अनुभव त्यावर शेअर केले आहेत.

मनुष्याच्या सर्व क्रियांच्या आकाशस्थ नोंदींचा एक ज्ञानतंतू त्याच्या शरीरांतर्गत असलेल्या अंगुष्ठमात्र पुरुषाला जोडलेला असतो. हृदयातील या अंगुष्ठमात्र पुरुषालाच 'साक्षी' म्हणतात!

हा 'साक्षी' म्हणजेच मनुष्य देहामधला 'सीसी टीव्ही!' या 'सीसी टीव्ही'वर केवळ दृश्याची नोंद होत नाही; तर मनुष्याच्या विचारांसह इतर सर्व नोंदी होत असतात, हे अशा अनेक संशोधनांवरून सिद्ध होतं. यावर विश्वास ठेवला तर, आधुनिक 'सीसी टीव्ही'च्या कक्षेत मनुष्य इतका सावध असतो; तर मग शरीरांतर्गत नोंदींबाबत त्याने किती सावध राहायला हवं!

३४

'शीलवान भव!'

मी लहान असताना ज्येष्ठमंडळींना नमस्कार केल्यावर ते आशीर्वाद देत, 'शीलवान भव!' कालपरत्वे आशीर्वाद देण्याचे शब्द बदलत गेले. मग 'कल्याण असो', 'देव तुझं भलं करो,' असा बदल होत जाऊन आता 'गॉड ब्लेस यू' इथपर्यंत आपण मजल मारली! कुणी कोणता आशीर्वाद दिला आहे, याला खरंतर महत्त्व नसतं. आशीर्वादामागचा भाव महत्त्वाचा असतो. तरीपण आशीर्वाद देण्यामागे काही उत्तम, उदात्त भाव सामावला असेल आणि तो हेतुपुरस्सर दिला असेल तर मात्र त्यावर विचार केला पाहिजे. पूर्वी देण्यात येणाऱ्या 'शीलवान भव' या आशीर्वादामागे खूप मोठी वैचारिक आणि सांस्कृतिक विचारधारा दडलेली होती.

माझ्या आजोबांनी एका वहीत 'शीला'संदर्भात एक प्राचीन गोष्ट लिहून ठेवली होती. पुढच्या काळात ती मला पुराणांमध्येही वाचायला मिळाली. ती गोष्ट होती, इंद्र-प्रल्हादाची. वाचनीयता राखण्यासाठी पौराणिक गोष्टींमधून तत्त्वज्ञान आणि इतिहास गुंफलेला असे. अशा गोष्टींमधून ऋषी-मुनी 'लक्षणा'ची आणि 'रूपका'चीही उत्तमपणे गुंफण करत. याच हेतूने 'शीला'चं महत्त्व सांगण्यासाठी पुराणकर्त्यांनी इंद्र-प्रल्हादाची रूपकात्मक गोष्ट सांगितली आहे.

हिरण्यकश्यपूचा मुलगा प्रल्हाद याने इंद्राचं राज्य जिंकून घेतलं. गेलेलं राज्य परत कसं मिळवावं या विवंचनेत इंद्र असतानाच देवगुरू बृहस्पतींनी त्याला मार्ग

सांगितला, 'देवेंद्रा, युद्धभूमीवर प्रल्हादाला जिंकणं मुळीच शक्य नाही. कारण प्रल्हाद शीलवान आहे. ज्याच्याकडे 'शील' असतं त्याच्याकडे धर्म, सत्य, वृत्त, बल आणि लक्ष्मी असते. अशा मनुष्याला जिंकणं सोपं खासच नसतं.'

'मग मी काय करावं?' इंद्राने विचारलं.

'तू प्रल्हादाचं 'शील' मागून घे. म्हणजे तुझे मनोरथ पूर्ण होतील.'

त्यानुसार इंद्र ब्राह्मणवेशात प्रल्हादाकडे गेला आणि त्याची सेवा करू लागला. प्रल्हाद प्रसन्न झाला आणि त्याने त्या ब्राह्मणाला 'वर' मागायला सांगितलं. इंद्र म्हणाला, 'मला बाकी काहीही नको; फक्त तुझं शील दे.' शील कसं हिरावून घेतलं जातं, याची अनेक उदाहरणं 'कौटिलीय अर्थशास्त्रा'तही सांगितलेली आहेत. चारित्र्यहनन कोणकोणत्या मार्गांनी केलं जातं हे सांगण्याची आवश्यकता नाही!

प्रल्हाद इंद्राला म्हणाला, 'याचकाला मी कधीच विन्मुख पाठवत नाही. माझं 'शील' मी तुला आता देत आहे!' शील जाताच प्रल्हादाच्या शरीरातून एक तेज बाहेर पडलं. तेव्हा प्रल्हादाने त्या तेजाला विचारलं, 'तू कोण आहेस?'

'मी शील आहे...'

तेवढ्यात दुसरं एक तेज प्रल्हादाच्या शरीरातून बाहेर पडलं. 'तू कोण आहेस,'प्रल्हादान' असं विचारताच ते तेज म्हणालं, 'मी 'धर्म' आहे. जिथे 'शील' असतं तिथेच 'धर्म' असतो.'

तिसरं तेज बाहेर पडताच प्रल्हादाने तसाच प्रश्न केला. तेव्हा ते तेज बोललं, 'मी 'सत्य' आहे. जिकडे 'धर्म' असतो तिकडे सत्य असतं.'

त्यानंतर चौथं तेज बाहेर पडलं. ते प्रल्हादाला म्हणालं, 'मी 'वृत्त' आहे! जिकडे 'सत्य' असतं तिकडे 'वृत्त' असतं!' वृत्त म्हणजे सद्वर्तन.

पाचवं तेज जेव्हा बाहेर पडलं तेव्हा प्रल्हादाने विचारलं, 'तू कोण आहेस?'

ते तेज म्हणालं, 'मी 'बल' आहे; जिथे 'वृत्त' असतं तिथे 'बल' असतं!' अर्थात जिथे सद्वर्तन असतं तिथे नेहमी बल असतं. कृतज्ञताबुद्धीत जसं धैर्य सामावलेलं असतं तसंच सद्वर्तनात बल सामावलेलं असतं.

त्यानंतर एक स्त्री प्रल्हादाच्या शरीरातून बाहेर पडली. प्रल्हादाने विचारणा करताच ती म्हणाली, 'मी लक्ष्मी आहे; म्हणजे 'श्री' आहे. जिकडे 'बल' असतं तिकडे मी असते.' धर्म, सत्य, वृत्त, बल आणि लक्ष्मी या प्रत्येक तत्त्वामध्ये खूप मोठा अर्थ दडला आहे. त्यांचा स्वतंत्र विचार करावा लागेल.

अशांत-हेने 'शील' गेल्यामुळे प्रल्हाद पूर्णतः शक्तिहीन झाला. मग इंद्राने प्रल्हादाच्या राज्यावर आक्रमण करून गेलेलं राज्य पुन्हा जिंकून घेतलं. एक 'शील' गमावल्यामुळे आपण राज्य गमावून बसलो, हे प्रल्हादाच्या ध्यानात आलं.

थोडक्यात, धर्म, सत्य, वृत्त, बल आणि लक्ष्मी यांचं मूळ ठिकाण 'शील' असतं. त्यातूनच चारित्र्य घडत असतं.

इंग्रजीतली एक म्हण प्रसिद्ध आहे, If money is lost nothing is lost, if health is lost something is lost; but if character is lost everything is lost.

तात्पर्य, भारतीय संस्कृतीत 'शीलवान भव' असा आशीर्वाद देण्यामागे फार मोठी विचारधारा होती. म्हणूनच 'शील' राखण्याला अनन्यसाधारण महत्त्व दिलं गेलं होतं. आपल्या मुलांमध्ये 'शील' निर्माण व्हावं असं वाटत असेल तर त्याची सुरुवात सुसंस्कारांनीच होते. सुसंस्कारांमुळेच पाल्य चारित्र्यवान बनतात. झाड लहान असताना त्याच्या सालीवर कोरलेली अक्षरं झाड मोठं झाल्यावर मोठी दिसू लागतात. त्याचप्रमाणे मुलांच्या मनावर लहानपणी झालेले सुसंस्कार आयुष्यभर त्याची सोबत करतात.

एका महिलेने गुरूंना विचारलं, 'माझा मुलगा चार वर्षांचा आहे. त्याला शिक्षण द्यायला केव्हा सुरुवात करू?'

गुरू म्हणाले, 'ताई, तुम्ही त्याची चार वर्ष फुकट घालवलीत. मुलाच्या मुखावर जेव्हा पहिलं हास्य उमटतं तेव्हाच त्याच्या शिक्षणाला प्रारंभ होतो.'

म्हणजे संस्कार करणं तेव्हापासून आवश्यक असतं. त्यासाठीच आईचं महत्त्व आहे. आई मुलांचं चारित्र्य घडवत असते. इमर्सन हा अमेरिकन विचारवंत म्हणतो, 'मुलांची खरी उन्नती मातांच्या नैतिक बळामुळे झालेली असते.'

बाल शिवाजीराजांना रामायण-महाभारतातील अनेक वीरकथा आणि इतर प्रेरक कथा सांगून जिजाऊमांसाहेबांनी असंच घडवलं होतं.

ऋतुध्वज या राजाची पतिव्रता राणी मदालसा हिने आपल्या विक्रान्त, सुबाहू, शत्रूमर्दन आणि अलर्क या पुत्रांना त्यांच्या जन्मापासून बोध करून ज्ञानसंपन्न आणि चारित्र्यसंपन्न बनवलं होतं, असा उल्लेख मार्कंडेय पुराणात आहे.

आर्याम्बा मातेने शंकराचार्यांना असंच घडवलं होतं. आई मुलांना कशी घडवते याची असंख्य उदाहरणं सांगता येतील.

जॉर्ज हर्बर्ट यांनी म्हटलं आहे, 'एक आई ही शंभर शिक्षकांच्या बरोबरीची असते!' म्हणूनच, घर ही चारित्र्यसंवर्धनाची प्राथमिक शाळा आहे, असं म्हटलं जातं. संस्कारांच्या बळावरच मुलांचं भावी आयुष्य चांगलं अथवा वाईट ठरत असतं.

कविवर्य जॉन मिल्टन यांनी म्हटलं आहे, 'सकाळ झाली म्हणजे ज्याप्रमाणे ती दिवसाचं दर्शन घडवते त्याप्रमाणे मुलाच्या बालपणीच त्याच्या मोठेपणाचं प्रतिबिंब उमटत असतं.'

आईनंतर शिक्षक विद्यार्थ्यांच्या जीवनाला दिशा देतो. चाणक्यानेही शिक्षकाचं महत्त्व अधोरेखित केलं आहे. चारित्र्याला किती महत्त्व आहे हे अशा गोष्टींवरून समजून येतं. लहानपणापासूनच मुलांचं 'शील' सांभाळलं गेलं की, चारित्र्य घडत जातं आणि मग भावी जीवन सुंदर होतं. 'शीलवान भव' या आशीर्वादामागे केवढा मोठा गर्भितार्थ दडला आहे, हे अशा उदाहरणांवरून समजून येतं.

३५

लक्ष्मी-अलक्ष्मीचा अर्थभेद

लक्ष्मीपूजनाच्या दिवशी बऱ्याच ठिकाणी 'श्रीसूक्त' म्हटलं जातं. 'ऋग्वेदा'त ऋषींनी हे सूक्त गायलं आहे; संधि-विग्रहासह ते योग्यपद्धतीनेच म्हणावं लागतं. संस्कृतमध्ये असे काही मंत्र आहेत की, ज्यांचं योग्य आकलन झालं नाही किंवा त्यातला 'संधि-विग्रह' समजला नाही तर अर्थाचा अनर्थ होऊ शकतो.

उदाहरणार्थ, 'रामरक्षास्तोत्रम्'मध्ये *'जानकीवल्लभः श्रीमान्प्रमेयपराक्रम:'* असं अनेक स्तोत्रांच्या पुस्तकांमध्ये छापलेलं दिसेल.

पण 'रामरक्षा' म्हणताना *'जानकीवल्लभः श्रीमान्अप्रमेयपराक्रम:'* असं म्हणावं लागतं. तिथे 'श्रीमान्' नंतर 'प्रमेय' म्हणताना मध्ये 'अ'कार गृहित धरला आहे.

त्याचप्रमाणे 'श्रीसूक्तम्'मध्ये *'अभूतिमसमृद्धिं च सर्वां निर्णुद गृहात्'* अशा दुसऱ्या मंत्रातल्या ओळी आहेत.

सलग मंत्राचा उच्चार करताना मध्ये 'अ'कार म्हणावाच लागतो. म्हणजे *'अभूतिम् अ समृद्धिं च सर्वां निर्णुद गृहात्'* असं म्हटलं पाहिजे.

'अ'चा उच्चार मध्ये नीट केला गेला नाही तर *'अभूतिम् समृद्धिं च'* अर्थात घरातील संपन्नता नाहीशी कर, अशी प्रार्थना होते! म्हणून अशा सूक्तांची जाणकार गुरूकडूनच संथा घ्यावी लागते.

'श्रीसूक्तम्' गाताना वैदिक ऋषींनी 'लक्ष्मी' मागितली आहे. धन हा

'लक्ष्मी'मधला एक भाग आहे. सुख, शांती, समाधान, कीर्ती, उत्तम मित्र, सुवर्ण, अश्व (वाहने), दीर्घायुरारोग्य अशा अनेक गोष्टी 'लक्ष्मी'मागोमाग येत असतात.

अर्थातच हे सारं मिळून 'लक्ष्मी' असते. जिथे 'शील' असतं तिथे लक्ष्मी असते; अन्यथा ते केवळ धन होतं. 'अलक्ष्मी'मध्ये केवळ 'धना'ला प्राधान्य असतं. 'लक्ष्मी'च्या विरुद्ध 'अलक्ष्मी'चं स्वरूप असतं. 'शील' वगैरेचा तिथे विचारच नसतो. त्यामुळे त्याचे परिणामही तसेच होतात.

लक्ष्मी-अलक्ष्मीची रूपककथा

'अलक्ष्मी' ही 'लक्ष्मी'ची थोरली बहीण आहे, क्षीरसागरात मंथन झालं आणि त्यातून इतर गोष्टींबरोबरच या दोघी बहिणींही निघाल्या; असं पुराणात म्हटलं आहे.

पुराणातील कोणतंही कथन हे सूचक असतं. अर्थात तत्त्वज्ञान हे गोष्टीत गुंफलेलं असतं. ती सूचकता समजली नाही किंवा त्यातलं रहस्य उलगडलं नाही तर अर्थाचा अनर्थ होऊ शकतो. त्यामुळे अशा लक्षण-रूपकांमधला तत्त्वार्थ समजून घेतला पाहिजे. समुद्रमंथनातून निघालेलं लक्ष्मी-अलक्ष्मीविषयक रूपक असंच आहे.

लक्ष्मीची मोठी बहीण अलक्ष्मी ही लग्नाची होते. मग भगवान विष्णू अलक्ष्मीचा विवाह उद्दालक नामक ब्राह्मणाशी लावून देतो आणि स्वतः लक्ष्मीशी विवाहबद्ध होतो. अलक्ष्मीशी विवाह केल्यामुळे उद्दालक पस्तावतो. कारण अलक्ष्मीच्या भलत्याच आवडी-निवडी असतात. तिला मद्यपान, तसंच द्यूत (जुगार) खेळायला आवडत असतं. भांडण करणं तर तिची आवडती गोष्ट! तिचं बोलणंही कठोर असतं. त्यामुळे उद्दालकाच्या घरात कर्कश्यता येते. पर्यायाने घरातली शांती ढळते. अलक्ष्मीच्या या स्वभावाला उद्दालक अतिशय कंटाळतो. अखेर तिला एका पिंपळाच्या झाडाखाली सोडून तो तपश्चर्या करण्यासाठी वनात निघून जातो.

थोडक्यात 'अलक्ष्मी' ही मनुष्याचं आयुष्य उद्ध्वस्त करत असते — त्याला सर्वस्व सोडून जायला प्रवृत्त करते, हे या रूपक-कथेतून सांगितलं आहे. पुष्कळदा 'अलक्ष्मी'चं नातं मनुष्याला सुरुवातीला बरं वाटतं! विशेषतः यश आणि पैसा मिळाला की अनेकांची विचारशक्ती क्षीण होते आणि अनायसे 'अलक्ष्मी'शी नातं जोडलं जातं. पण परिणामी 'अलक्ष्मी' मनुष्याला देशोधडीला लावते, असं या पौराणिक कथेचं तात्पर्य आहे.

कारुण्यमय महालक्ष्मी

घरात वसलेली 'अलक्ष्मी' घालवता येत नाही का, असा प्रश्न आता पडू शकतो. नक्कीच तिला घालवता येतं; आणि 'लक्ष्मी'ला आदरपूर्वक घरात स्थिर करता येतं. पण त्यासाठी मनाचा निर्धार हवा.

मानसिक आणि बौद्धिक विचारमंथनातून प्रत्यक्ष कृती केल्यामुळे ते शक्य होतं. कारण 'अलक्ष्मी' चंचल असते; ती जाऊ शकते. लक्ष्मी चंचल नसते; पण आज माणसाने लक्ष्मीलाच चंचल ठरवलं आहे! याचं कारण संपत्ती येण्यापूर्वीची मनुष्याची जी विचारधारा असते ती संपत्ती मिळाल्यानंतर टिकत नाही. पैसा येताच अनेकांची वृत्ती बदलू लागते. अर्थातच ते 'अलक्ष्मी'ची विचारधारा उचलतात. खरंतर लक्ष्मी ही पिढ्यान्पिढ्या घरात स्थिर होण्यासाठीच आलेली असते. आजही अनेक 'शुचिश्रीमान' लोकांकडे पिढ्यान्पिढ्या लक्ष्मी वास्तव्य करून आहे. याउलट बरेच जण थोडंसं यश आणि पैसा मिळाला की 'अलक्ष्मी'चा हात धरून लक्ष्मीला उभी करतात आणि तिला चंचल ठरवतात!

जेव्हा लक्ष्मी येत नसते तेव्हा घरात 'अभाव' असतो; म्हणजे सर्वतऱ्हेची कमतरता असते. पण जेव्हा लक्ष्मी घरात येते तेव्हा घरात 'भाव' येतो. वैदिक ऋषींनी अशाच लक्ष्मीची आराधना केली. तिचा त्यांनी सन्मान ठेवला. तिचं गुणवर्णन केलं. त्यामुळे ती महालक्ष्मी बनली! अशी महालक्ष्मी कारुण्यमय असते. ती घरातून दुःख-दारिद्र्य दैन्य दूर करते. जीवनाला आकार देते.

कर्माने मिळवलेले धनच लक्ष्मी

ऋषींनी म्हणूनच प्रथम अग्नीची प्रार्थना करून लक्ष्मीची मागणी केली आहे. ती 'जातवेद' म्हणजे तेजाची प्रार्थना आहे. अर्थातच तेजस्वितेने कष्ट करूनच लक्ष्मी येते, हे यातून सिद्ध होतं.

लक्ष्मीचं साकार स्वरूप आणि 'जातवेद' अग्नीचं स्वरूप हे विषय पू. पांडुरंगशास्त्री आठवले यांनी त्यांच्या 'श्रीसूक्तम्'वरील भाष्यात समजावले आहेत.

लक्ष्मी गुणसमृद्ध आहे तशीच ती दोषसमृद्धही आहे. घरात जर 'अभावा'कडे नेणारं म्हणजे सर्वतऱ्हेच्या कंगालीकडे नेणारं 'अलक्ष्मी'चं बस्तान पुन्हा बसू लागलं तर ते तिला खपत नाही. तसं होऊ नये म्हणून लक्ष्मीचं घरी आगमन होताच आपल्या हातून दोषपूर्ण कर्म होणार नाहीत याकडे विशेष लक्ष दिलं पाहिजे, असं

पांडुरंगशास्त्री आठवले तथा दादा म्हणतात.

'अलक्ष्मी' म्हणजे आजच्या भाषेत दारूसह सारी व्यसने करणं, जुगार खेळणं, वाईट कर्म करणं, अत्याचार करणं, व्यभिचाराचा प्रकोप होणं, आत्मविघातक निषिद्ध कर्म करणं, ईश्वरी तत्त्वाला कोत्या विचारसरणीतून उखडून लावणं- अर्थात घरात आलेल्या लक्ष्मीचा जेवढा अनादर होईल तेवढा करणं, ही सारी कृत्यं 'अलक्ष्मी'ची असतात!

आपल्या घरात कुणीतरी एक राहाणार असतं- लक्ष्मी किंवा अलक्ष्मी! दोघी एकत्र नांदू शकत नाहीत! म्हणून ऋषी म्हणतात, 'माझ्याकडे आलेली लक्ष्मी 'अनपगामिनीम्' व्हावी.' म्हणजे कधीही न जाणारी व्हावी. एखाद्या अविचारी मनुष्याच्या घरात थोडंफार धन येताच त्याची वृत्ती जर फिरली तर आलेली लक्ष्मी 'पगामिनीम्' होते.

लक्ष्मी घरातून जाते याचा अर्थ घरातून सारं धन जातं असं नाही- तेही जाऊ शकतंच! पण लक्ष्मीचा अनादर करून राहिलेलं अमाप धन सुद्धा मनुष्याला सुख देऊ शकत नाही. अनपेक्षित ठिकाणी ते खर्च होतं किंवा धन असूनही त्याचा आनंद वा उपभोग घेता येत नाही. म्हणून 'जातवेद' अग्नीची प्रार्थना करून तेजस्वितेने आणि शुद्ध कमनि मिळवलेलं धनच 'लक्ष्मी' बनतं; आणि मग ही लक्ष्मी घरात सुख-शांती-समाधान, आरोग्य, कीर्ती, उत्तम नातेसंबंध आणि दीर्घायुष्य प्रदान करते.

पू. पांडुरंगशास्त्री सांगतात—

'लक्ष्मी आपल्या घरात पाहुणी म्हणून आलेली असता कामा नये! तर ती कायमची राहण्यासाठी आलेली असावी. त्यासाठी आपलं जीवन अधिकाधिक निर्दोष बनायला हवं. जीवनात 'अलक्ष्मी'चे दोष येऊ लागले तर लक्ष्मी त्या घरातून आपला बाडबिस्तारा आवरू लागते.'

पाहा पॅकेजच्या पलीकडे...

आज समाजात 'अलक्ष्मी'ला प्रचंड प्रतिष्ठा लाभलेली दिसते. त्याचे परिणामही समाज अनुभवत आहे. महाभारत युद्धापूर्वी महर्षी व्यासांनी धृतराष्ट्रापुढे तत्कालीन कौटुंबिक आणि सामाजिक परिस्थितीचं जे वर्णन केलं होतं तशीच परिस्थिती आज जगात आलेली दिसते. तसेच अत्यंत भयावह परिणामही आता घरी-दारी-समाजात

आणि अनेक राष्ट्रांमध्ये दिसू लागले आहेत. मानसिक असंतुलन, अस्वास्थ्य, नैराश्य, अपमृत्यू, अनारोग्य, शारीरिक विकृती, अनेक प्रकारचे ताणतणाव, गंभीर आजार, कमालीच्या वासना, पराकोटीची व्यसनाधीनता, निर्घृणता, अविवेकी आणि अनैतिक कामविकार अशा अनेक आव्हानांना आजचा जगभरचा समाज तोंड देत आहे. जे सात्त्विक वृत्तीचे लोक आहेत तेही त्यात भरडले जात आहेत. पैसा हाच परमेश्वर झाला आहे; आणि (तत्त्वतः) निर्विकार परमेश्वर परागंदा झाला आहे, असं म्हटलं तर वावगं ठरू नये!

आज मुलीचं किंवा मुलाचं लग्न ठरवताना केवळ 'पॅकेज' पाहिलं जातं. पण केवळ 'पॅकेज' सुख देऊ शकतं का, याचा विचार फारसा होताना दिसत नाही. तसा तो झाला पाहिजे. किंबहुना, 'पॅकेज'पेक्षा मुलाच्या वा मुलीच्या घरात 'लक्ष्मी' आहे का 'अलक्ष्मी'आहे, याचा प्रामुख्याने विचार व्हायला हवा असं वाटतं.

'अलक्ष्मी'च्या नादाला लागून दोन क्षणांची एन्जॉयमेन्ट मनुष्याला कायमचं सुखी करू शकत नाही. आपलं जीवन समाधानी-तृप्त आणि आनंदी व्हावं असं वाटत असेल तर 'अलक्ष्मी'ला घरातून-विचारांतून जाणीवपूर्वक घालवून द्यायला हवं! त्यासाठी ऋषिप्रणित शास्त्रांवर बुद्धिनिष्ठ विश्वास ठेवायला हवा.

३६

प्रत्येक चेंडू खेळायचा नसतो!

अनेकदा मनुष्य अपयशामुळे खंतावून जातो. काहीतरी मिळवणं, कुणीतरी होणं, ठरावीक क्षेत्रात यशस्वी होणं अशात-्हेचे अनेकविध संकल्प एखाद्या व्यक्तीने केलेले असतात. संकल्प सिद्धीला गेले तर ती व्यक्ती सुखावते. परंतु; अपयश पदरी आलं तर निराश होते. वास्तविक, आपला प्रत्येक संकल्प सिद्धीस जातोच असं नाही. म्हणजे प्रत्येक बाबतीत यश मिळतंच असं नाही. अपयशामुळे व्यक्ती वैफल्यग्रस्त होते, जिद्द हरवून बसते किंवा तिला नैराश्य (फ्रस्ट्रेशन) येतं.

पूर्वी मी स्वत: अपयशामुळे खचून गेलो नसलो, तरी काहीसा खंतावून मात्र गेलो होतो. इतके प्रयत्न करूनही यशाची गाठ का पडत नाही, असं तेव्हा मला वाटायचं. अपयशकालात एक गोष्ट मात्र मी शिकलो. ती म्हणजे, आपल्या मनाप्रमाणे साऱ्या गोष्टी घडत नाहीत; पण ज्या घडतात त्या मात्र आपल्या चांगल्यासाठीच असतात!

सुमारे वीस वर्षांपूर्वी आमच्याकडे शिवजी बाप्पा म्हणून एक ज्येष्ठ स्वाध्यायी यायचे. मोठे गमतीदार होते ते! त्यांनीही अफाट कर्मयोग केला होता. बोलण्याच्या ओघात ते म्हणत, 'प्रत्येक बॉल खेळायचा नसतो! काही चेंडू 'लेफ्ट' करायचे असतात. ते जर खेळायला गेलं तर 'आउट' होण्याचीच अधिक शक्यता असते. म्हणून बॅटिंग करताना कोणते चेंडू 'लेफ्ट' करायचे, हे कळलं पाहिजे.'

'लेफ्ट' करायचे चेंडू म्हणजे, केव्हा एखादा विषय दुर्लक्षित करायचा, कुणाच्या

तोंडी केव्हा लागायचं नाही, केव्हा प्रतिवाद करायचा नाही किंवा केव्हा कोणते निर्णय घ्यायचे नाहीत, याचा विवेक करणं म्हणजे चेंडू 'लेफ्ट' करणं! अपयशाचा मनावर ताण येऊ न देता झालं-गेलं विसरून जाणं हेही चेंडू 'लेफ्ट' करणं! एखादा बॉलर बॅट्समनला उसळता चेंडू टाकून मोहात पाडत असतो. तो चेंडू मारता येणार नसेल तर सोडूनच द्यावा लागतो. त्यामध्ये बॉलर वरचढ ठरलेला असतो आणि बॅट्स्मनला काहीशी माघार घ्यावी लागते. परंतु; माघार घेणं ही कदाचित भावी यशाची नांदी ठरत असते. अशातऱ्हेने जीवनातही सतत पुढे जाण्याचा जसा आपला विचार असतो, तसाच प्रसंगी दोन पावलं मागे येण्याचाही विचार झाला पाहिजे. संकटांचा सामना हा करावाच लागतो, परंतु; परिस्थितीनुरूप माघारही घ्यावी लागते.

यशाकडे झेप घेणारी खेळी

महाभारतात, अश्वत्थामा पांडवसेनेवर 'नारायणास्त्र' सोडतो, असं वर्णन आहे. 'सांगेन युक्तीच्या चार गोष्टी' म्हणणारा श्रीकृष्ण पांडवसेनेला सांगतो, 'या नारायणास्त्राचा सामना करू नका! आपापली शस्त्रं टाकून त्या अस्त्राला केवळ नमस्कार करा... तरच हे महाअस्त्र शांत होईल.' त्यानुसार सारी पांडवसेना शस्त्रांचा त्याग करून त्या अस्त्रापुढे नतमस्तक होते. परंतु; दूरवर एके ठिकाणी ते अस्त्र आपला प्रभाव दाखवतच राहातं. भीम तिथे त्या अस्त्राशी सामना करत असतो! मग त्याला शस्त्र टाकायला लावून कृष्ण नमस्कार करायला लावतो. तेव्हा कुठे ते अस्त्र शांत होतं! तिथे पांडवसेनेकडून माघार घेतली गेली नसती, तर त्या महाभयानक अस्त्राने तिथेच युद्धाचा निर्णय लावून टाकला असता!

म्हणून माघार घेण्यात अपयश नसतं; तर यशाकडे झेप घेणारी ती खेळी होऊ शकते. एखाद्या श्वापदावर झडप घालण्यापूर्वी सिंह चार पावलं मागे जातो; आणि मग जोरदार झडप मारतो.

Man proposes; God disposes! ही म्हण सांगून माझे वडील सांगत, 'खरंतर ही म्हण उलट असायला पाहिजे, God proposes; man disposes!

मनुष्य अनेक प्रकारचे संकल्प करतो. परंतु; त्याची पूर्तता होतेच असं नाही. जे त्या परमशक्तीच्या मनात असतं तेच घडत असतं.'

भुंगा कमलिनींमध्ये मस्त मधाचा आस्वाद घेत राहातो; परंतु; सायंकाळी कमलिनी आपल्या पाकळ्या मिटून घेतात आणि भुंगा त्यात अडकून पडतो! किंवा एखादा मदोन्मत्त हत्ती त्या कमलिनी उखडून टाकतो. भोगवादी दुनियेत मनुष्य असाच अडकतो.

सकारात्मक दृष्टिकोन हवा!

असे अनेक विचार मला त्या अपयशाच्या काळात मिळत गेले. महाभारतातला एक विचार तेव्हा माझ्या मनात घर करून राहिला होता.

वनवासात असताना युधिष्ठिर भीमाला उपदेश करताना म्हणतो, 'काळ अनुकूल असेल तर मातीचं सोने होतं; पण काळ अनुकूल नसेल तर सोन्याचीही माती होते!'

त्या मातीतच पुन्हा नव्या उमेदीचे अंकुर फुटत असतात, हे मात्र मी आजवरच्या जीवनात अनुभवलं. काळाची पावलं ओळखता आली पाहिजेत, हेही शिकलो; तसंच अनुकूल नसलेला काळ आपल्याला कसा घडवतो, कसं शिकवतो हेही मी अनुभवलं. क्रिकेट, संगीत, मॉडेलिंग, चित्रपट, टीव्ही या क्षेत्रात पूर्णतः अपयशी ठरल्यानंतर वयाच्या पस्तीसाव्या वर्षी मला साहित्यक्षेत्रात यश मिळू लागलं. साहित्यिकाने मानवी जीवन आणि भावभावना जवळून बघितल्या पाहिजेत; अनुभवल्या पाहिजेत. तरच सर्वसमावेशक सकस साहित्यनिर्मिती होऊ शकते, हे मी अनुभवाने शिकलो.

सर्वप्रकारच्या दुःखांचे अनुभव घेत असतानाच मला कॅमेरामागचं जगतही बघायला मिळालं. तिथलं विदारक वास्तवही मी अनुभवलं. स्वाध्यायकार्य बघण्यासाठी मी भारतात असंख्य गावं, वाड्या-वस्त्या फिरलो. तिथल्या लोकांना भेटलो. त्यांचं पूर्वायुष्य आणि परिवर्तन जाणून घेतलं. घरी तीन-चार हजार निवडक पुस्तकं होतीच. त्यामुळे वाचन तर नेहमीच होत असे. आध्यात्मिक वारसा घरी परंपरेने चालत आलेला होता.

साम्यवादी-समाजवादी लोकांच्या सान्निध्यातही काही काळ घालवला होता. त्यामुळे साहित्यिकाला आवश्यक असणारी जडणघडण झाली होती; आणि त्याचंच प्रतिबिंब माझ्या लेखनात उमटत गेलं. म्हणून यशःकाल हा जसा पापकाल असतो; तसाच अपयशकाल हा पुण्यकाल असतो! कारण तो आपल्या जीवनाची

जडणघडण करत असतो. तो आपल्याला शिकवत असतो, जमिनीवर ठेवत असतो; आणि आपल्या जाणिवा समृद्ध करत असतो. म्हणून जीवनातल्या माघार घेण्याकडे सकारात्मक दृष्टिकोनातून बघितलं पाहिजे, असं अनुभवान्ती मी शिकलो.

दुसऱ्या महायुद्धात चर्चिल हा इंग्लंडचा पंतप्रधान होता. डंकर्क इथे झालेल्या युद्धात चर्चिलने आपल्या सेनेला लढण्याऐवजी माघार घेण्याचे आदेश दिले; आणि केवळ माघार घेतल्यामुळे इंग्लंडने ते युद्ध जिंकलं. नेपोलियनच्या नेतृत्वाखाली फ्रेंच सेनेने रशियावर चढाई केली. रशियात थंडीचं आगमन केव्हा होतं याचा नेपोलियनने कसून अभ्यास केला होता. त्यानुसार त्याने आपली मोहिम आखली होती.

नेपोलियनने रशियावर आक्रमण करताच त्या अफाट पसरलेल्या भूमीवरून रशियन सैन्य मागे हटत गेलं. फ्रेंच सेना त्यांच्या जाळ्यात आत आत अडकत गेली. मॉस्कोच्याही पलीकडे रशियन सेनेने माघार घेतली. माघार घेताना त्या सेनेने 'दग्धभू' धोरण स्वीकारलं. म्हणजे वाटेतली शेतं आणि अन्नधान्यसाठा त्यांनी जाळून टाकला. लोकही घरंदारं सोडून मॉस्कोपलीकडे गेले. त्या वैराण प्रदेशावर राज्य तरी कुणावर करायचं, या विचाराने नेपोलियन गडबडून गेला. नेमका त्याच वर्षी हिवाळा दोन महिने आधी आला आणि त्यामध्ये नेपोलियनच्या सैन्याची अक्षरशः वाताहात झाली. केवळ माघार घेतल्यामुळे रशियाने फ्रेंच सेनेवर मात केली!

३७

'मन करारे प्रसन्न...'

मनाच्या संदर्भात कॅनडातील ब्रेन-सर्जन डॉ. विल्डर पेनफिल्ड यांनी अलीकडे एक संशोधन केलं. हार्वर्ड विद्यापीठाचे नोबेल पुरस्कार विजेते जॉर्ज वाल्ड हे डॉ. पेनफिल्ड यांचे स्नेही. एकदा डॉ. पेनफिल्ड डॉ. वाल्ड यांना म्हणाले, 'जाणिवेचं केंद्रक हा मेंदूच असतो, असं माझं ठाम मत झालं आहे.'

डॉ. वाल्ड यांनी प्रतिप्रश्न केला, 'तुम्ही मेंदूलाच जाणिवेचं केंद्र कसं काय मानता? शरीरातली संपूर्ण मज्जासंस्था (नर्व्हस सिस्टिम)च जाणिवेचं केंद्रक असतं असं का मानत नाही?'

परंतु; डॉ. पेनफिल्ड यांना तो विचार मान्य नव्हता. दोन वर्षांनी या दोन शास्त्रज्ञांची पुन्हा भेट झाली. तेव्हा डॉ. पेनफिल्ड डॉ. वॉल्डना म्हणाले, 'तुमचं म्हणणं मला संशोधनाअंती पटलं आहे, मनाचं स्थान मेंदूत नाही.'

पुढे डॉ. पेनफिल्ड यांनी आपल्या The mystery of the mind - A critical study of consciousness and the Human Brain या पुस्तकात या विषयाचा समारोप करताना म्हटलं आहे —

'मन हे मेंदू आणि मेंदूच्या क्रिया यांच्याशीच संबंधित नाही. उलट मन हे स्वतंत्रपणे सातत्याने विकसित आणि प्रगल्भ होत असतं. संगणकाचा प्रोग्रॅम आणि त्याचा प्रत्यक्ष वापर हा जसा स्वतंत्रपणेच करावा लागतो; त्याचप्रमाणे आपलं मन आणि मेंदू ही अर्ध-स्वतंत्र मूलतत्त्वं आहेत हे मान्य करावंच लागतं.'

मन हे व्यक्तीभोवती असलेल्या संपूर्ण 'फील्ड'मध्ये असतं असाही नवा शोध अलीकडे लागला आहे. असं हे मन वासनाग्रस्त किंवा मोहग्रस्त का होतं, याचं उत्तर एका वाक्यात द्या, असा प्रश्न एकाने मला विचारला.

मी म्हटलं, 'प्रवाहपतित होणं आणि संगत यांमुळे मन मोहग्रस्त आणि वासनाग्रस्त होतं.' म्हणजे काळाबरोबरच दुसऱ्याचे चुकीचे संस्कार उचलण्यातून मन मोहग्रस्त होत असतं.

सिग्मंड फ्रॉइडच्या मते अंतर्मन विशाल पण अव्यक्त असतं. बाह्य मनावर झालेले सखोल परिणाम अंतर्मनात कायमचे साठवले जाऊन ते जीवाला प्रभावित करत असतात. सत्संगातून झालेले सद्विचार जसे अंतर्मनात डिपॉझिट होतात तसेच कुसंगतीतून झालेले विचारही अंतर्मनात डिपॉझिट होत असतात.

या दोन्हीतून व्यक्तीची एकप्रकारची वैचारिक धारणा बनते आणि तीच अंतर्मनात जाऊन स्थिरावते ; कायमचं घर करते. मग वेळोवेळी त्या धारणेचे प्रभाव अंतर्मन प्रभावित करतं आणि परिणामी व्यक्तीच्या भोवती असलेल्या 'ऑरा'वरही त्याचा परिणाम होतो. तो शुद्ध किंवा अशुद्ध होतो आणि त्याचे तसे तसे परिणाम त्या व्यक्तीलाच भोगावे लागतात.

कुसंगती आणि अविवेकी विचार एखाद्या व्यक्तीचं जीवन उद्ध्वस्त सुद्धा करतात. मग तारुण्यात जोशात असणारी व्यक्ती मृत्यू समोर दिसू लागताच हतबल होऊन जाते.

आज पाश्चात्त्यांच्या चुकीच्या गोष्टींच्या अनुकरणातून ऋषी-संतांची भारतभूमीही चुकीच्या संस्कारांच्या विळख्यात अडकत चाललेली दिसते. परिणामी सध्याची जीवनशैली ही खूप ताण-तणावांची झाली आहे, हे कुणीही अमान्य करणार नाही.

किंबहुना, ताण-तणावांची नकारात्मक ओझी डोक्यावर घेऊनच जीवन जगलं जातं. ताण-तणाव दूर करून आनंदस्वरूप जीवनशैलीची अपेक्षा ठेवताना सर्वप्रथम आपलं मन अशा नैराश्येकडे नेणाऱ्या भ्रष्ट संस्कारातून मुक्त करता आलं पाहिजे. पण नेमकी याउलट परिस्थिती अनेक ठिकाणी बघायला मिळते. म्हणजे जीवन उद्ध्वस्त करणाऱ्या गोष्टींमध्येच ताण-तणाव कमी करण्याचे उपाय एखादी व्यक्ती शोधू लागते!

थोडक्यात, अनेक प्रकारच्या ताण-तणावांमुळे मन शुद्ध होण्याऐवजी ते अशा

चुकीच्या उपायांमुळे अधिकाधिक अशुद्ध होत जातं. त्यामुळे मनाचं स्थान असलेलं शरीराभोवतीचं अवकाश दूषित होतं. नकारात्मकतेची पुटं मनावर चढत जातात. असंच जीवन जगत राहिलं तर अंतर्मनातही नकारात्मकतेचे भाव संकलित होतात आणि ते वेळोवेळी डोकं वर काढतात; व्यक्तीला सर्व बाजूंनी हैराण करतात.

ताण-तणावांमुळे शारीरिक तंदुरुस्ती आणि भौतिक सुख यांनाही मनुष्य पारखा होतो. मग आनंद मिळवणं ही तर फार दूरचीच गोष्ट! मग उरतं ते केवळ भारवाही असणारं जीवन. असं जीवन कित्येकांना नकोसं होऊन जातं.

मग यावर योग्य उपाय सांगताना संत सांगतात, 'मन करारे प्रसन्न; सर्व सिद्धींचे कारण.' प्रसन्न मनच तणावमुक्त आणि प्रगल्भ होऊ शकतं. याउलट अशुद्ध मन कधीच प्रसन्न होऊ शकत नाही. चिखलात निर्मळता शोधण्यासारखाच तो प्रकार असतो.

या संदर्भात अनेक तत्त्वज्ञ कोळशाचं उदाहरण देतात. कोळशाचा काळा रंग कितीही उगाळला तरी बदलत नाही. अंतर्बाह्य तो काळाच असतो! परंतु; जिथून कोळशाचा उगम झाला तिथे म्हणजेच अग्नीमध्ये तो टाकला तरच त्याचा रंग बदलतो.

त्याचप्रमाणे, मन शुद्ध आणि प्रसन्न करायचं असेल तर जिथून मनाचा उगम झाला तिथेच अर्थात परमतत्त्वाकडेच ते नेता आलं पाहिजे. यासाठीच सत्संग महत्त्वाचा असतो. भर्तृहरी आपल्या 'नीतिशतका'त म्हणतो, 'सत्संग बुद्धीतील जडांश नाहीसा करतो. वाणीत सत्य पेरतो, मनाच्या उन्नतीचा मार्ग दर्शवतो, पाप नाहीसं करतो, अंतःकरण प्रसन्न ठेवतो आणि दशदिशांना कीर्ती पसरवतो.'

शुद्ध आणि प्रसन्न मनालाच जीवनातलं खरं सौंदर्य अनुभवायला येऊ लागतं. निसर्गाची ओढ वाटू लागते.

मन प्रसन्न करण्यासाठीचे मार्ग

चुकीच्या मार्गांकडे नेणाऱ्या सर्व घटकांपासून स्वतःला हळूहळू दूर करणं. मनात धरून ठेवलेल्या कटु आठवणी, निराशाजनक अनुभव आणि कटु प्रसंगांचे भार कमी करत जाणं. त्यांना प्रभावहीन करणं, विसरून जाणं, क्षमा करणं, आपल्या शिक्षणाचा तो भाग समजणं.

सकाळी घराची सर्व दारं-खिडक्या उघडून स्वच्छ-शुद्ध हवेला घरात घेणं.

भूपाळी-पहाटगाणी घरातील वातावरण प्रसन्न करतात, असाही अनुभव आहे. किंवा आत्मभान जागृत करणारं उत्तम संगीत घरातील वातावरण प्रसन्न करतात.

एखाद्या सद्विचारी सत्संगाला-स्वाध्यायला जाणीवपूर्वक जवळ करणं.

मन प्रसन्न करणाऱ्या चांगल्या ग्रंथांचं वाचन करणं, चांगलं ऐकणं, चांगल पाहाणं; किंवा एखादी कला जोपासणं.

आपल्या बौद्धिक मर्यादा स्वतःच ओळखून परमतत्त्वाचं आपल्या शरीरात असलेलं वास्तव्य जाणणं; आणि त्यानुसार आपल्या वर्तनात परिवर्तन आणणं. धार्मिक स्थळांमध्ये भक्त अयोग्य वर्तन सहसा करत नाही. मग देह हे देवाचं मंदिरच असतं! मग अशा देहरूपी मंदिरात आपण कशाची साठवण करायची याचाही विवेक करायला हवा.

जे मूलतः शुद्ध तत्त्व आहे त्याच्यामध्ये मनाला विसर्जित करण्याचा प्रयत्न करणं. शुद्धत्वाकडे शुद्धत्वच जाऊ शकतं. तथापि, परमतत्त्वापुढे संपूर्ण शरणागत झालं तर ते शुद्धत्व अशुद्धालाही शुद्ध करून घेतं!

त्यासाठी तीन वेळा प्रार्थना, कर्मयोगाचं आचरण आणि सोबत नामजप करणं यांचा फायदा होतो. योगाचरण तर अंतिम आनंदाकडे नेतं.

परमतत्त्वावर पराकोटीचा विश्वास ठेवून योग्य कर्म करत गेलं तर अनेक प्रश्नांमधून आणि ताण-तणावांमधून व्यक्तीची सुटका होऊ शकते. अशा उपायांनी मनावरचं मळभ दूर होऊन मन प्रसन्न होऊ लागतं, असा अनुभव आहे. त्यासाठी केवळ भौतिक प्रयोग नाही, तर अंतःकरणामधली भावजागृती करणं आवश्यक असतं.

३८

वसंत, मोगरा आणि मारुबिहाग

सुख मिळवण्यासाठी फार कुठे दूर जावं लागत नाही. भौतिक सृष्टीतही छोट्या छोट्या गोष्टींमधून सुख किंवा आनंद मिळवता येतो. सुखप्राप्ती कोणत्या मार्गानि होईल हे जाणून घेण्याच्या इच्छेने मी आजपर्यंत कुणाला माझा 'हात' दाखवला नाही; म्हणजे भविष्य वगैरे जाणून घेण्याच्या फंदात कधी पडलो नाही!

मी ऐन तारुण्यात असताना माझ्या आईवडिलांना मात्र माझ्या भवितव्याविषयी सारखी काळजी वाटायची. तशी ती कोणाही आईवडिलांना मुलांविषयी वाटतेच! माझ्या आईवडिलांच्या काळजीचं कारण म्हणजे यशाची आणि माझी गाठ फारशी कधी पडायचीच नाही. यश कायम हुलकावणी द्यायचं! त्यामुळे आईवडील काळजीने माझी पत्रिका एखाद्या जाणकाराला दाखवायचे.

त्यावरून मला एवढंच समजलं की, माझी रास कर्क आहे, नक्षत्र पुष्य आहे आणि चंद्र हा माझा स्वामी आहे. म्हणूनही असेल कदाचित; पण लहानपणापासून मला चंद्राचं भारी आकर्षण!

पूर्वी मी शेक्सपिअरची अनेक नाटकं वाचली होती. त्यांपैकी एक नाटक म्हणजे, 'मिड-समर नाइट्स ड्रीम' नाटकाचं हे शीर्षक मला फार आवडायचं. त्याच धर्तीवर म्हणावंसं वाटतं, 'ऐन वसंतात चांदण्यारात्री!' चंद्रप्रकाशाचे दिवस असतात तेव्हा मला असीम, आत्मिक आनंद मिळत जातो. मग कधी मित्रांसमवेत डोणजे येथील

परिसरात चांदण्यात जाऊन बसतो, तर कधी घराच्या गच्चीवर चंद्रप्रकाशाचा आनंद घेतो.

चंद्राच्या निळसर प्रकाशात न्हाऊन निघालेल्या डोंगररांगा, आजूबाजूच्या वृक्षराजींवर शिंपलेला आणि पानापानांमधून जमिनीवर झिरपलेला चंद्रप्रकाश पाहून-अनुभव घेऊन माझं मन सुखावून जातं. त्यापुढे इतर सारी भौतिक सुखं मला तुच्छ वाटू लागतात. आकाशात फुललेला 'चांदण्याचा मळा' मला ईश्वरी तत्त्वाकडे अधिक आकर्षित करतो. तो आकाशस्थ दैवी सोहळा पाहून त्या विश्वनिर्मात्याला मी मनोमन नमस्कार करतो, त्याच्या प्रतिभेपुढे नतमस्तक होतो.

चंद्रामुळेच पृथ्वीवर भरती-ओहोटी होत असते. चंद्र वनस्पतींमध्ये रस भरतो. कदाचित तो त्याच्या प्रकाशात माझ्या अंतरंगातील भावनिक रससुद्धा उद्दिपीत करत असावा! चंद्रप्रकाशात जर त्या वातावरणाला अनुरूप संगीत ऐकलं तर 'सोने पे सुहागा' किंवा 'मणिकांचन' योग ठरतो! माझी आई कै. संजीवनी खेर ही दोन पिढ्यांमागची हिंदुस्थानी रागसंगीत गायिका.

त्यामुळे संगीताचा वारसा मला लाभला नसता तरच नवल! मी संगीत शिकलो नाही; परंतु कोणत्या वेळी कोणते राग ऐकायचे किंवा कुणाचं गायन-वादन ऐकायचं एवढं ज्ञान मला नक्कीच आहे! शरदाचं चांदणं पडलेलं असताना आकाश काळसर असतं आणि एखाद्या अनभिषिक्त सम्राटाप्रमाणे चंद्र आकाशात चकाकत असतो. तेव्हा ऐकायचे राग वेगळे असतात. हेमंतऋतूत 'हेमंत' राग मनाला खूप आनंद देतो.

ते ते राग ऋतुमानानुसार मनाला आनंद देतातच; पण वसंतऋतूचं सौंदर्य काही औरच असतं! दक्षिणायन सुरू झालेलं असतं. थंडी ओसरलेली असते; पण अद्याप हवेत उष्मा वाढलेला नसतो. वाऱ्याची मंद, सुखद झुळुक शरीराला सुखावत असते. मोगरा फुलायला लागलेला असतो. रस्त्यावर मोगऱ्याचे गजरे मिळू लागतात. पूर्वी शेवंतीच्या वेण्याही आंबाड्यात घातलेल्या दिसायच्या. आता वेण्यांचा 'बंध' फारसा कुठे राहिलेला दिसत नाही!

एकेकाळी संगीत नाटक बघायला रसिक नटूनथटून जात. बहुतांशी महिलांना वेण्या घालून थिएटरमध्ये आलेलं मी लहानपणी बघितलेलं आहे. साऱ्या प्रेक्षागृहात तेव्हा फुलांच्या सुगंधाचा घमघमाट पसरलेला असे.

ऐन वसंतात तर वेण्या-गजरे हमखास केसांमध्ये माळले जात. ज्या स्त्रियांना ऐन वसंतातल्या मोगऱ्याचं आणि त्याच्या सुगंधाचं महत्त्व कळतं, त्या आजही केसांत गजरा माळतात. कोकणपट्टीत आणि दक्षिण भारतात एरवीही केसांमध्ये वेण्या-गजरे माळले जातात.

मोगरा आणि वसंतऋतू यांचा जणू एक ऋणानुबंध आहे. मोगऱ्याचा सुगंध आसमंतात दरवळतो आणि त्यामुळे 'वसंत'ही सुखावून जातो! वसंतऋतू, मोगरा यांचं जे साहचर्य असतं तसंच हिंदुस्थानी राग-संगीतातल्या एका रागाचंही त्यांच्याशी साहचर्य असतं. समोरच्या डोंगरांमागून उगवलेला पौर्णिमेचा चंद्रमा वृक्षराजींमधून लपंडाव करत जेव्हा वर वर येतो, तेव्हा तो आपलं स्वरूप पालटू लागतो.

उगवताना पिवळसर दिसणारं त्याचं रूप तो जेव्हा आकाशात भरारी घेतो तेव्हा चंदेरी होतं. त्यावेळी आमच्या घरात बऱ्याचदा राग 'मारुबिहाग' लावलेला असतो.

उस्ताद राशिद खान, पं. विश्वमोहन भट, डॉ. प्रभा अत्रे किंवा त्यांच्यासारख्या तपस्वी कलावंतांचे मधुर स्वर, वसंतऋतूमधल्या सुखद वाऱ्याची झुळूक, मोगऱ्याचा मनमोहक सुवास आणि वर आलेला चंद्रमा यांचं एक अतूट नातं अनुभवायला मिळतं. सभोवतालचं सारं वातावरण प्रसन्न होऊन जातं. असा आनंद मिळवायला फार काही लागत नाही.

कदाचित भोगवादी जीवनशैलीत ही आमची वृत्ती अल्पसंतुष्टी वाटू शकेल; पण आम्हाला मात्र त्यातून असीम सात्त्विक आनंद मिळतो. भोगवृत्तीमुळे गढूळ झालेलं मन असा आत्मानंद देऊ शकत नाही.

निसर्गाशी साधर्म्य आणि साहचर्य साधणारं संगीत आणि चमेली-मोगऱ्यासारख्या फुलांमधून दरवळलेला सुगंध मात्र मनाला असीम आनंद देतो. हा आनंद म्हटला तर भौतिक म्हटला तर आध्यात्मिक असतो. इथे वासना नसते; परंतु, दैवीभावाची आसक्ती मात्र असते.

खरं म्हणजे निसर्गात नाद आहे; कल्लोळ नाही. निसर्गदत्त नादाशी साधर्म्य साधणाऱ्या संगीताची आवड जोपासली तर मन सुखावून जातं.

लोकसंगीतही तोच आनंद देतं. विशेष म्हणजे, हे संगीत निसर्गातूनच प्रस्फुरित झाल्यामुळे त्याला भाषा-प्रांताची बंधने राहात नाहीत.

'हतारी' चित्रपटातल्या एका प्रसंगात टांझानियातील जमाती पाणी भरताना

गात असतात. त्या गाण्याची चाल थेट आपल्या भोंडल्याच्या चालीची आठवण करून देते. 'कजरी', 'होरी', 'फागुन', 'चैती' या उपशास्त्रीय संगीत-प्रकारांमधूनही निसर्गाशी साहचर्य असणारा सात्त्विक भाव जपला जातो.

मनावरचे ताण-तणाव जर दूर करायचे असतील किंवा एकप्रकारची मानसिक प्रशांती मिळवायची असेल, तर दीर्घ परिणाम करणारं लयकारीचं संगीत ऐकणंच आवश्यक असतं.

संगीताला जात, धर्म, पंथ, राष्ट्रीयता काहीही नसतं. जगातला कोणताही माणूस प्रेमाने दुसऱ्या माणसाजवळ आणण्याची शक्ती संगीतात आहे. खूप वर्षांपूर्वी भारतरत्न पं. रविशंकर यांनी अमेरिकेत एक प्रयोग केल्याचं मी ऐकलं होतं. सर्वप्रकारचे ताण-तणाव सहन करून कर्मचारी जेव्हा संध्याकाळी घरी पोहोचत तेव्हा ताण घालवण्यासाठी बहुतेक लोक दारूला जवळ करून थेट झोपून जात. अशा जीवनपद्धतीचा विपरीत परिणाम शरीर-मनावर होतच असतो.

एका कंपनीतील अशा लोकांना एकत्र करून पं. रविशंकर यांनी त्यांच्यापुढे काही वेळ सतारीवर राग 'दरबारी' वाजवला. मन प्रशांत करणाऱ्या 'दरबारी'च्या स्वरांमुळे श्रोते मंत्रमुग्ध होऊन गेले. त्यांच्या डोक्यावरचा ताण सैलावला. दुसऱ्या दिवशी तर त्यांना आश्चर्यकारक सुपरिणाम अनुभवायला मिळाले. घरी गेल्यानंतर कुणालाही थकवा जाणवला नव्हता. शांत झोप लागली होती. विशेष म्हणजे दुसऱ्या दिवशी ते कर्मचारी कामावर जाताना अधिक उत्साहात होते.

'दरबारी'चे स्वर मेंदूला कमालीची शांती प्रदान करतात; आणि तीच तणावग्रस्त जीवाची स्वाभाविक गरज असते. आजच्या तणावग्रस्त जीवनशैलीत असं रागसंगीत निश्चितच आपल्याला प्रशांती देऊ शकतं.

वेळ-काळानुरूप रचलेलं रागसंगीत ऐकताना विलक्षण आनंद मिळतो. इतर ऋतूतील रागांप्रमाणेच ऐन वसंतात, रात्री चंद्रमा आकाशात तेजाळला असताना 'मारुबिहाग' आणि चांदणं पिकल्यानंतर 'झिंझोटी' हे राग असीम आनंद देतात असा निदान माझा तरी अनुभव आहे!

३९

आपण मायेत फसलो आहोत!

'ब्रह्म सत्य; जगन्मिथ्या' हा आदी शंकराचार्यांचा सिद्धान्त. अर्थात, केवळ ब्रह्म सत्य आहे आणि जग मिथ्या आहे. अनेक दार्शनिक सुद्धा जगाला मिथ्या मानतात. म्हणून एकमेवादी ब्रह्मस्वरूपाला प्राप्त होणं हेच ज्ञानीजनांच्या जीवनाचं उद्दिष्ट ठरतं. तथापि, प्रत्येक जीवाला द्वैत सृष्टीचा अनुभव येतच असतो. स्पर्श, रूप, रस, गंध असे अनुभव कर्मेंद्रियांना आणि ज्ञानेंद्रियांना मिळतच असतात; मग ते खोटे कसे म्हणायचे? परंतु; या सिद्धान्तामागे गहन तत्त्वज्ञान आहे. आपण एखादं चित्र मन लावून काढत असू तर उर्वरित जगत् आपल्यासाठी मिथ्या होऊन जातं.

नुकतंच प्रेम जमलेले दोन प्रेमिक परस्परांना भेटले की, त्यांच्या भेटीच्या काळात सारं जग त्यांच्यासाठी मिथ्या होऊन जातं! एखाद्या विषयात तल्लीनता साधल्यानंतर उर्वरित विश्वाची अनुभूती एकाच वेळी घेणं शक्य नसतं. अशा वेळी उर्वरित जग मिथ्या ठरतं. आता 'मिथ्या' म्हणजे मायावी का आभासी?

यासंदर्भात डॉ. पीटर रसेल या ऑक्सफर्डच्या वैज्ञानिकाचं From Science of God हे अभ्यासपूर्ण पुस्तक माझ्या वाचनात आलं. त्यामध्ये आदी शंकराचार्यांच्या सिद्धान्तावर पुष्कळ ऊहापोह केला आहे. 'मायावी' आणि 'आभासी' या दोन दर्शनांमधलं अंतर त्यांनी दाखवून दिलेलं आहे. मिथ्या म्हणजे 'आभासी' (illusion) नाही तर 'अवास्तविक' म्हणजे मायावी (unreal)! कडक उन्हात

दूरवरचं मृगजळ आपल्या डोळ्यांना दिसतं; पण तिथे पाणी नसून तो केवळ पाण्याचा आभास असतो; illusion असतं. पण हे विश्व असं मृगजळाप्रमाणे आभासी नाही तर ते मायावी आहे.

समजा टीव्हीवरच्या एखाद्या चॅनेलवर आफ्रिकेचं जंगल दाखवलं जात असताना अचानक वीज जाऊन टीव्ही बंद झाला तर त्यावर दिसणारं आफ्रिकेचं जंगलही नाहीसं होतं. पण; याचा अर्थ मूळ आफ्रिकेचं जंगल नाहीसं झालं असं होत नाही. अशावेळी टीव्हीवर दिसणारं ते जंगल हे अवास्तविक असतं; कारण मूळ दृश्य स्वरूपात ते असतंच असतं.

त्याचप्रमाणे आपल्या अनुभवाला येणारं हे विश्व मृगजळाप्रमाणे आभासी नसून अवास्तविक आहे; मायावी आहे. ते कुणीतरी कुठेतरी नक्कीच बनवलेलं आहे — ते आपोआप बनलेलं नाही. टीव्हीवर दिसणाऱ्या आफ्रिकेच्या जंगलाप्रमाणे आपण केवळ त्याचा अनुभव घेत असतो.

तसंच, सिनेमाच्या पडद्यावर अभिनेत्याचा मृत्यू झालेला 'दिसला' तरी तो वास्तविक जीवनात मेलेला नसतो! याउलट तो अभिनेता चित्रपटात जिवंत दाखवला तरी वास्तविक जीवनात तो केव्हाच मृत्यू पावलेला असतो!

थिएटरमध्ये एखाद्या सिनेमाचा एक खेळ (show) संपला तरी तो सिनेमा फिल्मवर अथवा डिजिटल स्वरूपात कायम असतोच; आणि तो निर्माणही केला गेला असतो. त्यामागे निर्माता-दिग्दर्शक-तंत्रज्ञ आणि अभिनेता-अभिनेत्री यांचाही सहभाग असतो.

थोडक्यात, थिएटरमधल्या पडद्यावर 'दिसणारी' माया असते, फिल्मवर केलेला तो 'प्रोग्रॅम' असतो; आणि बनवणारा खरा 'निर्माता' असतो! एखाद्या अभिनेत्याचा शोध ज्याप्रमाणे थिएटरमधल्या पडद्यावर लागू शकत नाही त्याप्रमाणे परमात्म्याचा शोध या मायावी अथवा आभासी विश्वात लागू शकत नाही.

चित्रपटाचा निर्माता एरवी दिसू शकतो; पण हा मिथ्या चित्रपट रचणारा वैश्विक निर्माता मात्र दिसतच नाही! हजारो वर्षं असंख्य ऋषी-तत्त्वज्ञ त्या निर्मात्याचा शोध घेत आहेत. अशा त्या निर्मात्याचा तत्त्वतः शोध केवळ अंतर्यामीच लागू शकतो, बाहेर नाही. बाह्य जगतातल्या 'प्रकृती'चे (Matter) हवे तेवढे शोध लागू शकतात. पण प्रकृतीपलीकडील परमात्मा मात्र उमजत नाही. आपलं मूळ स्वरूप

कायम ठेवून या मायिक खेळात या वैश्विक निर्मात्याला उतरता येतं हेही एक मोठं गूढ आहे! या त्याच्या स्वरूपालाच 'अवतार' म्हणतात.

आपण मायिक चित्रपटातले कलावंत!

अशा या अवास्तविक मायावी जगतात मनुष्य जणू टीव्हीवरच्या आफ्रिकेच्या जंगलाप्रमाणे अडकला आहे — मायेत फसला आहे! 'माये'चा अर्थ ज्याने घडवलं त्याला विसरून जे घडलं त्यात अडकून जाणं, रमून जाणं म्हणजे माया! प्रकृतीस्वरूपी माया ही नाशिवंत असते, म्हणूनही ती मिथ्या असते.

अलीकडे वैज्ञानिक 'प्रोजेक्शन' थिअरीचा विचार मांडू लागले आहेत. त्यानुसार प्रत्येक जीवासह संपूर्ण सृष्टी म्हणजे मूलत: अत्यंत सूक्ष्म स्तरावर रचलेला एक प्रोग्रॅम आहे; आणि विश्व हे त्याचं प्रोजेक्शन आहे. एखाद्या संगणकावर चित्रपट तयार करावा आणि तो थिएटरमधल्या मोठ्या पडद्यावर दाखवावा तसं!

एकदा पोलिस महानिरीक्षक भीष्मराज बामसाहेबांशी बोलत असताना ते मला म्हणाले, 'माझ्या मते 'ऋत' हे संकल्पस्वरूप असतं (प्रोग्रॅम असतो) आणि 'सत्य' हे त्याचं भविष्यात पूर्णत्वाने साकार होणारं विशाल असं आविष्करण असतं.

वडाच्या बीजामध्ये त्याचा सत्यात येणारा विशाल आविष्कार सुप्तपणे आणि सूक्ष्मपणे सामावलेलाच असतो. म्हणून 'ऋत' तयार झालं की, 'सत्य' आविष्कृत होणारच असतं! ते टाळता येऊ शकत नाही. म्हणून मंत्रातले हे दोन शब्द केव्हाही एकत्रच येतात. असा हा 'ऋत'रूपी कार्यक्रमाची रूपरेषा (प्रोग्रॅम) कधीही बदलता येत नाही. पण परमात्म्याला प्रेमपूर्वक आणि समजपूर्वक शरण जाऊन योग्य कर्म केलं तरच या रूपरेषेमधून सुटका करून घेता येते; अन्यथा नाही.' केवळ ज्ञानी गुरूच या मायेतून सुटण्याचा मार्ग सांगतात.

जन्मोजन्मीच्या अशा सुख-दुःखरूपी खेळातून मुक्त होणं म्हणजेच मोक्ष! मोक्षाला प्राप्त होणं हेच अनेक ऋषि-संतांचं आणि योग्यांचं उद्दिष्ट असतं. त्यासाठीच अनेक ऋषि-संतांनी मोक्षदायी कर्म केली.

परमार्थासाठी, ईश्वरासाठी ते झिजले. ते त्यांचं तप होतं. सद्कार्यासाठी झिजणं म्हणजेच तप. त्यामुळेच त्यांना मोक्षरूपी फळ मिळालं असावं. सामान्य माणसालाही मोक्षाची इच्छा असते. पण मोक्ष म्हणजे तरी काय? एका कथ्थक

नर्तकाने म्हटलं होतं, पदन्यास करून आम्ही समेवर येतो, तेव्हा तो आमच्यासाठी 'मोक्ष' असतो.

तंबोऱ्यावर जर षडज्-पंचम हे स्वर अतिशय योग्य आणि नेमके लागले तर षडज्-पंचमच्या तारा छेडण्यातून न छेडलेला गंधार प्रकट होतो. त्याला 'स्वयंभू' गंधार म्हणतात. गायकासाठी ती फार मोठी अनुभूती असते- जणू मोक्षरूपी परमानंद!

कर्म आणि कर्ता एकत्र येऊन होणारा सुपरिणाम तीच अनुभूती देतो. विचार आणि विचारी यांच्या समन्वयातून जो निष्कर्ष निघतो तो तसाच आनंददायी असतो. बाथ-टबामध्ये स्नान करताना, शरीर पाण्याच्या पृष्ठभागावर का तरंगतं, हा शोध लागलेला आर्किमिडीजचा अनुभवही तसाच होता. कलावंत आणि कला या समन्वयातून जेव्हा प्रतिभेचं आविष्करण होतं तेव्हा कलावंतासाठी तो तसाच आनंददायी क्षण असतो. वैज्ञानिक दृष्टिकोनातूनही यासंदर्भात विचार करता येईल.

इलेक्ट्रॉनचा प्रतिकण (antiparticle) म्हणजे पॉझिट्रॉन. त्यांची जेव्हा रासायनिक प्रक्रिया म्हणजे संयोग होते, तेव्हा फोटॉन एनर्जी मुक्त होते.

कर्माचा प्रतिभाव म्हणजे निष्काम कर्म. सकाम कर्म आणि निष्काम कर्म जेव्हा एकत्र येतात तेव्हा मोक्षरूपी नवनीत त्यातून निघतं. मोक्षाच्या अनुभूतीचे असे छोटे छोटे विभागलेले कण एकत्र केले म्हणजे अंतिम परममोक्ष होतो.

त्यासाठी म्हणजेच या मायिक जगातातूनच मुक्त होऊन ब्रह्मस्वरूप होण्यासाठी ऋषी, संत, तत्त्वज्ञ, महापुरुष विचारपूर्वक निष्काम कर्म करित किंवा करतात. त्यासाठीच भगवद्गीतेत निष्काम कर्मयोगाची महती गायली आहे.

जे ज्ञानी महंत अशातऱ्हेचं निष्काम कर्म करतात त्यांना 'ब्रह्म सत्य; जगन्मिथ्या'ची अनुभूती इथल्या इथे मिळून ते ब्रह्मिभूत होतात. ही अनुभूती येणं अर्थातच सोपी गोष्ट नसते. जोपर्यंत अशी मोक्षदायी अनुभूती मिळत नाही तोपर्यंत या ईशनिर्मित मायिक चित्रपटात स्वप्नाप्रमाणेच सर्व तऱ्हेच्या इंद्रियजन्य अनुभूती घेत आपापली भूमिका पार पाडावीच लागते! त्यातून सुटका होऊ शकत नाही!

४०

देह देवाचे मंदिरच!

मागच्या पिढीतील प्रसिद्ध नाट्यकलावंत आणि गायक उदयराज गोडबोले हे माझे मामा. त्यांचं एक गाणं त्यावेळी खूप प्रसिद्ध होतं. ते गाणं म्हणजे,

'देह देवाचे मंदिर, आत आत्मा परमेश्वर...' सुधीर फडके यांनी गायलेलं रवीन्द्र भट यांचं 'ते माझे घर' या चित्रपटातलं गीतही असंच आहे,

'मानवतेचे मंदिर माझे, आत लावल्या ज्ञानज्योती, श्रमिकहो, घ्या इथे विश्रांती!'

खरोखर! देह हे देवाचं मंदिरच असतं. मानवतेच्या भौतिक मंदिरातही आतल्या ज्ञानज्योती तेवाव्याच लागतात. पण व्यक्तिगत जीवनात मात्र देवदेवतांचा जन्म आपल्या अंत:करणातही झाला पाहिजे. या दृष्टिकोनातून देवाच्या या देहिक मंदिराकडे एक रूपक म्हणूनही बघता येतं.

अर्थात, आपले पाय हे त्या मंदिराकडे जाणाऱ्या पायऱ्या असतात. पोट म्हणजे या मंदिराचे गर्भगृह असते; तर हृदय हा गाभारा असतो. त्या गाभाऱ्यातच अंगुष्ठमात्र पुरुष अर्थात शिवतत्त्व वसून असतं. देहरूपी मंदिराचा कळस म्हणजे बुद्धी असते. कळसाप्रमाणेच बुद्धी ही आकाशगामी असते. ती अनंताचा वेध घेत राहाते, म्हणजे भौतिकतेत रमते. मंदिराच्या कळसाला गाभारा कधी दिसत नाही, त्याप्रमाणे बाह्यगामी बुद्धी आत्मतत्त्वाला पाहू शकत नाही. बाह्य सृष्टीचा

वेध घेणारी बुद्धी केवळ तर्कशुद्ध विचार करत राहाते; किंवा परमात्म्याच्या अस्तित्वाविषयी संभ्रमित राहाते.

मंदिराचा आकाशात गेलेला बुद्धिरूपी कळस आणि खाली हृदयरूपी गाभाऱ्यात असलेलं शिवतत्त्व यांना जोडण्याचं काम फक्त भावभक्तीच करू शकते. त्यासाठी देहाला व्यापून असलेल्या मनाचा आधार घ्यावा लागतो.

म्हणून गीता सांगते, बुद्धीसह भाव आणि श्रद्धा म्हणजे अनन्यभक्ती! मेंदूतील न्युरॉन्स आणि हृदयातले चाळीस हजार न्युरॉन्स यांचा संपर्क साधता आला तर परमज्ञान होतं, असा विचार आता आधुनिक भौतिक शास्त्रज्ञही मांडत आहेत. या ज्ञानासाठी शास्त्रशुद्ध रीतीनंच प्रारंभ करावा लागतो.

देहरूपी मंदिरात मनोमन प्रवेश करताना शोक, वासना आणि कुसंस्कारांची पादत्राणं बाहेर काढली पाहिजेत. मग या मंदिरातील 'सभामंडपा'त प्रवेश केल्यानंतर त्या सभामंडपात म्हणजे पोटात काय भरायचं किंवा काय भरायचं नाही अर्थात आहार-विहाराचा विवेक होणं महत्त्वाचं! गाभाऱ्यात प्रवेश करण्यापूर्वी अंतर्यामीच्या घंटानादाने मनोमन जागृत होऊन 'श्रेयमार्ग' आणि 'प्रेयमार्ग' यांचा विचार केला पाहिजे. वर उल्लेख केलेल्या गाण्यांमुळे माझ्या मनात अशा विचारांचा उद्भव होत असतानाच मला एकदम 'कठोपनिषदा'तील नचिकेता आणि यम यांचा संवाद आठवला.

वाजश्रवा ऋषींनी स्वर्गप्राप्तीच्या आकांक्षेने 'विश्वजित'नामक यज्ञ केला. यज्ञाची सांगता झाल्यानंतर आलेल्या ऋषी-अध्वर्यूंना वाजश्रवस् यांनी भाकड किंवा मरतुकड्या गायींचं दान दिलं. त्यांचा सत्शील आणि सात्त्विक वृत्तीचा पुत्र नचिकेता तो दानाचा प्रकार पाहात होता. निरुपयोगी वस्तूंच्या दानाने स्वर्ग तर नाहीच; पण कोणतंही पुण्य पदरात पडणार नाही, असं नचिकेत्याला वाटत राहिलं. 'आवडत्या गोष्टींचंच दान करावं, असं शास्त्र आहे. मी तर वडिलांचा फार आवडता आहे. मग माझंच दान त्यांनी केलं तर त्यांना नक्कीच स्वर्गप्राप्ती होईल!' असा विचार करून नचिकेत्याने आपल्या वडिलांना विचारलं, 'बाबा, माझं दान तुम्ही कुणाला करणार?' नचिकेत्याने पुन्हा पुन्हा तो प्रश्न विचारल्यामुळे काहीशा त्राग्याने वाजश्रवस् म्हणाले, 'मी तुला यमाला देऊन टाकणार आहे...'

वडिलांचा शब्द नचिकेता खाली पडू देणारा नव्हता. तो थेट यमलोकी गेला.

तीन दिवस उपाशी राहून तो यमाची प्रतीक्षा करू लागला. ही गोष्ट जेव्हा यमाला समजली तेव्हा त्याला अतिशय खेद वाटला. यमाने मग त्याचा आदरसत्कार करून तीन वर मागण्याची विनंती केली.

तेव्हा नचिकेत्याने पहिल्या वरातून वडिलांचा राग शांत होऊ दे, अशी मागणी केली तर दुसऱ्या वरातून स्वर्गाची वास्तविकता समजून घेऊन अग्नीचं स्वरूप, ज्ञान आणि विनियोग त्याने जाणून घेतला.

तिसरा वर मागताना नचिकेत्याने म्हटलं, 'मनुष्य मेल्यानंतर पुढे त्याला विशिष्ट 'लोकां'मध्ये गती आहे, असं काही जण म्हणतात तर काही जण, ती नाही असं सांगतात. याविषयी तू माझा संशय दूर कर.'

यमदेव म्हणाला, 'कृपा करून हे ज्ञान मिळवण्याचा आग्रह तू धरू नकोस. त्यापेक्षा तू दुसरं काहीही माग. मी ते तुला देईन.' मग यमाने अनेक उत्तमोत्तम भोग त्याला देऊ केले. परंतु; नचिकेता आपल्या मागणीवर अढळ राहिला.

तो म्हणाला, 'तू देत असलेल्या गोष्टी क्षणभंगुर आहेत. त्यांच्या छायेत मनुष्याचं तेज लोप पावतं. भोगांनी मानवी जीवनात कधीच तृप्ती येत नाही. उलट भोग भोगून मानवी जीवन अधिक पोखरलं जातं आणि ते दैन्य-दुःखाला कारण होतं.

काही जीवजंतू काही क्षणांच्या आत मरतात तर इंद्रासारखा देवांचा अधिपती ब्रह्मदेवाच्या गणनेनुसार एका दिवसात चौदा वेळा जन्म घेतो आणि चौदा वेळा मरतो. ब्रह्मदेवालाही मृत्यू आहेच. त्यामुळे मला कोणतीही नाशिवंत गोष्ट नको आहे.'

भारतीय तत्त्वज्ञानात अशा या अढळवृत्तीला 'नचिकेता वृत्ती' म्हटलेलं आहे. यमराजाने अखेर त्याला मृत्युपश्चात जीवनाचं ज्ञान दिलं. हे ज्ञान देताना यमराजाने 'श्रेयमार्ग' आणि 'प्रेयमार्ग' या दोन मार्गांचं स्वरूप त्याला प्रथम समजावून सांगितलं.

'श्रेयमार्ग' म्हणजे कायमचं सुख देणारा मार्ग आणि 'प्रेयमार्ग' म्हणजे तात्कालिक सुख देणारा मार्ग. ज्या कर्मांचा प्रारंभ सुखमय वाटतो परंतु; अंती दुःखमय अवस्था निर्माण होते, तो मार्ग म्हणजे 'प्रेयमार्ग' असतो. या मार्गात परमेश्वराकडून सतत भौतिक सुखप्राप्ती मिळवण्याची अपेक्षा असते; पण परमेश्वर मात्र नको असतो!

याउलट 'श्रेयमार्ग' हा प्रारंभी खडतर वाटला तरी अंतिमतः सुख देणारा असतो.

'श्रेयमार्गी' लोकांना परमेश्वराकडून भौतिक लाभ मिळवायचा नसतो; त्यांना केवळ परमेश्वरच हवा असतो.

थोडक्यात, प्रेयमार्ग म्हणजे प्रापंचिक सुखाचा मार्ग; आणि श्रेयमार्ग म्हणजे परमेश्वर-प्राप्तीचा मार्ग! यमराजाने मग त्याला आत्म्याचं स्वरूप सांगितलं:- 'या शरीराच्या मध्यभागी म्हणजे हृदयात एक अंगठ्याएवढा पुरुष राहातो. हा पुरुष 'काल' आणि 'वस्तू' यांचा नियामक आहे; पण त्याचा मात्र कुणीही नियामक नाही. हा पुरुष तेजोमय ज्वालेप्रमाणे असणारा आत्माच! तो कालातीत आहे. तो आकाशाचा स्वामी, जलद्रव्यांचा अधिष्ठाता, अंतरिक्षातील वायू, सूर्य-तारे या सर्वांचा तो स्वामी असून त्यांच्याशी एकरूप आहे. त्याच्या अस्तित्वामुळेच देहाचे व्यापार चालतात. शरीरातील सर्व वायू त्याच्या आश्रयाने राहातात. भूत-भविष्यावर सत्ता चालवणाऱ्या या पुरुषाचं ज्ञान झालं असता कोणत्याही प्रकारची अडचण राहात नाही. त्याच्यापर्यंत सूर्य, वीज, अग्नी, चंद्र, तारका कोणीही पोहोचू शकत नाही. पण विश्व मात्र त्याच्यामुळेच प्रकाशू लागतं. यच्चयावत् विश्वनिर्मितीचं कारण 'तो' आहे.'

'ईशावास्य उपनिषदा'त ऋषींनी म्हटलं आहे,

हिरण्मयेन पात्रेण सत्यस्यापिहितं मुखम् ।
तत्त्वं पूषन्नपावृणु सत्यधर्माय दृष्ट्ये॥

याचा अर्थ, सत्याचं स्वरूप हे हिरण्मयी पात्रात म्हणजे सोन्याच्या पात्रात झाकून टाकलं आहे. या पात्राचं झाकण दूर केल्याशिवाय आत काय आहे हे समजणार नाही.

व्यावहारिक सत्य सर्वांसाठी दृश्य असतं. पण त्या हिरण्यमयी पात्रातलं सत्य हे पारमार्थिक आहे. ते सहजी कुणासाठी दृश्यमान नाही.

आध्यात्मिक दृष्ट्या आत्यंतिक विकसित जीवच त्या सुवर्णमय पात्राचं झाकण उघडून सत्य जाणू शकतो. ते सत्य जाणून घेण्यासाठी हा मंदिररूपी मनुष्यदेह हेच माध्यम आहे, हे रूपक मला 'देह देवाचे मंदिर' या गाण्याच्या निमित्ताने स्मरलं.

४१

धाडस आणि धैर्य

चार्ली चॅप्लिनच्या 'द सर्कस' या चित्रपटातील एक भन्नाट प्रसंग! विनोद साकारतानाच चॅप्लिन नकळत जीवनाची वास्तविकता आणि दाहकताही दाखवून देत असे; आणि म्हणूनच सर्वश्रेष्ठ अभिनेता म्हणून तो अजरामर झाला.

मानवी मनाचा असाच एक पैलू त्याने 'द सर्कस' या त्याच्या चित्रपटामध्ये दाखवला आहे. सर्कशीत एक 'टाइट रोप वॉकर' तरुण नव्याने दाखल होतो. उंचावर टांगलेल्या दोरावर अनेक थरारक कसरती करून तो प्रेक्षकांची मने जिंकतो. अर्थातच सर्कशीच्या मॅनेजरची मुलगीही त्याच्यावर फिदा होते. चॅप्लिनचं तिच्यावर (एकतर्फी) प्रेम असतंच! पण मध्येच हा रोपवॉकर तरुण दाखल होतो! आता त्या मुलीचं प्रेम जिंकण्यासाठी त्याला काही धाडस करणं क्रमप्राप्त होतं!

तिला खूश करण्यासाठी मग तो दीड-दोन फुटांवर लावलेल्या दोरावर चालण्याचा सराव सुरू करतो! मॅनेजर त्याची कसरत पहातो; आणि 'टाइट रोप वॉकर' तरुणाच्या अनुपस्थितीत तो त्याला प्रत्यक्ष शोमध्ये दोरावर कसरत करायला भाग पाडतो.

चार्लीला ती कसरत फारशी जमत नसते. पण 'आलिया भोगासि असावे सादर' अशी त्याची अवस्था होते. त्या कसरतीत एक दोर तंबूच्या छताशी टांगलेला असतो. त्यावर कसरत करायची असते. विशेष म्हणजे सावधगिरीचा उपाय म्हणून

खाली जाळी लावलेली नसते. त्यामुळे तोल गेला किंवा काही चूक झाली की वरून जमिनीवर आदळणं क्रमप्राप्त असतं. पण त्या तरुणीवर प्रभाव (इम्प्रेशन!) तर टाकायचाच असतो. त्यासाठी जीव पणाला लागणारच असतो.

त्यातून मार्ग काढण्यासाठी चार्ली एक युक्ती योजतो. सर्कशीतल्या एका कामगाराशी तो सौदा करतो. त्यानुसार आपल्या कोटामध्ये तो एक तार वरून अडकवतो; आणि तारेचं दुसरं टोक कामगाराच्या हाती देतो. तो कामगार पडद्याआड लपून ती तार ओढून धरणार असतो. त्यामुळे आता पडायची भीती उरलेली नसते.

खेळ सुरू होतो. दोरावरून कसंही चालत गेलं किंवा इतर कोणत्याही कसरती केल्या तरी तारेच्या बंधामुळे चार्ली पडणार नसतो. त्यामुळे अतिशय सफाईदारपणे तो कसरती करत राहातो. पण या कसरती सुरू असतानाच त्याच्या कोटात अडकवलेली तार त्याच्या नकळत अचानक सुटते. तरीपण आपण तारेने बांधलेलेच आहोत अशा समजुतीने चार्ली सफाईदारपणे कसरत करतच राहातो!

परंतु; जेव्हा तारेचा बंध तुटल्याचं त्याच्या लक्षात येतं तेव्हा मात्र त्याची धांदल उडते. तारेच्या बंधामुळे इतका वेळ राखलेला आत्मविश्वास गळून पडतो. मग पुढे अनेक विनोदी प्रसंगांची मालिका चार्लीने त्यात रंगवली आहे.

माणसाला जेव्हा कशाचा तरी आधार असतो तेव्हा तो कोणतंही धाडसी कृत्य करायला धजावतो. किंबहुना आपल्याला कसला तरी आधार आहे, या कल्पनेनेही तो सहज धाडसी कृत्य करतो. आधार तुटल्यावर अथवा तो नाही हे उमजल्यावर मात्र तो तितकाच सैरभैरही होतो, ही मानवी मानसिकताच चार्लीने त्या प्रसंगातून दाखवून दिलेली आहे.

बरेच अविवेकी धाडसी लोक मागचापुढचा विचार न करता एखादं धाडस करायला सहज धजावत असतात. आपल्याला मिळालेलं शरीर हे अतिशय मूल्यवान असतं. जीवनाचा हेतू ओळखून त्याचा उत्तम वापर करता आला पाहिजे. कित्येक लोकांना अनेक शारीरिक व्याधी असतात तर कित्येक लोकांमध्ये निसर्गतः व्यंग असतं. त्या व्यंगावर मात करून अनेक दिव्यांग आयुष्यात आदर्श घडवतात. याउलट उत्तम शरीर मिळालं असताना एखादा त्याचा चुकीचा वापर करतो.

माझ्या एका ओळखीच्या मित्राने विनाकारण धाडस दाखवून एकदा दुसऱ्या

मजल्यावरून उडी घेतली होती! परिणाम सांगायची गरज नाही!! कित्येक अविवेकी धाडसीमंडळी पोटात नको त्या गोष्टी टाकतात! मग ऑपरेशन करायची वेळ येते.

युद्ध किंवा लढईमध्ये सैनिकाला धाडस हे करावंच लागतं. पण रोजच्या जीवनात असं धाडस दाखवताना सारासार विचार केला पाहिजे, असं वाटतं. धाडसीपेक्षा मनुष्य धैर्यवान असणं महत्त्वाचं असतं.

'धाडस' आणि 'धैर्य' यांमध्ये काही मूलभूत फरक असतात —

- धाडसाचा संबंध हा बाह्य गोष्टींशी किंवा वस्तूंशी असतो; तर धैर्याचा संबंध अंतरंगाशी असतो.

- धाडसाचा संबंध बाह्य मनाशी असतो; तर धैर्याचा संबंध विशाल अंतर्मनाशी असतो. धैर्य ही अंतर्मनाची धारणा असल्यामुळे बाह्य गोष्टींवरच अवलंबून असण्याचं कारण नसतं.

- धाडस हे तत्कालिक परिस्थितीनुरूप असतं; पण धैर्य ही जीवाची निरंतरची धारणाच बनलेली असते.

- धाडसात विवेक नसतो; तर धैर्यात सारासार विवेक दडलेला असतो.

- धाडसात उथळता असते; पण धैर्यात विचारगर्भता असते; प्रगल्भता असते.

- धाडसात लगबग असते, त्वरित कर्मप्रवृत्ती असते; तर धैर्यात धीर असतो, प्रशांती असते.

धाडसाचं केवळ एक उदाहरण पाहू —

एखादा मित्र म्हणतो, पुराच्या पाण्यात उडी टाकून दाखव — पाच हजारांची पैज! ज्याच्याकडे नुसतं धाडस असतं तो मागचा-पुढचा विचार न करता पैजेचा स्वीकार करतो... आपला नातलग अधिकार-पदावर आहे; त्यामुळे आपलं कुणीही वाकडं करू शकणार नाही, अशा भावाने कित्येक जण अविवेकी कृत्यं करायलाही धजावतात. धाडसात असा अविवेक सामावलेला असतो. धाडसाच्या अशा अनेक गोष्टी असतात.

पण 'धैर्य' हे अंतर्यामी तत्त्वातून उद्भवलेलं असल्यामुळे बाह्य मोहात धैर्यवान मनुष्य अडकत नाही. किंबहुना धैर्यवान मनुष्य अविवेकी कृत्य करायला धजावतच नाही. कारण त्याचं आंतरिक तत्त्वाशी असलेलं अनुसंधान त्याला अविवेकापासून

दूर ठेवतं. म्हणूनच भगवान गीतेतील दुसऱ्या अध्यायातील १५व्या श्लोकात सांगतात —

यं हि न व्यथयन्त्येते पुरुषं पुरुषर्षभ ।
समदुःखसुखं धीरं सोऽमृतत्त्वाय कल्पते ॥

अर्थात, हे पुरुषश्रेष्ठा, ज्याला सुख-दुःख दोन्ही समान आहेत, अशा 'धीर' पुरुषामध्ये हे बाह्य विषय व्यथा उत्पन्न करू शकत नाहीत. असा ज्ञानी पुरुष अमृतत्व प्राप्त करून घ्यायला समर्थ होतो.

भगवंतांनीही 'धीर' मनुष्याचा इथे गौरव केला आहे. धीरता हीच धैर्यवान मनुष्याची ओळख असते. बंध हा कर्माला कारण ठरत असतो. पण अंतर्यामीचा ईश्वरीतत्त्वाचा बंध ओळखता आला आणि त्याच्याशी नियमित विवेकी अनुसंधान साधता आलं तर मनुष्य प्राप्त कर्म करताकरताच धैर्यवान होत जातो. अन्यथा चार्लीने दाखवून दिलेला अविवेकी धाडसाचा बंध मनुष्याला भ्रमितही करू शकतो!

४२

जाणिवेच्या स्तरानुसारच ज्ञान

थोर नाटककार राम गणेश गडकरी यांचं एक प्रहसन आहे. त्या प्रहसनातून मनुष्याच्या जाणिवेच्या स्तरावर अतिशय मार्मिक भाष्य केलेलं आहे. समाजात अनेक जण दुसऱ्यावर टीका करत असतात. पण अशी टीका करताना बहुधा स्वतःची पात्रता, अभ्यास, अनुभव, व्यासंग आणि अधिकार यांचा विचार नसतो.

समर्थ रामदास म्हणतात, *'अभ्यासोनि प्रकटावे!'* पण अनेक लोक अभ्यासाविना किंवा विशिष्ट विचारधारेची कास धरून टीका करत असतात. त्यामागे त्यांचा अहंकार, बेगडी निष्ठा, पराकोटीचा द्वेष किंवा स्वार्थ असतो. जाणिवेच्या कोणत्या स्तरावर आपण आहोत, याचाही त्यांच्यामध्ये विचार नसतो.

एखाद्याचा जाणिवेचा स्तर न ओळखता जर त्याच्यापुढे गहन तत्त्वज्ञान किंवा विज्ञानातले गहन सिद्धान्त सांगू लागलं तर ते केवळ अरण्यरुदन होतं. तीच गोष्ट राम गणेश गडकरी यांनी या प्रहसनातून सांगितली आहे.

एक तत्त्वज्ञानाचे प्राध्यापक असतात. त्यांची पत्नी दिवसभर त्यांच्या तान्ह्या बाळाचा सांभाळ करायची. एके दिवशी प्राध्यापक घरी परततात तेव्हा पत्नी बाळाला प्राध्यापकांकडे सोपवून काही कामासाठी म्हणून बाहेर जाते. काही वेळाने बाळ रडू लागतं. प्राध्यापक महाशय त्याचं रडणं आवरू पाहतात. पण काही केल्या बाळ रडायचं थांबत नाही. बाळाचं रडणं कसं थांबवावं हे प्राध्यापकांना

सुचत नाही. रोज ते कॉलेजमध्ये तत्त्वज्ञान शिकवत असतात. त्याच भूमिकेतून ते बाळाचं रडणं तात्त्विक दृष्ट्या थांबवू पाहतात!

बाळाला कडेवर घेऊन ते म्हणू लागतात, 'बाळ, असं रडू नये. रडणं हे शरीराला अतिशय हानिकारक असतं. आपण या पृथ्वीवर रडण्यासाठी आलेलो नाही... या वृक्षवेली बघ, बघ हा निसर्ग! कुठे रुदन म्हणून आहे का? म्हणून तू रडू नकोस. तो चंद्र पहा, ती नक्षत्रं पहा, ते ग्रह-तारे बघ! किती सुंदर आहे ही सृष्टी!... म्हणून तू रडू नकोस.'

प्राध्यापक महाशय आपल्या बाळाला चंद्र-ग्रह-तारे इथपासून साऱ्या ब्रह्मांडात फिरवून आणतात! सृष्टीचं मूळ तत्त्वही सांगतात. हे ज्ञान देतानाच त्याला एकच गोष्ट ध्रुवपदाप्रमाणे सांगत राहतात, '...म्हणून बाळ, तू रडू नकोस!' त्यांच्या उपदेशाचा बाळावर कोणताच परिणाम होत नाही. कसा होणार? उलट ते अधिकच गळा काढून रडू लागतं. त्याचं रडणं ऐकून शेजारची एक छोटी चिमी धावत येते आणि बाळाला आपल्या कडेवर घेऊन, 'आलेले, ओओ, काय झालं! गुलू गुलू गुलू,' अशाप्रकारचं असंबद्ध बोलून खेळकर हावभाव करते. ते पाहून बाळ रडायचं थांबून हसू लागतं! जाणिवेच्या स्तरानुसारच ज्ञानाचे शब्द योजावे लागतात, हेच या प्रहसनातून अधोरेखित केलं आहे.

जाणिवेच्या कोणत्या स्तरावर जीव आहे याचा विचार करून त्यानुसारच ज्ञान द्यायचं असतं. मगच आवश्यकता भासल्यास सत्यस्वरूपाचं ज्ञान उघड केलं पाहिजे. प्रत्येक जीवाकडे काही ना काही गुण हे असतातच. हे गुण एकत्र आले की सृष्टीतील सर्जन सुरू होतं. त्यामुळे कमी-अधिक किंवा भेदभाव नसला तरी जाणिवेचा स्तर लक्षात घ्यावा लागतो. निसर्गात विभिन्नता आहे. त्यामुळे एखादी व्यक्ती जाणिवेच्या संदर्भात उच्च स्तरावर असते तर एखादी निम्न स्तरावर असते.

भोगी दुनियेतल्या अनात्म गोष्टींविषयीची व्यर्थता ज्याच्या ध्यानात आली आणि भोगांमधून जो निवृत्त होऊन ज्याला अंतिम ज्ञानाची ओढ लागली आहे त्यालाच सत्याचं ज्ञान द्यावं, असा संकेत आहे.

खडकावर टाकलेल्या बीजाप्रमाणे भोगी जनांमध्ये ज्ञान अंकुरित होत नाही. त्यासाठी वेळ द्यावा लागतो. कर्मफळाची इच्छा बाळगून दिवसरात्र उद्योग करणाऱ्याला, फळाची इच्छा सोड हे सांगणं योग्य नसतं. हे म्हणजे ज्याला अर्धा फूट उडी मारता येत नाही त्याला उंच उडीच्या स्पर्धेत भाग घ्यायला लावण्यासारखं असतं.

फळाची इच्छा हीच कर्मामागची प्रेरणा असते. त्या प्रेरणेनेच व्यक्ती काम करत राहते. पण हळूहळू कर्माच्या फळाची अशाश्वतता काही व्यक्तींच्या ध्यानात येऊ लागते. मग मनात विचार उद्भवतात, विचारांच्या लाटा उसळू लागतात. अशा व्यक्तींनाच आत्मज्ञानात्मक उपदेश लागू पडतो. पण विषयभोगासाठी ज्यांचं मन सतत लालसेने भरलेलं असतं, त्यांना असं काही सांगण्यात अर्थ नसतो. अन्यथा ते गडकरींच्या प्रहसनातल्या प्राध्यापकासारखं होतं!

४३

सत्ययुगातला संथगामी वृक्ष!

एक रूपक कथा पूर्वी माझ्या वाचनात आली होती. कलियुग सुरू झालेलं असतं. तरीपण गुरुकुल शिक्षणव्यवंस्था अद्याप सुरू असते. गुरुकुलात विद्यार्थी अभ्यासबरोबरच गटागटाने इतरही कामं करत. एक दिवस एखादा गट स्वयंपाक करत असे, दुसरा आश्रमाची स्वच्छता करत असे, तर तिसरा गट रानात जाऊन लाकूडफाटा गोळा करून आणत असे. आळीपाळीने अशी कामं गुरुकुलातील विद्यार्थी करत.

त्या दिवशी अभ्यासाचे सकाळचे पाठ घेतल्यानंतर एक गट लाकूडफाटा आणण्यासाठी रानात जातो. लाकडं गोळा करत असताना एका विद्यार्थ्याचं लक्ष बाभळीच्या झाडाकडे जातं. त्याकडे बघून तो आश्चर्यचकित होतो.

कारण तो बाभळीचा वृक्ष काट्यांऐवजी फुलांनी बहरलेला असतो. त्या विद्यार्थ्याच्या मनात येतं, नुकतंच आचार्यांनी बाभळीच्या वृक्षाचं महत्त्व सांगताना म्हटलं होतं, सत्ययुगात बाभळीच्या झाडाला काटे येत नसत. तो सदा फुलांनी बहरलेला असे. पण जसं कलियुग आलं तसं बाभळीच्या झाडाला फुलांऐवजी भरपूर काटे येऊ लागले. पण आता तर कलियुग सुरू आहे; आणि तरीही हा वृक्ष फुलांनी बहरलेला आहे! याचा अर्थ आचार्यांनी चुकीची माहिती दिली!

त्याचवेळी तो वृक्ष मनुष्यवाणीने बोलू लागतो, 'आचार्यांनी तुला चुकीची माहिती दिली नाही...'

तो विद्यार्थी म्हणतो, 'पण या कलियुगातही तू फुलांनी बहरलेला आहेस! सत्ययुगात ही घटना घडते, असा पाठ आचार्यांनी दिला होता...'

तेव्हा तो वृक्ष म्हणतो, 'तुला कुणी सांगितलं, मी कलियुगात आहे म्हणून? मी अजूनही सत्ययुगातच आहे! मी कलियुगात आलेलोच नाही! करण मी माझा वेग कमी केला आहे!'

जीवनात किती वेग ठेवायचा हे त्या त्या व्यक्तीच्या हातात असतं. वेग कमी केला तर जीवन आनंदी होऊ शकतं, हे या रूपककथेचं तात्पर्य आहे. परंतु; कित्येकांना जीवनात वेग आवडतो. त्यांना कुठेही थांबायची तयारी नसते. एखाद्या पर्यटनस्थळी गेल्यानंतर तिथल्या निसर्गासह ठरावीक गोष्टींचा शांतपणे आनंद-आस्वाद घेण्याऐवजी खरेदी, सेल्फी किंवा इतर अनेक गोष्टींना स्पर्श करून येण्यातच त्यांना सुख मिळतं. म्हणून वेगांचंही नियोजन केलं पाहिजे!

४४

माझी 'कानसेनी' जडणघडण!

अमेरिकेतील एका प्रयोगशाळेत एक प्रयोग झाल्याचं माझ्या वाचनात आलं होतं. प्रयोगशाळेत कॅन्सरच्या पेशी दोन स्वतंत्र कक्षात विभागून ठेवण्यात आल्या. एका लॅबमध्ये चोवीस तास दणदणाट करणारं पॉपसंगीत लावण्यात आलं; तर दुसऱ्या लॅबमध्ये चोवीस तास सतारीवर हिंदुस्थानी रागसंगीत लावण्यात आलं. ठरावीक दिवसांनी दोन्ही लॅबमधल्या पेशींचं निरीक्षण केलं गेलं. तेव्हा तिथल्या शास्त्रज्ञांना आश्चर्यकारक परिणाम दिसून आले. जिथे दणदणाट करणारं पॉपसंगीत लावलं होतं तिथल्या कॅन्सरच्या पेशींमध्ये कमालीची वाढ झालेली दिसून आली; तर जिथे हिंदुस्थानी रागसंगीत लावलं गेलं होतं तिथल्या कॅन्सरच्या पेशी पूर्णतः नामशेष झाल्या होत्या!

रागसंगीत मनुष्याच्या डोक्यावरचा ताण हलका करतं, रोगनिवारणासाठी साहाय्यभूत ठरतं तसंच ते मनुष्याला सहजगत्या आत्मानंदाकडेही नेऊ शकतं, ही गोष्ट अनेकांनी अनुभवलेली आहे.

हिंदुस्थानी संगीताचे संस्कार लहान वयातच माझ्यावर झाले होते. माझी आई कै. संजीवनी खेर ही जुन्या पिढीतील शास्त्रीय-उपशास्त्रीय गायिका. लग्नापूर्वी सुभद्रा गोखले या नावाने ती त्यावेळच्या बॉम्बे रेडिओवर प्रत्यक्ष गायन सादर करत असे. लखनौ ते हैदराबादपर्यंत तिच्या अनेक शहरा-गावांमधून मैफली झाल्या होत्या.

पुण्यातल्या अनेक मैफलींमध्ये ती मला मांडीवर झोपवून गायन करायची! कोणतेही संस्कार हे प्रतिभज्ञानातून, रक्तातून किंवा सान्निध्यातून मनुष्यावर होत असतात. साहित्यासह अनेक क्षेत्रांमध्ये मी काम केलं असलं तरी संगीताचे संस्कार माझ्यावर उपजतच झाले होते. म्हणूनच मी लहान वयातच आईबरोबर हार्मोनियमची साथ करू लागलो. गायन-वादनातील उत्तम, उदात्त आणि साधनासिद्ध असं कोणतंही संगीत मला लहानपणापासून आवडत असे.

ज्यांना गायक-वादक व्हायचं असतं त्यांना विशिष्ट घराण्याचीच तालीम घ्यावी लागते. आपली गायकी निबद्ध ठेवावी लागते. पण माझ्याबाबतीत तो प्रश्न नव्हता! मी स्वतःला 'कानसेन' समजत असल्यामुळे जगातलं उत्तम संगीत वेळोवेळी ऐकत गेलो.

पूर्वी विविध भारतीवर 'लोकसंगीत' लागायचं. त्याची सिग्नेचर-ट्युनसुद्धा फार छान असायची. ती थेट मातीशी नातं दाखवून द्यायची! नवरात्रीत होणाऱ्या भोंडल्यामधल्या गाण्यांच्या चालीचं साम्य मला 'हतारी' चित्रपटातील मजुरांच्या गाण्यात आढळलं. पं. कुमारगंधर्वांच्या माळवा गीतातही तो मातीचा सुगंध अनुभवता येतो.

रागसंगीत मी खूप ऐकलं. उस्ताद बडे गुलाम अली खान यांच्यापासून उस्ताद राशिद खान यांच्यापर्यंत आणि पं. रविशंकर-उस्ताद विलयत खाँ यांच्यापासून उस्ताद शुजात खान-उस्ताद शाहीद परवेझ यांच्यापर्यंत अनेक महान कलावंतांचं गायन-वादन मी ऐकलं; आजही आवर्जून ऐकतो.

कजरी, होरी, ठुमरी, फागुन, चैती आदी उपशास्त्रीय प्रकारही मला अतिशय आवडतात. गिरिजादेवी, छन्नुलाल मिश्रा यांचं हे संगीत मी आवर्जून ऐकतो. एकदा मुंबईतील नेहरू सेंटरमध्ये झालेल्या कार्यक्रमाचं रेकॉर्डिंग मला अचानक ऐकायला मिळालं. राग होता 'झिंझोटी' (व्हॅली रिकॉल्स) आणि सादर केला होता पं. शिवकुमार शर्मा आणि पं. हरिप्रसाद चौरासिया यांनी. साथीला होते, पं. भवानीशंकर. संतूर, बासरी आणि पखावजचा तो खरोखरच अद्भुत असा त्रिवेणी संगम होता — मन प्रशांत करणारा!

हेच रेकॉर्डिंग डोणजाच्या पर्वतराजींमध्ये मी मित्रांना ऐन चांदण्यारात्री ऐकवलं तेव्हा तर विलक्षण दैवी आनंद आणि एकप्रकारची तृप्ती आम्ही सर्वांनी अनुभवली.

जुनी मराठी भावगीतं किंवा सिनेगीतंही मी आवडीने ऐकतो. मास्तर कृष्णराव, केशवराव भोळे, सुधीरबाबुजी, दशरथ पुजारी, विश्वनाथ मोरे, दत्ता डावजेकर, आनंदघन, हृदयनाथ मंगेशकर, वसंत प्रभू अशा अनेक श्रेष्ठ संगीतकारांनी स्वरबद्ध केलेली गाणी मला अतिशय भावतात.

मग त्यात 'लखलख चंदेरी,' 'दोन घडीचा डाव', 'धुंद मधुमती'पासून 'धुंदी कव्व्यांना', 'नवीन आज चंद्रमा', 'चल ऊठ रे मुकुंदा...' अशा गाण्यांपर्यंत असंख्य गाणी मला तरी कालातीत वाटतात!

संगीतकार रवी, शंकर-जयकिसन, मदनमोहन, सचिनदेव बर्मन, राहुलदेव बर्मन, लक्ष्मीकांत प्यारेलाल आणि ए. आर. रहमान अशा अनेक जुन्या-नव्या संगीतकारांनी रचलेली काही हिंदी गाणीही मला भावतात.

पं. पलुसकरांची 'चलो मन गंगा-जमना तीर', 'जब जानकीनाथ...'सारखी भजनं ऐकून तर अंतःकरणातील भावसागर उचंबळून येतो.

याप्रमाणेच 'रंजिश हि सही', 'बात करनी', 'गुलोमें रंग भरे' 'देख तो दिल' अशा अवीट गझलांचं गायन करणारे मेहदी हसन, तसंच 'चमन मे रंगे', 'प्यास वो दिलकी', 'चुपके चुपके रातदिन' अशा गझला गाणारे गुलाम अली, 'आज जाने की जिद ना करो', यांसारख्या उत्तम गझला म्हणणाऱ्या फरिदा खातुन आणि 'दुनिया जिसे कहते है', 'जब कभी तेरा नाम' 'होशवालो...' अशा अप्रतिम गझला गाणाऱ्या जगजीत सिंगांसारख्या गझल गायकांनी माझ्या जीवनात खूप आनंद भरला.

१९९७च्या सुमारास मी मोझार्टच्या जीवनावर कादंबरी लिहायला घेतली होती. पण ते काम अर्धवट राहिलं. परंतु; त्या दरम्यान मी उत्तमोत्तम इंग्लिश क्लासिकल संगीत ऐकू लागलो. पुण्याच्या मॅक्समुलर भवनमधून मी त्या त्या संगीतकारांच्या कॅसेट्स आणत असे आणि ऐकत असे. मोझार्ट, बीथोव्हेन, बाख, हेडन आदी संगीत-रचनाकारांचं उत्कृष्ट संगीत मी ऐकलं.

जोहान स्ट्रॉसच्या 'वॉल्ट्झ' म्युझिकने तर माझ्या मनावर कमालीची मोहिनी घातली- ती आजपर्यंत कायम आहे.

विशेषतः त्याच्या 'टेल्स फ्रॉम द व्हियाना वुड्स', 'ब्लू डॅन्युब', 'कैसर वॉल्ट्झ' 'व्हियाना ब्लड' हे वॉल्ट्झ म्युझिक अतिशय सुंदर आहे. त्या रचना

संध्याकाळचं वातावरण खूप प्रसन्न करतात.

बीथोव्हेनच्या अत्यंत प्रगल्भ संगीतरचना तर चिकॉव्हस्कीचं 'स्वान-लेक', 'नटक्रॅकर'चं बॅले म्युझिक ऐकतानाही मी थक्क होऊन गेलो. सप्तसूर केवढा आविष्कार करू शकतात, हे या संगीतकारांचं संगीत ऐकून मी अनुभवलं. पॉपसंगीत मला फारसं भावलं नाही. परंतु; 'अॅबा'ची 'आय हॅव अ ड्रीम', 'थॅन्क यू फॉर द म्युझिक'सारखी काही गाणी मात्र मला आवडली.

तथापि, मनावरचे ताणतणाव दूर करायचे असतील किंवा एकप्रकारची प्रशांती मिळवायची असेल तर दीर्घपरिणाम करणारं लयकारीचं संगीत ऐकणंच आवश्यक असतं. लयकारी नसलेलं 'वॉल्ट्झ' म्युझिक एखाद्या रागासारखंच हळूहळू उलगडत जातं. मन प्रसन्न करतं. हिंदुस्थानी रागसंगीत मात्र आत्मभानाकडे नेतं.

संगीताला जात, धर्म, पंथ, राष्ट्रीयता काहीही नसतं. जगातला कोणताही माणूस प्रेमाने दुसऱ्या माणसाजवळ आणण्याची शक्ती संगीतात आहे. आजच्या तणावग्रस्त जीवनशैलीत असं संगीत निश्चितच आपल्याला प्रशांती देऊ शकेल असा विश्वास वाटतो!

४५

एका नबाबाची गोष्ट

चार्ली चॅप्लिनचा एक गाजलेला चित्रपट म्हणजे 'लाइम लाइट!' त्यामध्ये चॅप्लिनने 'काल्व्हेरो' नावाची व्यक्तिरेखा साकारली आहे. काल्व्हेरो हा एकेकाळचा गाजलेला अभिनेता असतो. त्याचा अभिनय बघण्यासाठी प्रेक्षागृह तुडुंब भरलेलं असे. सर्वत्र-हेचे मानमरातब त्याच्या पायाशी असत. प्रेक्षक त्याला डोक्यावर घेत. पण काळ सरताच — तो तसा सरतोच! त्याला डोक्यावर घेणारे प्रेक्षक हळूहळू त्याला दुरावतात. समाजात कुणी त्याला ओळखेनासं होतं. पण अद्याप काल्व्हेरो त्या जुन्या काळातच वावरत असतो. आपण लोकप्रिय अभिनेते आहोत, स्टेजवर अभिनय करत आहोत आणि तुडुंब भरलेलं प्रेक्षागृह आपल्या अभिनयाला प्रचंड दाद देत आहे अशा दिवास्वप्नातच तो वावरत असतो. पण पाठोपाठ वास्तवाचं भान येऊन तो नैराश्यानेही ग्रासला जातो.

अर्थात नैराश्यातून तो अगतिक किंवा आततायी कृत्य मात्र करत नाही. उलट तो एका अधू नर्तिकेचं जीवन घडवतो. चॅप्लिनने झगमगाटी दुनियेमागचं वास्तव अतिशय समर्थपणे 'लाइम लाइट'मध्ये मांडलं आहे.

ज्यांच्याकडे प्रगल्भ वैचारिकता नसते आणि सारासार विवेक नसतो असे पूर्वाश्रमीचे कित्येक यशस्वी आणि प्रसिद्ध लोक मात्र आततायी कृत्य करतात, थयथयाट करतात हे आपल्याला नवीन नाही! जो मनुष्य मानवी समाजाला योग्य

दिशा दाखवतो, सन्मार्ग समजावतो, जीवन घडवतो, आत्मिक आनंद देतो किंवा मानवाचं भविष्य घडवतो त्याची कीर्ती मात्र त्याच्या मृत्यूनंतरही टिकून राहाते. हयातीतही त्याचा 'काल्व्हेरो' होत नाही! कारण असा मनुष्य खरा 'महान' असतो! प्रसिद्ध व्यक्ती खरी महान असतेच असं नाही आणि खरी महान व्यक्ती प्रसिद्ध असतेच असंही नाही.

कलावंत म्हणून मिळणारा मान किंवा खुर्चीला मिळणारा मान, त्याचं तात्कालिक स्वरूप आणि उपयुक्तता सातत्याने ध्यानात ठेवून आपलं काम करत राहिलं तर व्यक्ती दिवास्वप्नात अडकणार नाही. प्रेक्षक किंवा वाचक हे विरंगुळा म्हणूनच एखादी कलाकृती बघत असतात किंवा वाचत असतात.

ज्या दर्शनातून सर्वार्थाने जीवन घडू शकत नाही ते दर्शन फार काळ मनुष्याला संमोहित करू शकत नाही. तशी वैचारिक समज नसेल तर मात्र व्यक्ती दिवास्वप्नातच अडकू शकते — 'काल्व्हेरो'सारखी!

या संदर्भात एका मोठ्या मंत्र्यानेच सांगितलेली दिल्लीतल्या नबाबाची ही गोष्ट — दिल्लीत एक नबाब होता. त्याचा मोठा मानमरातब होता. सरकारदरबारी त्याचं मोठं वजन होतं. आपली कामं करवून घेण्यासाठी लोकांची त्याच्या दरबारी रीघ लागे. त्याने आपलं काम करावं म्हणून येणारे लोक त्याच्यावर स्तुतिसुमने उधळत. त्यामुळे नबाबही सुखावून जात असे.

त्या नबाबाकडे एक कुत्रं होतं. नबाबाचं ते अतिशय लाडकं होतं. तेही नबाबाजवळच कायम बसून असे. त्यामुळे येणारे गरजू लोक नबाबाबरोबरच त्या कुत्र्यासाठीही भेटवस्तू आणत. त्याचं कोडकौतुक करत. त्यामुळे नबाब खूश होत असे. काळ पुढे सरकला आणि एके दिवशी नबाबाचं ते कुत्रं मेलं. तेव्हा लोकांनी एकच गर्दी केली. त्या कुत्र्याच्या पार्थिवाला सजवून त्याची मोठी अंत्ययात्रा

काढली! लोकांचं ते कुत्र्याप्रती असलेलं प्रेम पाहून नबाबही गहिवरला. पुढेही लोक नबाबाचं सांत्वन करायला येतच होते. त्यामुळे नबाबाचं दुःख थोडं हलकं झालं!

काळ आणखी पुढे सरकला. नबाबाचं वय झालं. तो थकला; आणि एके दिवशी त्याने या जगाचा निरोप घेतला. तेव्हा मात्र त्याच्या अंत्ययात्रेला काळं कुत्रंही फिरकलं नाही! व्यावहारिक जीवनाचं हेच वास्तव आहे!!

एखादी व्यक्ती जेव्हा यशाच्या शिखरावर चढते तेव्हा तिला आभाळ ठेंगणं होतं. 'थिंक बिग' ठीक आहे; परंतु; आभाळाला स्पर्श होताना जर पाय जमिनीवरून उचलले गेले तर मात्र काळ सरताच नैराश्य येण्याचीही दाट शक्यता असते. उदोऽउदोऽ करणारे लोक पारखे होतात. कदाचित जिवलगही दुरावतात. पर्वतशिखर चढून गेल्यावर पुढच्या प्रवासात उतारच लागणार असतो. म्हणून आभाळ ठेंगणं होताना आपले पाय जर जमिनीवरच घट्ट रोवले तर असे प्रश्न उद्भवत नाहीत.

४६

मनाचे शरीरावर अधिराज्य!

माझे पिताश्री कै.भा.द. खेर हे अतिशय सकारात्मक वृत्तीचे होते. अत्यंत हलाखीच्या परिस्थितीतही ते आपल्या सकारात्मक वृत्तीपासून कदापि ढळले नव्हते. प्रयत्नांची पराकाष्ठा काय असते ते मी जवळून बघितलं आहे. बाबा शेगांवच्या गजानन महाराजांचे निःसीम भक्त होते. सोळा वर्ष एकही दिवस न चुकवता त्यांनी दासगणू महाराजकृत गजानन महाराजांची पोथी वाचली होती. ते जेव्हा जेव्हा परदेशात गेले होते तेव्हा तेव्हा विमानात सुद्धा पोथी वाचायला चुकले नव्हते! ते म्हणायचे, 'चांगल्या कामाची कधी लाज बाळगायची नाही. परंतु; वाईट कृत्य करताना मात्र लाज वाटली पाहिजे.'

बाबांप्रमाणेच माझी आईसुद्धा अतिशय सकारात्मक विचारांची होती. त्या दोघांच्या स्वभावाचा एक गुण मला अतिशय भावायचा. तो म्हणजे दोघेही पूर्वीचे कोणतेही कटु विषय मनात धरून ठेवायचे नाहीत. 'झालं गेलं; गंगेला मिळालं' असं म्हणून ते त्या त्या विषयांना तिलांजली देऊन टाकायचे. म्हणजेच ते 'शोक' करत बसायचे नाहीत.

आणखी एक गुण म्हणजे, दोघांकडे आरोग्याच्या संदर्भात पराकोटीचं मानसिक सामर्थ्य होतं.

बाबा नेहमी म्हणायचे, 'माझी प्रकृती ठणठणीत आहे. मला काहीही होत नाही!' आईपण सतत हाच जप करत असे. कुणी प्रकृतीची चौकशी केली की

म्हणायची, 'मी छान आहे... मला काहीही होत नाही! मला कोणताही आजार नाही. ना ब्लड-प्रेशर, ना डायबेटिस!'

पण मुलगा म्हणून माझं कर्तव्य मला पार पाडायचंच असे. एकदा मी आईला दवाखान्यात नेलं आणि साऱ्या तपासण्या करून घेतल्या. संध्याकाळी रिपोर्टस येणार होते. आईला घरी सोडून मी बाहेर कामाला गेलो. माझी पत्नी संध्याकाळी रिपोर्टस घेऊन आली. कोणताही विकार नसल्याचं तिने आईला सांगितलं. मग आई माझी येण्याची वाट बघत बसली.

शरीराला मनाच्या सामर्थ्यात आणल्यानंतर...

मी घरी येताच म्हणाली, 'मी सांगितलं नव्हतं; मला काहीही होत नाही म्हणून! मला कोणताही विकार नाही!' त्यानंतर मात्र मी कधीच त्यांच्या तपासण्या केल्या नाहीत.

दोघांच्याही अशा मानसिक धारणेमुळेच त्यांना कोणताही विकार जडला नसावा. किंबहुना दोघांचा हाच जप सतत आणि अनायसे सुरू असल्यामुळे कोणताही रोग त्यांना कधी शिवला नाही. तपासण्या तर नाहीच; पण कोणतीही टॉनिक्स-व्हिटॅमिन्ससुद्धा त्यांनी कधी घेतली नाहीत. मी काही टॉनिक्स आणून देत असे. पण ते केवळ माझं समाधान असे! त्यांनी टॉनिक्स घेतली नव्हती; पण कोणतेही पदार्थ कधीच वर्ज्य केले नव्हते!

बाबा म्हणत, 'संयमितपणे सर्व पदार्थ (शाकाहारी हे गृहित!) खाल्ले पाहिजेत. कोणतेही पदार्थ वर्ज्य करू नयेत. वर्ज्य पदार्थांचीही शरीराला हळूहळू सवयच केली पाहिजे.' कदाचित ही गोष्ट शरीरशास्त्राला अनुसरून नसेल; पण शरीराला मनाच्या सामर्थ्यात आणल्यानंतर ते शक्य होत असावं!

बाबांना आइस्क्रीम अतिशय आवडे. वयाच्या नव्वदीतही रात्री बारा वाजता त्यांना आइस्क्रीम दिलं तरी ते आवडीने खात आणि लगेच झोपून जात! मग किती कॅलरीज आत गेल्या, आता त्या बर्न कशा करायच्या वगैरे विचारही त्यांच्या मनात उठत नसत! कारण त्यांचं शरीर त्यांच्या मनाच्या अधिपत्याखाली काम करत असे.

कोरोनाच्या काळात माझी आई दिवसभर घराबाहेर ओट्यावर बसून असे- अर्थात मास्कशिवाय! अनेक जण मला सांगत, आईंना आत बसवत जा! हा करोना म्हणजे जीवघेणी(?) साथ आहे! पण कुणाचंही न ऐकता माझी आई त्या

काळातही ओट्यावरच बसून असायची. मीही तिला घरात बसण्याची विनंती करत असे. पण सर्वांची विनंती झुगारून ती बाहेरच बसून रहायची- कदाचित पहिल्यापेक्षा अधिक काळ!

आई-बाबांचं हे अविवेकी धाडस नसे तर त्यांचं अफाट मानसिक सामर्थ्य आणि आध्यात्मिक साधना कोणत्याही विकृतीला अथवा साथीला त्यांच्याजवळ फिरकू देत नसे. वर्षानुवर्षं मी या गोष्टीचा अनुभव घेतला आहे.

यावरून मला स्वामी विवेकानंदांच्या 'मनाचे सामर्थ्य' या पुस्तकाची आठवण होते. अवतार मेहेरबाबा पुण्यात आले की, आईला बोलावून घेत आणि तिचं गाणं ऐकण्यात तल्लीन होत. स्वामी स्वरूपानंदांनी अनेकदा निरोप पाठवून बाबांना बोलावून घेतलं होतं. बाबा त्यांना जाऊन भेटल्यानंतर स्वामी म्हणाले होते, 'मी किती दिवस तुमची वाट बघत होतो!' मुक्तानंदांनीही आईचं गाणं आवर्जून ऐकलं होतं. पु. पांडुरंगशास्त्रींनी त्यांचा बहुमूल्य असा संपूर्ण दिवस आई-बाबांसाठी दिला होता. आईने दादाजींनाही गाणं ऐकवलं होतं. ही वानगीदाखल काही उदाहरणं.

काहीतरी आध्यात्मिक साधना असल्याशिवाय हे घडत नाही. 'मला काहीही होत नाही' या वृत्तीमागे दोघांची काहीतरी साधना नक्कीच होती. त्याचं प्रदर्शन मात्र दोघांनी कधीही केलं नाही.

माझ्या आईबाबांना कोणतेही रोग झाले नाहीत, तरी अनेकदा पडल्यामुळे माझ्या आईच्या खुब्याच्या हाडाच्या दोन मोठ्या शस्त्रक्रिया झाल्या. पडल्यामुळे अनेकदा टाके पडले आणि इतरही उपचार करावे लागले. एकदा तिच्या डोक्याला अठरा टाके पडले. सारे उपचार झाल्यानंतर आईने जगताप हॉस्पिटलमधील रुग्णांना आणि परिचारकांना डॉक्टरांसह एकत्र करून एक गाणं म्हटलं!

आईची ती मानसिकता पाहून डॉक्टर जगताप थक्क होऊन गेले. मला म्हणाले, असा पेशंट कधी बघितला नव्हता! इतर रुग्णांचाही ताण त्यामुळे हलका झाला. हॉस्पिटलमधलं गंभीर वातावरण तेवढ्यापुरतं पार बदलून गेलं.

माझे बाबा जवळपास पन्नास वेळा पडले. माझे मित्र-स्नेही डॉ. भारवि जोशी यांनी अनेकदा घरी येऊन त्यांच्यावर उपचार केले. अगदी बाबांच्या डोक्याला घरी येऊन टाकेही घातले! डॉक्टरांना बाबा म्हणायचे, 'तुम्ही तुमचं काम करा... मला काहीही होत नाही. तुमचं इन्जेक्शन तर मला कळतही नाही.'

वयाच्या नव्वदीनंतर बाबा पडले तेव्हा त्यांचं खुब्याचं हाड वर सरकलं. पण ते म्हणाले, 'मला मुळीच ऑपरेशन करायचं नाही. मी या अंथरुणात छान आहे- अगदी सुखी आहे. हॉस्पिटलमध्ये तर मी मुळीच येणार नाही. डॉ. भारवि जोशी यांनीही मला तोच सल्ला दिला. या वयात ऑपरेशन करणं धोक्याचं आहे असं सांगितलं. बाबा खरोखरच अंथरुणातही तृप्त आणि आनंदात होते.

तीन दिवस आधी मृत्यूचा दिवस सांगून माझे बाबा वयाच्या ९६व्या वर्षी देहातीत झाले. आईला सुद्धा वयाच्या ९३व्या वर्षी देवाज्ञा झाली. दोघांच्या दीर्घायुष्याचं रहस्य म्हणजे त्यांचं कणखर मन! 'मला काहीही होत नाही' ही सतत उराशी बाळगलेली सकारात्मक भावना!

भीती आणि चिंता मनुष्याला जिवंतपणीच मारत असतात. बाबांकडे पैसे नव्हते, बँक-बॅलन्स काहीच नव्हता, एकही गुंतवणूक नव्हती, विमा नव्हता किंवा पेन्शन वगैरे काहीही नव्हतं. असं असताना माझ्या आईबाबांना भविष्याची मुळीच चिंता वाटत नसे. मी कुणाचं वाईट केलेलं नाही; देव माझं वाईट करणार नाही, अशा पराकोटीच्या श्रद्धेवर दोघेही छान आणि तृप्त आयुष्य जगले.

भगवद्गीतेत म्हटलं आहे, इंद्रियं ही प्रथम मनाच्या ताब्यात गेली पाहिजेत; आणि मग मनावर बुद्धीचं अधिपत्य गाजवता आलं पाहिजे. म्हणजे मग आत्मज्ञानाचा मार्ग प्रकाशित होत जातो.

४७

मनुष्य स्वतःच बंधक

मानवी जीवन हे आशा आणि आठवणी यांमध्ये व्यतीत होत असतं. ऐन तारुण्यात अनेक प्रकारच्या आशा-आकांक्षा जपल्या जातात, मनोराज्यं केली जातात किंवा स्वप्नं रंगवली जातात. ती प्रत्यक्षात आणण्यासाठी युवक-युवती कर्मतत्पर होतात; आणि त्यामुळे एकप्रकारची सकारात्मक ऊर्जा जीवनाला व्यापून राहाते. आशा-आकांक्षा बाळगणं, मनोराज्यं करणं, ध्येय निश्चित करणं; आणि ते ध्येय साध्य करण्याची जिद्द अंगी बाळगणं, हे सळसळत्या तारुण्याचंच लक्षण असतं.

याउलट साठी उलटल्यानंतर किंवा निवृत्ती स्वीकारल्यानंतर आशाआकांक्षांची जागा 'आठवणी' घेतात. मग अशा व्यक्तीला सतत आपला भूतकाळ आठवत राहातो. आपल्यावेळचं जीवन किती चांगलं होतं, ते दिवस आजच्यापेक्षा किती छान होते, या आठवणी मनात कल्लोळ माजवतात. आजचा जमाना पूर्वीसारखा राहिला नाही, तरुणांचं जीवन भ्रष्ट होऊन गेलं आहे, पूर्वी असं नव्हतं अशाप्रकारची खंतही दर्शवली जाते किंवा मनात बाळगली जाते.

ऐन तारुण्यातल्या आठवणीसुद्धा मनात उफाळून येतात. शिक्षण, विवाह, संसार, मौजमजा, सणवार, सहली आदी अनेक आठवणी मनात काही क्षण सुखाची भावना निर्माण करतात. परंतु; त्याचबरोबर आपल्या हातून तो काळ निसटून गेल्याची खंतही मनाला लागून राहाते. त्यामुळे जीवनात नैराश्य येऊ लागतं. त्याचा

परिणाम मनावर आणि पर्यायाने शरीरावर होत जातो. नातेसंबंधांमधले ताणतणाव त्यात भर घालतात.

थोडक्यात, इंद्रिय-मनाचे भाविकालीन संभाव्य अनुभव म्हणजे 'आशा'; तर इंद्रिय-मनाचे भूतकाळात प्रत्यक्ष घेतलेले अनुभव म्हणजे 'आठवणी'! म्हणजे आशेतही मन असतं आणि आठवणींमागेही मनच असतं.

अशात-र्‍हेने मनुष्यजीवन हे 'आशा' आणि 'आठवणी' यांमध्येच व्यतीत होत असतं; आणि या सार्‍या जाणिवा मनाशी निगडीत असतात. म्हणजे मनच ऐन तारुण्यातल्या आणि उतारवयातल्या या भावभावना ठरवत असतं. हीच तर खरी 'माया' असते! वास्तविकत: सूक्ष्म गुणसूत्रं एकत्र येऊन एक जीव तयार होतो. स्त्रीच्या उदरात तो अन्नावर पोसला जातो. जन्म होताच तो मातेच्या दुधावर आणि पुढे बाह्य अन्नावर पुष्ट होत जातो. या शरीराला मग मन चिकटतं. सभोवारचे प्रभाव त्या जीवाला या भौतिक सृष्टीत रमवतात.

अनिश्चितता हेच जीवनाचे सार

त्यामुळे हे भौतिक जीवनच खरं आहे, अशी जीवाची समजूत होते. किंबहुना हे शरीर म्हणजेच 'मी' आहे, ही भावना त्या जीवामध्ये दृढ होत जाते. मग या जगतातले शारीरिक भोग भोगण्यासाठी मन त्या जीवाला सतत प्रवृत्त करतं. त्यामुळे मोहग्रस्त मन इंद्रियांच्या ताब्यात जातं. पर्यायाने जीवनात भावभावनांचा खेळ सुरू होतो. या खेळात गोष्टी मनासारख्या घडल्या की जीव सुखावतो; घडल्या नाहीत तर दुखावतो. मायिक जगताला स्वत:हून धरून ठेवल्यामुळे जीवनात सुखाचे अनुभव येतात तसेच दु:खांचेही अनुभव मिळत जातात. हे अनुभव व्यक्तिगत, कौटुंबिक आणि सामाजिक स्वरूपाचे असतात. कालानुरूप त्याची तीव्रताही कमी-जास्त होत असते.

तात्पर्य, सुख-दु:खांच्या आणि यशापयशाच्या छायेतच मनुष्यजीवन व्यतीत होत असतं. सुखाने सुखावणं आणि दु:खाने दुखावणं हा मनुष्यस्वभाव बनतो. सुखोपभोग भोगण्यासाठी आपण अमरपट्टा घेऊन जन्माला आलो आहोत, अशीच देहाच्या संदर्भात जीवाची समजूत असते.

हा मायिक खेळ संपताना पुन्हा सूक्ष्मतेकडेच जायचं असतं याचं बहुधा जीवाला

स्मरण राहात नाही. परंतु; जीवासाठी ती अपरिहार्यता असते. अनिश्चितता हेच जीवनाचं सार असतं. त्या अनिश्चिततेतच अंतिमतः देहिक मन अंतर्धान पावत असतं.

'मेझ' नावाच्या एका इंग्रजी चित्रपटात अनेक स्तरांवर घडणारा एक खेळ दाखवलेला आहे. मनुष्य एका विशाल पिंजऱ्यात कसा अडकला आहे, याचं थरारक प्रत्ययकारी दर्शन त्यातून घडवलं आहे.

अशातऱ्हेचा हा खेळ लक्षावधी वर्षं चाललेला आहे. या सृष्टीस्वरूपी 'धर्मशाळे'त जीव काही काळासाठी येतो. असंख्य आशा-आकांक्षा बाळगतो, आठवणींचा अनुभव घेतो आणि पुन्हा पुढच्या मुक्कामाला जातो. पुढचा मुक्काम मात्र अज्ञात असतो.

आशा आणि आठवणींमधील जीवन जगत असताना अनेकदा मनुष्यानेच सुख-दुःखांना जवळ केलेलं असतं; अगदी घट्ट पकडून ठेवलेलं असतं! या संदर्भात एक पारंपरिक गोष्ट आहे.

एक उंटस्वार प्रवास करत एका मठाजवळ येऊन पोहोचतो. एव्हाना रात्र झालेली असते. उंट आणि उंटस्वार दोघेही दमलेले असतात. त्यांना विश्रांतीची आवश्यकता असते. उंटस्वार मठामध्ये प्रवेश करतो. मठाधिपती त्याचं यथोचित स्वागत करतो; जेवणाचा आग्रह करतो.

त्याचे आभार मानून उंटस्वार म्हणतो, 'आधी मला माझ्या उंटाची सोय लावली पाहिजे. मी वेळेत माझ्या मुक्कामी पोहोचेन असं मला वाटलं होतं. पण आता उशीर झाला. उंटाला बांधण्यासाठी माझ्याजवळ दोरीही नाही आणि खुंटीही नाही. उंट अजूनही उभा आहे. बांधल्याशिवाय तो बसणार नाही.'

मठाधिपती म्हणतो, 'काही काळजी करू नकोस... तू रोज जसं उंटाला बांधतोस तसंच कर...'

'पण बांधायला दोरी आणि खुंटी कुठे आहे?'

'नसेना का!' मठाधिपती हसून सांगतो. 'तू बांधण्याच्या साऱ्या क्रिया दोरीशिवाय रोजच्याप्रमाणे कर... बघ काय होतं ते!'

उंटस्वार त्याप्रमाणे नुसत्याच क्रिया करतो, अर्थात (miming) करतो. लगेच उंट खाली बसतो. उंटस्वाराला आश्चर्य वाटतं.

दुसऱ्या दिवशी मठाधिपतीचे आभार मानून तो निघतो आणि उंटापाशी येतो. पण बसलेला उंट खूप प्रयत्न करूनही काही केल्या उठत नाही. तेव्हा उंटस्वार पुन्हा मठाधिपतीकडे येतो आणि उंट जागचा हालत नसल्याचं सांगतो. तेव्हा मठाधिपती म्हणतो, 'अरे, त्याची दोरी सोडलीस का...?'

'बांधलीच नव्हती तर सोडायची कशी?' उंटस्वार संभ्रमित होतो.

मठाधिपती हसून म्हणतो, 'आपण बांधले गेलो आहोत, अशीच उंटाची समजूत आहे. ती तू दूर कर... म्हणजे खुंटीतून दोरी सोडल्याचं नाटक कर. मग तो उठून उभा राहतो की नाही ते बघ!'

उंटस्वार त्याप्रमाणे करतो तेव्हा उंट खरोखरच उठून उभा रहातो; आणि निघण्यासाठी तयार होतो. उंटस्वाराला आश्चर्य वाटतं. तेव्हा मठाधिपती सांगतो, 'आपण खरोखरच बांधले गेलो आहोत, अशी उंटाची समज होती. तू त्याला सोडण्याचं नाटक केलंस तेव्हा आपला बंध मोकळा झाला असंही त्याला वाटलं. जे प्रत्यक्षात नव्हतंच त्याला उंटाने मनोमन बांधून घेतलं होतं. मनुष्य असाच मायावी गोष्टींना स्वतःहून बांधून घेत असतो; सुख-दुःखांना जवळ करत असतो. वास्तविकतः आपण बंधमुक्तच आहोत. तशी जाणीव होणं हेच खरं ज्ञान असतं.'

देहिक मनामध्ये उद्भवणाऱ्या आशा-आकांक्षा, अस्मिता-आसक्ती, स्वकृत्वाभिमान या भावभावना सरावाने काही काळ दूर करता आल्या तर आपण दैवी जीव असून केवळ मानवी जीवनाचा तत्कालिक अनुभव घेत आहोत हे ज्ञान होतं.

फ्रेंच तत्त्वज्ञ पिअरी चार्डिन यांनी म्हटलं आहे, We are not human beings having a spiritual experience. We are spiritual beings having a human experience.

हे ज्ञान होण्यासाठीच ध्यानधारणा करण्याची आवश्यकता असते. जीवनाचा उद्देश आणि आपलं मूळचं दैवीस्वरूप यांचं ज्ञान होताच मनुष्य या असार जगतातही बंधमुक्तता अनुभवू शकतो.

४८

व्यक्त-अव्यक्ताच्या मर्यादिपलीकडे!

'आनंदाचे डोही आनंद तरंग...' हा संत तुकाराम महाराजांचा एक सुंदर अभंग! यात ते म्हणतात, *'काय सांगो जालें, काहींचियाबाही । पुढे चाली नाहीं आवडीनें।।'* म्हणजे, हा आनंद इतका अपरंपार आहे की, तो शब्दांत कसा सांगावा कळत नाही!

प्रत्येक व्यक्तीला जीवनात असा अनुभव घेता येऊ शकतो. परंतु; त्यासाठी भावभक्तीची पराकोटीची अवस्था गाठावी लागते. ती गाठल्यानंतर जीवनात केलेला सारा कलह मग अर्थशून्य भासू लागतो.

जीवनातल्या कलहाचं मुख्य कारण असतं अज्ञान. मनुष्य आयुष्यभर अधिकाधिक सुखाची अपेक्षा करत जातो आणि ते सुख प्राप्त करण्यासाठी दु:खालाही सोबत घेतो. म्हणजेच सुख-दु:खांच्या कचाट्यात तो स्वत:हून अडकतो.

भौतिक ज्ञानाच्या मर्यादा सुद्धा विचारी वा विवेकी मनुष्याला हतबल करून सोडतात. तशी हतबलता येणं ही अर्थातच विकासाची पायरी असते. कारण विवेकी मनुष्य मग मानवी जीवनाचा आणि पर्यायाने सृष्टीचा उगम, रहस्य आणि हेतू जाणण्यासाठी प्रयत्नशील राहातो. परंतु; हा प्रयत्न सुद्धा अतिशय मर्यादित असतो आणि तो मर्यादितच राहाणार असतो.

'जाणण्या'चा हा प्रयत्न दोन स्तरांवर होत असतो. पहिला स्तर हा व्यक्त सृष्टीचा असतो आणि दुसरा स्तर हा अव्यक्त सृष्टीचा असतो. मानवाला अजूनही व्यक्त

सृष्टीचा पूर्ण शोध लागलेला नाही; आणि जो शोध लागला आहे तो सागराच्या थेंबास्वरूपात आहे. ब्रह्मांड जाणणं तर दूरचीच गोष्ट!

परंतु, जगभरातील गुहांमध्ये सापडलेलं कोरीवकाम, प्राचीन वास्तुकला, 'पिरॅमिड'सारखी अजस्त्र प्राचीन बांधकामं, 'इनॉक', 'इझिकेल' यांच्यासंदर्भातील वर्णने, 'नाझका' पठारावरील अतिप्राचीन महाकाय अगम्य रेखाचित्रं, ऋग्वेदातल्या सूक्तांमधील थक्क करणारी वर्णनं, कैलास पर्वताचं गूढ.

महाभारतातील 'आरण्यक पर्वा'तल्या ४३व्या अध्यायानंतरची वर्णने, 'रामायणा'तील युद्धाची वर्णने, 'महाभारत', 'भागवता'बरोबरच 'गिल्गामेशचं महाकाव्य' 'बुक ऑफ इनॉक' 'बुक ऑफ एन्की' 'बुक ऑफ जुबिलीस' यातील वर्णने, सुमेरियन संस्कृतीतील हजारो विटांवर कोरलेला प्राचीन इतिहास! 'समरांगण सूत्रधार'मधील ३१व्या प्रकरणात दिलेली विमानविद्येची बारीक-सारीक माहिती, 'वान्डजिना' गुहांमधील सुमारे एक लाख वर्षांपूर्वींचं भित्तीचित्र, सुमारे सहा हजार वर्षांपूर्वी 'सेगो कॅनयन', सहारा वाळवंट आणि तासिली माऊंटनमध्ये कोरलेल्या अंतराळवीरांची चित्रं! अर्जुन, इनॉक आणि इझिकेल यांचा आकाशगामी प्रवास, इस्टर आयलंडवरचे गूढ पुतळे, अतिप्राचीन अशा कैलास पर्वतासह पृथ्वीवरच्या अक्षांश-रेखांशांवर नेमकेपणाने बांधलेले पिरॅमिडस. भारतातील तसंच अंगकोरवाटमधील प्राचीन देवळांची बांधकामं आणि त्यावर कोरलेले विषय अशा असंख्य दृश्य आणि लिखित विषयांचा अजूनही निश्चित निर्णय करता आलेला नाही.

ब्रह्मांडाला आदिअंत आहे असं मानलं तरी त्याच्या एका टोकापासून दुसऱ्या टोकापर्यंत प्रकाशाच्या वेगाने जायचं म्हटलं तर त्यासाठी अब्जावधी वर्षं लागू शकतात! म्हणजे तो शोधही आपल्या आवाक्याबाहेरचाच म्हटला पाहिजे. आपण केवळ त्याचं गणित मांडू शकतो!

अव्यक्त सृष्टीचा शोध...

अव्यक्त सृष्टीचा शोध तर आपल्या विचारक्षेतच येऊ शकत नाही. प्रत्येक जीवाची निर्मिती, मनाची निर्मिती, अहंकार, इंद्रियांमार्फत प्रत्येक जीवाला होणाऱ्या भिन्न भिन्न जाणिवा, पंचमहाभुतं, परा-अपरा प्रकृती, आज विचारवंत

सांगत असलेले स्टार-गेट्स, मल्टि-डायमेन्शनल जगत मल्टि-युनिव्हर्स हे विषय!

मायिक विश्व, देवयान-पितृयान मार्ग, ब्रह्माचं स्वरूप, द्वैत-अद्वैतभाव असे विषय आणि त्यांचं स्वरूप हे तर मनुष्याच्या समजण्या पलीकडचं म्हटलं पाहिजे!

तात्पर्य, मनुष्य व्यक्त सृष्टीलाही पूर्णत्वाने जाणू शकत नाही आणि अव्यक्त सृष्टी तर त्याच्या जाणिवेच्या-समजेच्या पलीकडची आहे! तरीही एखादी व्यक्ती कोणताही समग्र अभ्यास नसताना ईश्वरीतत्त्वाला अमान्य करते हे विशेष! वास्तविक, या अथांग ज्ञानाचा वेध घेताना आपला जाणिवेचा स्तर ओळखूनच निर्णय केला पाहिजे.

थोडक्यात, ज्ञात आणि अज्ञात सृष्टीचाही आपण पूर्णत्वाने वेध घेऊ शकत नाही, हे वास्तव आहे. मग मनुष्याच्या हाती काय उरतं?

पांडुरंगशास्त्री सांगतात, 'सृष्टीचा उपभोग घेत घेत सृष्टी-नियमांच्या आत शिरणं एवढंच माणसाच्या हाती असतं.'

गीता सांगते, 'तू तुझं कर्म कर; तेवढंच तुझ्या हाती आहे!' जणू परमात्म्याने एक गूढ डाव माणसापुढे मांडून ठेवला आहे आणि त्यातच त्याला अडकवून त्याचा शोध घ्यायला तो भाग पाडत आहे.

देहधारी जीव हा अमर नाही; आणि तीच त्या वैश्विक सर्जकाची अतिशय उत्तम कलाकृती मानली पाहिजे.

अमरपट्टा घेऊन न आल्यामुळे पुढे काय, हा प्रश्न मनुष्याला कायम सतावत राहातो. पर्यायाने तो कायम संभ्रमात जगतो, सदा शंकित राहातो किंवा स्व-चा शोध घेत राहातो. दैनंदिन जीवन जगत असतानाच सण-समारंभ-उत्सवांनी त्याच्या जीवनात आनंद निर्माण केला आहे. म्हणूनच त्याच्या जीवनात रस आहे. अन्यथा त्याचं जीवन आळणी होऊन गेलं असतं!

उत्तरोत्तर भौतिक सुखांची साधने निर्माण करतानाच मनुष्य विश्वाचा आणि आपल्या अंतरंगाचाही शोध घेत आहे. सृष्टीचं गूढ उकलण्याचा तो प्रयत्न करत आहे. मनुष्याचे हे प्रयत्नही थक्क करणारे असेच आहेत. परंतु; जीवनात सतत येणाऱ्या आव्हानांमुळे त्याचं मन त्याला प्रसंगी निराश करतं. प्रसंगी तो आशावादी होतो; आणि प्रसंगी तो खंतावूनही जातो.

असं हे कालाधीन जीवन जर सुंदर करायचं असेल आणि आनंदस्वरूपाला प्राप्त व्हायचं असेल तर त्यासाठी दोनच मार्ग आहेत.

पहिला म्हणजे, आपला जाणिवेचा स्तर ओळखून अव्यक्त ईश्वराच्या साकार स्वरूपावर पूर्ण श्रद्धा ठेवून त्याला शरणागत होणं; तसंच हृदयस्थ ईश्वराशी नित्य संलग्न राहून प्राप्त भौतिक जीवन आनंदाने जगणं.

दुसरा मार्ग म्हणजे, समष्टीमध्ये परस्परांना आत्मिक प्रेम आणि भौतिक पुष्टी देऊन देऊन जगणं. दुसऱ्याचा द्वेष करून मनुष्य स्वतःचाच घात करत असतो. याउलट परस्परांना पुष्टी देऊन जगता आलं तर सत्ययुग अवतरायला वेळ लागणार नाही!

---

*'जीवो जीवस्य जीवनम्'*चा तोच अर्थ आहे. जीवघेणी स्पर्धा टाळून व्यक्ती आणि समष्टी अशा दोन स्तरांवर विचारपूर्वक जगणं झालं तर समाजात निश्चितच नंदनवन अवतरेल. प्रत्येक व्यक्तीच्या जीवनात अशी आनंदावस्था येवो आणि घरीदारी या 'आनंदाच्या झाडा'चा विराट 'आनंदवृक्ष' होवो, हीच ईशचरणी प्रार्थना!

लेखक परिचय

राजेन्द्र खेर
(साहित्यिक, अभ्यासक, निरूपणकर्ते)

E-mail : rkher1961@gmail.com
Website : www.rajendrakher.co.in

ऐतिहासिक - पौराणिक - चरित्र कादंबऱ्यांचे लेखक. आजवर १५ पुस्तके प्रकाशित. विविध पुस्तकांचे इंग्लिश, गुजराती, हिंदी, तमिळ आणि मल्याळम भाषांमधून अनुवाद. चित्रपट क्षेत्रात सुमारे नऊ वर्षे लेखन-दिग्दर्शन, निर्मिती अशा विविध क्षेत्रांत काम. 'मायबोली' वाहिनीवर त्यांनी दिग्दर्शक म्हणून काम केले आहे. 'विहंग प्रकाशन'मार्फत मराठी, हिंदी, इंग्लिश, गुजराती या चार भाषांमध्ये उत्तमोत्तम पुस्तके प्रकाशित. प्राचीन भारतीय शास्त्रांचे अभ्यासक आणि निरूपणकर्ते. गीताशास्त्र, दैनंदिन भगवद्गीता, बृहत् गीताशास्त्र (दोन खंड) हे ग्रंथ प्रकाशित. अध्यात्म, श्रीमद्भगवद्गीता, महाभारत, यांतील विविध विषयांवर जवळपास ५०० व्याख्याने. अनेक दिवाळी अंक, वृत्तपत्रे आणि नियतकालिकांमधून लेख, कथा प्रकाशित.